ഡീപ്പ് ഫോക്കസ്
സിനിമയെക്കുറിച്ചുള്ള ചിന്തകൾ

deep focus

•

sathyajith ray

•

translation
jayaraj

•

first edition
december 2017

•

published
chintha publishers, thiruvananthapuram

•

typesetting
star communications, thiruvananthapuram

•

cover
midas

വിതരണം

ദേശാഭിമാനി ബുക്ക് ഹൗസ്

H O തിരുവനന്തപുരം-695 035
phone: 0471-2303026, 6063026
www.chinthapublishers.com
chinthapublishers@gmail.com

ബ്രാഞ്ചുകൾ

ഹെഡ്ഡാഫീസ് ബ്രാഞ്ച് കുന്നുകുഴി • സ്റ്റാച്യു തിരുവനന്തപുരം • കെ എസ്
ആർ ടി സി ബസ് സ്റ്റേഷൻ ആലപ്പുഴ • കെ എസ് ആർ ടി സി ബസ് സ്റ്റേഷൻ
എറണാകുളം • മച്ചിങ്ങൽ ലെയ്ൻ തൃശൂർ • ഐ ജി റോഡ് കോഴിക്കോട് •
മാവൂർ റോഡ് കോഴിക്കോട് • എൻ ജി ഒ യൂണിയൻ ബിൽഡിങ് കണ്ണൂർ •
സെൻട്രൽ ബസ് ടെർമിനൽ കോംപ്ലക്സ് താവക്കര കണ്ണൂർ

CO - 2805 / 4521
ISBN - 978-93-86637-70-3

ഡീപ്പ് ഫോക്കസ്
സിനിമയെക്കുറിച്ചുള്ള ചിന്തകൾ

സത്യജിത് റേ

എഡിറ്റർ
സന്ദീപ് റേ
ധൃതിമാൻ ചാറ്റർജി, അരൂപ് കെ ദേ,
ദീപക് മുഖർജി, ദേപെശിഷ് മുഖോപാദ്ധ്യായ
പരിഭാഷ: ജയരാജ്

ചിന്ത പബ്ലിഷേഴ്സ്
തിരുവനന്തപുരം-695 035

ഉള്ളടക്കം

ഭാഗം മൂന്ന്
സിനിമ ആഘോഷിക്കപ്പെടുന്നു

പ്രസാധകക്കുറിപ്പ്

ഒരു ദൃശ്യകലയെന്ന രീതിയിൽ സിനിമയെക്കുറിച്ചുള്ള സത്യജിത് റേയുടെ ചിന്തകളുടെ വികാസത്തെപ്പറ്റി ആഴ ത്തിലുള്ള ചില ഉൾക്കാഴ്ചകൾ നല്കുന്ന ചില ലേഖനങ്ങ ളുടെ സമാഹാരമാണ് *ഡീപ്പ് ഫോക്കസ്* എന്ന ഈ പുസ്തകം. ചലച്ചിത്ര നിർമ്മാണരീതിയെക്കുറിച്ചും ചാപ്ലിൻ, ബർക്മാൻ, ഗോദാർദ്, അന്റോണിയോനി തുടങ്ങിയ മഹാ രഥന്മാരും ഇതിൽ പരാമർശിക്കപ്പെടുന്നു. സത്യജിത് റേ യുടെ മകനും റേ ചിത്രങ്ങളുടെ സംരക്ഷണത്തിനുള്ള സൊസൈറ്റിയുടെ മെമ്പർ സെക്രട്ടറിയുമായ സന്ദീപ് റേ, ധൃതിമാൻ ചാറ്റർജി, അനൂപ് കെ ദേ, ദീപക് മുഖർജി ദേപെശിഷ് മുഖോപാദ്ധ്യായ എന്നിവരാണ് *ഡീപ്പ് ഫോക്കസിന്റെ* എഡിറ്റമാർ. ജയരാജ് ഇത് പരിഭാഷപ്പെടുത്തിയിരിക്കുന്നു. സത്യജിത് റേയുടെ ചിന്തകളിലേക്കുള്ള ഏറ്റവും നല്ല പ്രവേ ശികയായ ഈ പുസ്തകം വലിയതോതിൽ വായിക്കപ്പെ ടുമെന്ന് പ്രതീക്ഷിക്കുന്നു.

ചിന്ത പബ്ലിഷേഴ്സ്

ആമുഖം

എന്റെ അച്ഛൻ - സത്യജിത് റേ- നമ്മുടെ ചലച്ചിത്രങ്ങൾ -അവരുടെ ചലച്ചിത്രങ്ങൾ - എന്ന ഇംഗ്ലീഷിലുള്ള തന്റെ പ്രഥമ ലേഖനസമാഹാരം പ്രസിദ്ധീകരിച്ചത് 1976 ലാണ്. അദ്ദേഹം ചലച്ചിത്രകാരനാകുന്നതിന് മുൻപ് 1949 മുതൽ എഴുതിയ ലേഖനങ്ങളുടെ സമാഹാരമായ ഈ കൃതി പുറ ത്തിറങ്ങുന്നതുവരെ അതായിരുന്നു ഇംഗ്ലീഷിൽ സിനിമാ സംബന്ധിയായി അദ്ദേഹത്തിന്റെ ഏക മൗലിക രചന.

കുറച്ചുകാലം മുൻപാണ് എന്റെ അച്ഛൻ പലപ്പോഴായി രാജ്യത്തിന കത്തും പുറത്തുമുള്ള പത്രങ്ങളിലും മാസികകളിലും എഴുതിയ ലേഖന ങ്ങളെല്ലാം സമാഹരിച്ച് ഒന്നോ അതിലധികമോ പുസ്തകമായി പ്രസി ദ്ധീകരിക്കണമെന്ന് ഞങ്ങളുടെ സൊസൈറ്റി തീരുമാനിച്ചത്. പക്ഷേ, അവ യെത്രയെണ്ണമുണ്ടെന്ന് ഞങ്ങൾക്ക് ഒരു പിടിപാടും ഉണ്ടായിരുന്നില്ല. തന്റെ പ്രസിദ്ധീകൃതമായ രചനകൾ സംരക്ഷിക്കുന്നതിന് വേണ്ടി അച്ഛൻ എന്തെ ങ്കിലും പരിശ്രമം നടത്തിയതായി തോന്നുന്നില്ല.

ഞങ്ങളുടെ ആർക്കൈവ്സിൽ കുറച്ച് ലേഖനങ്ങൾ ഉണ്ടായിരുന്നു. ബാക്കിയുള്ളവയ്ക്ക് വേണ്ടി ഞങ്ങൾ ഒരു അന്വേഷണം ആരംഭിച്ചു. ഇതു കഠിനമായിരുന്നു, കാരണം അവ പ്രസിദ്ധീകരിക്കപ്പെട്ട പത്രമാസികകൾ പലതും നിന്നുപോയിരുന്നു. അവസാനം ഞങ്ങളുടെ ശ്രമഫലമായി ലേഖ നങ്ങളും പ്രസംഗങ്ങളുമായി ഒരു പുസ്തകത്തിന് വേണ്ട അത്രയും രച നകൾ സമാഹരിക്കാൻ കഴിഞ്ഞു. ആ അന്വേഷണം തുടരുകയാണ്.

ഇന്നത്തെ വായനക്കാർക്ക് ലഭ്യമല്ലാതിരുന്ന ഈ രചനകൾ ഒരു ദൃശ്യ കലയെന്ന രീതിയിൽ സിനിമയെക്കുറിച്ചുള്ള അച്ഛന്റെ ചിന്തകളുടെ വികാ സത്തെപ്പറ്റി ആഴത്തിലുള്ള ചില ഉൾക്കാഴ്ചകൾ നല്കുന്നവയാണ്; കൂടെ അദ്ദേഹത്തിന്റെ തന്നെ ചലച്ചിത്രനിർമ്മാണ രീതിയെപ്പറ്റിയും ചാപ്ലിൻ,

ബെർഗ്മാൻ, ഗോദാർദ്, അന്റോണിയോനി തുടങ്ങിയ മഹാന്മാരായ സംവി ധായകരെപ്പറ്റിയുമുള്ള അദ്ദേഹത്തിന്റെ അഭിപ്രായങ്ങളെപ്പറ്റിയും.

ഞങ്ങളുടെ സൊസൈറ്റിയുടെ പ്രസിഡന്റും ഒരു പ്രമുഖ ഗ്രന്ഥകാ രനുമായ ശ്രീ. ഡി എൻ ഘോഷിന്റെ അകമഴിഞ്ഞ പിന്തുണയില്ലാതിരു ന്നെങ്കിൽ ഈ പുസ്തകം പ്രസിദ്ധീകരിക്കാൻ കഴിയുമായിരുന്നില്ല. ഈ പുസ്തകത്തിന്റെ പ്രസിദ്ധീകരണത്തിൽ പ്രത്യേകതാല്പര്യം കാണിച്ച ഹാർപ്പൻ കോളിൻസ് പബ്ലിഷേഴ്സ് ഇന്ത്യയുടെ പ്രസാധകയായ വി കെ കാർത്തികയോടും ചീഫ് കോപ്പി എഡിറ്ററായ ശന്തനുറേ ചൗധരിയോടും കൃതജ്ഞതയുണ്ട്.

സന്ദീപ് റേ
മെമ്പർ സെക്രട്ടറി
സത്യജിത് റേ ചിത്രങ്ങളുടെ സംരക്ഷണത്തിനായുള്ള
സൊസൈറ്റി
കൊല്ക്കത്ത.

അവതാരിക

ഞാൻ സ്കൂളിൽ പഠിക്കുന്ന കാലത്ത് എന്റെ സഹോദരങ്ങളെ ക്കാളും സഹപാഠികളേക്കാളും സിനിമ കാണാൻ പോകുന്നതിൽ കൂടു തൽ ആവേശം പ്രകടിപ്പിച്ചിരുന്നു എന്നു തോന്നുന്നു. അധികം താമസി യാതെ സിനിമ ഞാൻ ജീവിച്ചിരുന്ന ലോകത്തിന്റെ (അതിൽ തികച്ചും വ്യത്യസ്തമായിരിക്കുമ്പോൾത്തന്നെ) ഒരു നീട്ടിയ ഭാഗമായി മാറി. അതോ ടൊപ്പം പുസ്തകങ്ങളുടെ പുറംചട്ടകൾക്കിടയിൽ ബന്ധിക്കപ്പെട്ടു കിടന്ന ഭൂമിശാസ്ത്രത്തിന്റെയും ചരിത്രത്തിന്റെയും പുരാണങ്ങളുടെയും മനോ കല്പനയുടേതുമായ അനേകം പ്രപഞ്ചങ്ങളുടെ വിശാലതകളിലേക്ക് എന്റെ ഭാവനയെ വ്യാപരിപ്പിക്കാനുള്ള മാർഗ്ഗവുമായി.

മുതിർന്നു കഴിയുമ്പോൾ സ്വന്തമായി ചലച്ചിത്രങ്ങൾ ഉണ്ടാക്കുക യെന്നതാണ് ചെയ്യാൻ പോകുന്നതെന്ന് ഞാൻ ചെറുപ്പത്തിലേ മനസ്സിലു റപ്പിച്ചിരുന്നു. ഇത് എന്റെ മാതാപിതാക്കൾക്ക് വലിയ ആശങ്ക നല്കി ക്കൊണ്ട് സിനിമ കാണുന്നത് ഒരു ഉത്സവമാക്കി മാറ്റാനുള്ള ലൈസൻസായി ഞാൻ കരുതി. കുറേക്കാലം സിനിമ കണ്ടു കണ്ടാണ് ചില ചിത്രങ്ങൾ ആസ്വാദ്യകരമാണെന്നും ചിലത് അങ്ങനെയല്ലെന്നുമുള്ള തിരിച്ചറിവിലേക്കെത്തിയത്. ഇതിനെത്തുടർന്ന് ഇഷ്ടം തോന്നിയ ചിത്ര ങ്ങൾ തേടിപ്പിടിച്ച് കാണാനും അവ എന്തുകൊണ്ട് ഇഷ്ടമായി എന്ന് ആലോചിച്ച് കണ്ടെത്താനും തുടങ്ങി. സ്കൂളിൽ പഠിക്കുന്ന കാലത്ത് തന്നെ ഇഷ്ടതാരങ്ങളോടൊപ്പം പ്രിയപ്പെട്ട സംവിധായകരും എനിക്കുണ്ടാ യിരുന്നു. ആ ചിത്രങ്ങൾ വീണ്ടും വീണ്ടും കാണാൻ ശ്രമിച്ചിരുന്നു. അന്ന് കാണാൻ ലഭിച്ചിരുന്ന ചിത്രങ്ങളിലേറെയും ഹോളിവുഡ്ഡിൽ നിന്നുള്ള ഇംഗ്ലീഷ് ഭാഷാ ചിത്രങ്ങളും ഹിന്ദി ചിത്രങ്ങളും പൂനയിൽ നിന്നുള്ള കുറച്ച് മറാത്തി ചിത്രങ്ങളുമായിരുന്നു. സംവിധായകരിൽ ഏറ്റവും പ്രിയ

പ്പെട്ടവർ ജോൺ ഫോർഡ്, വില്യം വൈലർ, ജോൺ ഹൂസ്റ്റൻ തുടങ്ങിയ വരും ബ്രിട്ടനിൽ നിന്നുള്ള സംവിധായകദ്വന്ദ്വം മൈക്കൽ-എമെറിക് ഫ്രെസബർഗറുമായിരുന്നു. മെഹ്ബൂബ, സോറാബ് മോഡി, ശാന്താറാം, ഫത്തേലാൽ, ദാല്ലെ എന്നിവരുടെ ഹിന്ദി ചിത്രങ്ങളും ഞാൻ ആകാംക്ഷ യോടെ കാണാൻ പോയിരുന്നു. ലോകത്തിന്റെ മറ്റു ഭാഗങ്ങളിൽ നിന്നുള്ള ചലച്ചിത്രകാരന്മാരെപ്പറ്റി എനിക്ക് അന്ന് അറിവുണ്ടായിരുന്നില്ല.

ഞാൻ കോളേജിൽ പ്രവേശനം നേടിയതിനെത്തുടർന്ന് യൂറോപ്പിൽ നിന്നുള്ള, പ്രത്യേകിച്ച് ഇറ്റാലിയിൽനിന്നുമുള്ള ചിത്രങ്ങൾ ആദ്യമായി കാണാൻ കഴിഞ്ഞു, ബൈസിക്കിൾ തീവ്‌സ്, ഷൂഷൈൻ, മിറാക്കിൾ ഇൻ മിലാൻ, ബിറ്റർ റൈസ് തുടങ്ങിയവ അതിൽ പെടുന്നു. ഇന്ത്യയിലെ ആദ്യ അന്താരാഷ്ട്ര ചലച്ചിത്രോത്സവത്തിന്റെ ഭാഗമായി വന്നവയും ഇന്ത്യൻ വിത രണക്കാരെ കണ്ടെത്താൻ വന്നവയും ഇന്ത്യൻ വിതരണക്കാരെ കണ്ടെ ത്തുകയും ചെയ്തവയായിരുന്നു ഈ ചിത്രങ്ങൾ. ചില സോവിയറ്റ് ചിത്ര ങ്ങളും അക്കാലത്ത് വന്നിരുന്നു. എനിക്ക് കാണാൻ കഴിഞ്ഞവയിൽ മാക്സിം ഗോർക്കിയുടെ നോവലുകളെ ആസ്പദമാക്കി നിർമ്മിച്ച മാർക്ക് ഡോൺസ്കോയിയുടെ ചിത്രങ്ങളും *ബാറ്റിൽഷിപ്പ് പൊതെംകിനും ഇവാൻ ദി ടെറിബിളിന്റെ* ആദ്യഭാഗവും ഉൾപ്പെടുന്നു. ഞാൻ മുൻപ് കണ്ട ചിത്രങ്ങൾ നല്കിയതിനേക്കാൾ മഹത്തരമായ ഒരു ചലച്ചിത്ര അനുഭവ മാണ് ഈ ചിത്രങ്ങൾ എനിക്ക് നല്കിയത്. താമസിയാതെ തന്നെ ഒരു ഇന്ത്യൻ ചിത്രവും എന്നെ ആകർഷിച്ചു. ബിമൽ റോയിയുടെ *ദോബീഗാ സമീൻ.*

കുറച്ചുകാലം കഴിഞ്ഞ് ഒരിക്കൽ കൊൽക്കത്തയിൽ പോയപ്പോൾ അവിടെ താമസിച്ചിരുന്ന എന്റെ ഒരു അമ്മാവൻ ഒരു പുതിയ സംവിധാ യകന്റെ ആദ്യ ബംഗാളി ചിത്രം കാണണമെന്ന് എന്നോട് ശുപാർശ ചെയ്തു. ദക്ഷിണ കൊൽക്കത്തയിലെ ഒരു സിനിമാ തിയേറ്ററിൽ പ്രദർശി പ്പിച്ചിരുന്ന ആ ചിത്രം ഞാൻ പോയിക്കണ്ടു. ഉച്ചകഴിഞ്ഞുള്ള ഒരു പ്രദർശ നമായിരുന്നു അത്, ചിത്രം *പാഥേർ പാഞ്ചാലി.* ആ അനുഭവം വിവരണാ തീതമായിരുന്നു. നമ്മൾ പറയാറുണ്ടല്ലോ എന്റെ മനസ്സിൽ ഒരു പൊട്ടി ത്തെറിയുണ്ടായി എന്നൊക്കെ. ആ പ്രദർശനം കഴിഞ്ഞപ്പോൾ ഞാൻ ഓടി പ്പോയി അടുത്ത ഷോയ്ക്കുള്ള ടിക്കറ്റ് വാങ്ങി. അതുകഴിഞ്ഞ് അടുത്ത ഷോയ്ക്കും. അടുത്ത രണ്ടുമൂന്നു ദിവസത്തിനകം ഹൈദരാബാദിലേക്കു തിരിച്ചുപോരുന്നതിന് മുൻപായി ഞാൻ നിരവധി തവണ ആ ചിത്രം കണ്ടു. അങ്ങനെയൊരു ചിത്രം ഞാൻ അതിന് മുൻപ് കണ്ടിട്ടുണ്ടായിരുന്നില്ല. ആ സംവിധായകനാകട്ടെ ഹോളിവുഡിലെയും ഇന്ത്യൻ സിനിമയുടെയും പരിചിതമായ എല്ലാ കീഴ്‌വഴക്കങ്ങളും ലംഘിച്ച ഒരാളുമായിരുന്നു.

ശബ്ദചിത്രങ്ങളുടെ തുടക്കം മുതൽ ഇന്ത്യൻ ചലച്ചിത്രകാരന്മാർ മാറ്റ മില്ലാതെ പിന്തുടർന്നു പോന്ന ഒരു ചിത്രനിർമ്മാണ രൂപമാതൃകയെ സത്യജിത് റേ തകർത്തെറിഞ്ഞു. വിചിത്രമായ ആകസ്മികതയെന്നോണം യൂറോപ്പിലെ സിനിമാലോകത്തും വിപ്ലവങ്ങളുടെ കാലഘട്ടമായിരുന്നു

അത്. ഇറ്റാലിയൻ നിയോറിയലിസം ഫ്രഞ്ച് നവതരംഗം, ബ്രിട്ടനിലെ സ്വതന്ത്ര സിനിമ, വടക്ക്, മദ്ധ്യ, കിഴക്ക് യൂറോപ്പിൽ നിന്നുമുള്ള യുദ്ധാന ന്തര ചിത്രങ്ങൾ ഇവയുടെയെല്ലാം കാലം. ഇവയെല്ലാം സിനിമയെ ആവേ ശകരമായ ഒരു പുതുയുഗത്തിലേക്ക് ഉയർത്തിയിരുന്നു. ഈ സംരംഭങ്ങളേ ക്കാളും പ്രാധാന്യമേറിയ ഒന്നായിട്ടാണ് ഒരു ഇന്ത്യൻ ചലച്ചിത്രകാരന്റെ ഈ പ്രഥമ ചിത്രം ഒരേ സമയം ആധുനികവും എന്നാൽ തികച്ചും സ്വകീ യവുമായ ഒരു ചലച്ചിത്രഭാഷയിൽ രചിക്കപ്പെട്ട ഈ സൃഷ്ടി എനിക്ക് അനു ഭവപ്പെട്ടത്. ഈ ചിത്രത്തിന്റെ കഥ നടക്കുന്ന പ്രദേശങ്ങളും മനുഷ്യരും വിശ്വസനീയവും സാംസ്കാരികബന്ധിതവുമായിരുന്നു. ചലച്ചിത്രങ്ങൾക്ക് കൈവരിക്കാൻ കഴിയുമെന്ന് ഞാൻ ഭാവന ചെയ്തിരുന്നതിനുമൊക്കെ അപ്പുറത്തായിരുന്നു ആ അനുഭവം. ഇന്ത്യൻ സിനിമയിലെ യഥാർത്ഥ മായ ഒരു നാഴികക്കല്ല്.

സത്യജിത് റേ അങ്ങനെ രംഗപ്രവേശം നടത്തി. അതിന് മുൻപുള്ള കാലഘട്ടത്തിലെ നഗരകേന്ദ്രീകൃതമായ നാടകങ്ങളുടെ ആഖ്യാനശൈ ലികളെ അനുകരിച്ച് ചലച്ചിത്രവ്യവസായമേഖല ചിത്രങ്ങളുടെ വാണിജ്യ വിജയത്തെ ലക്ഷ്യം വച്ചുകൊണ്ടു മാത്രം ആവിഷ്കരിച്ച ചലച്ചിത്ര നിർമ്മാണ സമ്പ്രദായങ്ങൾ നിലനിന്നിരുന്നിടത്ത് അദ്ദേഹം കളിയുടെ എല്ലാ നിയമങ്ങളും മാറ്റിയെഴുതി. അധികകാലം കഴിയും മുൻപേ അദ്ദേ ഹത്തിന്റെ ചെറുപ്പക്കാരായ സമകാലീനർ ഋത്വിക് ഘട്ടക്കും മൃണാൾസെ ന്നും തങ്ങളുടെ സ്വന്തം വ്യക്തിത്വമുള്ള ശൈലികളിലുള്ള സിനിമകളു മായി കടന്നുവന്നു. ബംഗാൾ ഒരിക്കൽക്കൂടി മാർഗ്ഗദർശിയായി മാറി. ഇക്കുറി സിനിമയിൽ ഒരു ചലച്ചിത്രകാരനായി മാറണമെന്ന ആഗ്രഹവു മായി നടന്നിരുന്ന എന്നെപ്പോലൊരാൾക്ക് *പാഥേർ പാഞ്ചാലി* സാദ്ധ്യത കളുടെ ഒരു പുതിയ ലോകമാണ് തുറന്നുതന്നത്. അന്നുവരെ ഞാൻ കണ്ട ചലച്ചിത്രാനുഭവങ്ങളുടെ സ്വാധീനവലയത്തിൽനിന്നും എന്നെ അത് മോചിപ്പിച്ചു. ചലച്ചിത്രാഖ്യാനങ്ങൾ സൃഷ്ടിക്കുന്നതുമായി ബന്ധപ്പെട്ട് എനിക്കുണ്ടായിരുന്ന പല അടിസ്ഥാന ധാരണകളെയുംപറ്റി പുനർവിചി ന്തനം നടത്താൻ അത് എന്നെ പ്രേരിപ്പിച്ചു.

ഇന്ത്യൻ സിനിമയിലേക്ക് സത്യജിത് റേ പ്രദാനം ചെയ്ത സംഭാവ നകളെ ഒറ്റ വാചകത്തിൽ ചുരുക്കിപ്പറയണമെങ്കിൽ അത് ഹോളിവുഡ് ചിത്രങ്ങളെ അനുകരിച്ചുകൊണ്ട് പ്രമേയങ്ങൾ സ്വീകരിക്കുന്നത് സ്വയം ആവർത്തിക്കുന്നതുമായ രീതികളെ മുറിച്ചു കടക്കാനും പത്തൊമ്പതാം നൂറ്റാണ്ടിലെ നഗര കേന്ദ്രീകൃത നാടകകലയുടെ സൃഷ്ടിയായ മാതൃകാ നഗരലോകവീക്ഷണത്തിൽ അധിഷ്ഠിതമായ ഒരു പുതുപാത വെട്ടിത്തെ ളിക്കാനും പ്രാപ്തമാക്കി എന്നതാണ്.

സത്യജിത് റേ തനിക്ക് കൈവരിക്കാനുള്ള നിലവാരം എപ്പോഴും ഉയർന്ന നിലയിൽ പ്രതിഷ്ഠിക്കുകയും മഹത്തായ ചലച്ചിത്രസൃഷ്ടികളുടെ ഒരു ശേഖരം അവശേഷിപ്പിക്കുകയും ചെയ്തു. ഇന്ത്യയിലെ വിവിധ പ്രദേ ശങ്ങളിലെ സിനിമകളിൽ സത്യജിത് റേയുടെ സ്വാധീനം വളരെ വലു

തായിരുന്നെങ്കിലും അത് അധികമാരും അംഗീകരിച്ചു കണ്ടിട്ടില്ല. ചല
ച്ചിത്ര നിർമ്മാണത്തിന്റെ വിവിധ മേഖലകളിൽ അഭിനയശൈലികളിലാ
കട്ടെ, ഫോട്ടോഗ്രാഫിയിലാകട്ടെ, പ്രൊഡക്ഷൻ ഡിസൈനിലാകട്ടെ, ശബ്ദ
ത്തിന്റെ ഉപയോഗത്തിലാകട്ടെ, പശ്ചാത്തല സംഗീതത്തിന്റെ സൃഷ്ടിയി
ലാകട്ടെ (റേയ്ക്ക് മുൻപ് ചലച്ചിത്ര പശ്ചാത്തല സംഗീതം പ്രമേയാധി
ഷ്ഠിതമാക്കണമെന്ന കാഴ്ചപ്പാടേ ഉണ്ടായിരുന്നില്ല) എല്ലാം അദ്ദേഹ
ത്തിന്റെ സ്വാധീനം ഏറിയും കുറഞ്ഞും അളവുകളിൽ പ്രകടമായിരുന്നു.

ചലച്ചിത്രകാരനെന്നതുപോലെ തന്നെ ഭാവനാസമ്പന്നനും കൃത
ഹസ്തനുമായ ഒരു എഴുത്തുകാരനുമായിരുന്നു റേ. കുട്ടികൾക്കുള്ള കഥ
കളുടെ കാര്യത്തിൽ ഏറ്റവും പ്രമുഖനായ ഇന്ത്യൻ രചയിതാക്കളിലൊ
രാളായിരുന്നു അദ്ദേഹം. സിനിമയെപ്പറ്റിയും അദ്ദേഹം ധാരാളം എഴുതി
യിട്ടുണ്ട്.

ഈ സമാഹാരത്തിലെ ലേഖനങ്ങൾ അദ്ദേഹത്തിന്റെ മകൻ സന്ദീപ്
റേയും അദ്ദേഹത്തിന്റെ പ്രിയപ്പെട്ട അഭിനേതാക്കളിലൊരാളായിരുന്നു
ധൃതിമാൻ ചാറ്റർജിയും മറ്റും ചേർന്നാണ് തെരഞ്ഞെടുത്തിരിക്കുന്നത്.
അദ്ദേഹത്തിന്റെ അഭിപ്രായങ്ങൾ വ്യക്തതയോടെയും കൃത്യതയോടെയും
വായനക്കാരിലേക്കെത്തിക്കാൻ അവർ ശ്രദ്ധിച്ചിട്ടുണ്ട്. സ്വന്തമായി ചിത്ര
നിർമ്മാണം തുടങ്ങുന്നതിന് മുൻപുള്ള കാലഘട്ടത്തിലെ (1949) ഒരു
ലേഖനം മുതൽ അദ്ദേഹത്തിന്റെ സൃഷ്ടിപരമായ ജീവിതത്തിന്റെ അവ
സാന ഘട്ടംവരെ നീളുന്ന രചനകളിൽ താൻ ഇഷ്ടപ്പെട്ടിരുന്ന സിനിമയെ
ന്താണെന്നത് സംബന്ധിച്ച് സുദൃഢമായ അഭിപ്രായം റേ വച്ചുപുലർത്തി
യിരുന്നു. അദ്ദേഹത്തിന്റെ ചിന്തകളും വിമർശനങ്ങളുമെല്ലാം അദ്ദേഹ
ത്തിന്റെ സൗന്ദര്യശാസ്ത്രത്തിന്റെ സ്വഭാവത്തെക്കുറിച്ചും പാശ്ചാത്യവും
പൗരസ്ത്യവുമായ നാടോടി, ക്ലാസിക്കൽ പാരമ്പര്യങ്ങളെ ഉൾക്കൊള്ളു
ന്നതിനും സ്വാംശീകരിക്കുന്നതിനും അതിൽനിന്നും സമകാലീനവും ആധു
നികവുമായ ഒരു സ്വരം സൃഷ്ടിക്കുന്നതിനുമുള്ള അദ്ദേഹത്തിന്റെ അനി
തര സാധാരണമായ കഴിവിനെക്കുറിച്ചും അപാരമായ ഉൾക്കാഴ്ച നല്കു
ന്നതാണ്.

ചലച്ചിത്രനിർമ്മാണത്തിന്റെ ശില്പ വൈഭവത്തെയും കലയെയും
പറ്റി ഒരുപോലെ ചിന്തിച്ചിരുന്ന ഒരു മനസ്സിനെയാണ് ഈ ലേഖനങ്ങ
ളിൽ കാണുന്നത്. അദ്ദേഹം പ്രകടനപരമായ രീതിയിൽ പ്രത്യയശാസ്ത്ര
പ്രഖ്യാപനങ്ങൾ നടത്തുകയോ സിദ്ധാന്തവല്ക്കരണത്തിന് മുതിരുകയോ
ചെയ്യുന്നില്ല. അദ്ദേഹത്തിന്റെ ആദ്യകാല ലേഖനങ്ങളിൽ പറഞ്ഞ ചില
അഭിപ്രായങ്ങൾക്ക് ഇപ്പോൾ പ്രസക്തി നഷ്ടപ്പെട്ടിരിക്കും. ജനപ്രിയ
ഇന്ത്യൻ സിനിമയെക്കുറിച്ച് എന്നും അതിന്റെ വിമർശകനായിരുന്ന
അദ്ദേഹം പറയുന്ന അഭിപ്രായങ്ങൾ ചിലപ്പോൾ വരേണ്യമായി തോന്നി
യേക്കാം. ജനപ്രിയ സിനിമയെ മനസ്സിലാക്കാൻ അദ്ദേഹം കുറച്ചുകൂടി
ക്ഷമ കാണിച്ചിരുന്നെങ്കിൽ നമ്മുടെ രാജ്യത്തെ അസംഖ്യം മനുഷ്യരെ
അത് എന്തുകൊണ്ട് രസിപ്പിക്കുന്നു എന്നതിന്റെ കാരണങ്ങൾ കണ്ടെ

ത്താൻ അദ്ദേഹത്തിന് കഴിഞ്ഞെനെ. ഈ സമാഹാരത്തിലെ ഏറ്റവും
സുദീർഘവും ഏറ്റവും വിജ്ഞാനപ്രദവുമായ ലേഖനം പാശ്ചാത്യ ദൃഷ്ടി
കളിലൂടെ അദ്ദേഹത്തിന്റെ തന്നെ ചലച്ചിത്ര നയപ്രഖ്യാപനമായി കരു
താമെന്ന് തോന്നുന്നു.

ഡീപ്പ് ഫോക്കസിലുള്ള ഈ ലേഖനങ്ങളുടെ സമാഹാരം സിനിമ
യെപ്പറ്റിയുള്ള സത്യജിത് റേയുടെ ചിന്തകളിലേക്കുള്ള ഒന്നാന്തരം പ്രവേ
ശികയാണ്. അദ്ദേഹത്തിന്റെ ചലച്ചിത്രങ്ങളുടെ ആഴത്തിലുള്ള ആസ്വാദ
നത്തിലേക്ക് ഒരു പുതിയ കിളിവാതിൽകൂടി ഇത് തുറക്കുന്നു. ഇന്ത്യൻ
സിനിമയെക്കുറിച്ചുള്ള അധികമൊന്നും സമ്പന്നമല്ലാത്ത ഗ്രന്ഥലോകത്തി
ലേക്ക് ഒരു വിലപ്പെട്ട സംഭാവനകൂടിയാണ് ഈ കൃതി.

1 ഒക്ടോബർ 2011   ശ്യാം ബെനഗൽ

ഭാഗം ഒന്ന്
ചലച്ചിത്രത്തിന്റെ കരവിരുത്

1

സിനിമയിലെ ദേശീയ ശൈലികൾ

"ആ പൂക്കളെ നോക്കൂ" -കൊല്‍ക്കത്തയുടെ പ്രാന്തപ്രദേശത്ത് തന്റെ *ദി റിവർ* എന്ന ചലച്ചിത്രത്തിന് അനുയോജ്യമായ ലൊക്കേഷൻ അന്വേഷിച്ചു നടക്കുകയായിരുന്ന ജീൻ റെൻവാർ പറഞ്ഞു: "അവ മനോ ഹരമാണ്. പക്ഷേ, നിങ്ങൾക്ക് അമേരിക്കയിലും പൂക്കൾ കാണാം; പോയിൻസെറ്റീയാ?' കാലിഫോർണിയയിൽ അതു കാട് പോലെ വളരും. എന്റെ പൂന്തോട്ടത്തിൽ തന്നെയുണ്ട്. എന്നാൽ, ഈ വാഴപ്പഴത്തിന്റെ കുല നോക്കൂ, അതിന്റെ താഴെയുള്ള പച്ചനിറമുള്ള കുളവും. അത് നിങ്ങൾക്ക് കാലിഫോർണിയയിൽ കാണാൻ കഴിയില്ല. അതാണ് ബംഗാൾ; എത്ര ഗംഭീരമാണത്! '(fantastic എന്ന വാക്കാണ് റെൻവർ ഉപയോഗിച്ചത്. അദ്ദേഹത്തിന്റെ പദസഞ്ചയത്തിൽ അതിന്റെ അർത്ഥം 'പൂർണ്ണമനസ്സോടെ അംഗീകരിക്കുന്നത്' എന്നാണ്).

റെൻവാറിന് ഗംഭീരമായി തോന്നിയതും തന്റെ ചിത്രത്തിൽ ഉപയോ ഗിക്കണമെന്ന് അദ്ദേഹം ഉദ്ദേശിച്ചിരുന്നതുമായ മറ്റു കാര്യങ്ങളിൽ ഹൂഗ്ലി നദിക്കരയിലെ അസലം ("എത്ര എളിമയുള്ളതാണ്... ചിലപ്പോൾ ഒരു മനുഷ്യൻ ഒറ്റയ്ക്ക് നിർമ്മിച്ചതാകാം, ചിലപ്പോൾ അയാൾ തന്നെയാകാം. അവിടത്തെ പൂജാരിയും"); ഒരു വഞ്ചി ഏതു വഞ്ചിയുമാകട്ടെ - നദിയി ലൂടെ ഒഴുകുന്നത് (കാലാതീതം: ഈജിപ്തിലെ ഒരു കൊത്തുപണിപോ ലെ) കിണറ്റിൽനിന്നും വെള്ളം കോരുന്ന ഒരു സ്ത്രീ; ഈ ബസാറിലെ വീടുകളുടെ വരാന്തകളിൽ തൂങ്ങിക്കിടക്കുന്ന സാരികൾ; വാട്ടർ ലൂ തെരു വിലെ പേരറിയാത്തൊരാളുടെ പുല്ലാങ്കുഴൽ സംഗീതം, ഗ്രാമത്തിലെ കുടി ലിന്റെ ഭിത്തിയിൽ പതിപ്പിച്ച ചാണകവരളികളുടെ രൂപമാതൃക.

സിനിമ പ്രഥമമായും പ്രാമാണികമായും ചിത്രാത്മകമായ ഒരു മാധ്യ മമായതിനാൽ ഏത് നല്ല ചലച്ചിത്രത്തിന്റെയും ഒഴിച്ചുകൂടാനാവാത്ത പ്രഥ

മിക ഘടകം അന്തരീക്ഷത്തിന്റെ സത്യസന്ധതയാണ്. അതിനാൽ ചിത്രാ
ത്മകമായി മനംകവരുന്നതും അതേസമയം ബംഗാളിന്റെ ആത്മാവിനെ
യഥാർത്ഥമായി ആവാഹിക്കുന്നതുമായ ദൃശ്യഘടകങ്ങൾ തെരഞ്ഞെ
ടുക്കുക എന്ന പ്രശ്നമാണ് റെൻവാർ നേരിട്ടതും തന്നിലെ പെയിന്ററുടെ
കണ്ണിലൂടെ അദ്ദേഹത്തിന് എളുപ്പത്തിൽ പരിഹരിക്കാൻ കഴിഞ്ഞതും.
സിനിമയുടെ ആഖ്യാനസങ്കേതം സ്വതവേ അലസഗതി അനുവദിക്കുന്ന
താകയാൽ സിനിമയ്ക്ക് വേണ്ടി തെരഞ്ഞെടുക്കുന്ന ഈ ഘടകങ്ങൾ
അടിസ്ഥാനസത്തയെ പ്രകടിപ്പിക്കുന്നവയായിരിക്കണം. എന്നാൽ മാത്രമേ
സംവിധായകന് താൻ ഉദ്ദേശിക്കുന്നത് പറയാനും ഏറ്റവും ചുരുങ്ങിയ
അളവ് ഫിലിം റോൾ ഉപയോഗിച്ചുകൊണ്ട് അന്തരീക്ഷസൃഷ്ടി നടത്താനും
കഴിയുകയുള്ളൂ.

ശൈലിക്ക് വേണ്ടിയുള്ള അന്വേഷണം

ചിത്രീകരണത്തിനുപറ്റിയ സ്ഥലങ്ങൾ അന്വേഷിച്ചു നടക്കുമ്പോൾ
തന്നെ റെൻവാർ ഒരു ശൈലിക്ക് വേണ്ടിയുള്ള അന്വേഷണത്തിലുമായി
രുന്നു. എന്നാൽ ഒരു വിദേശിയും യൂറോപ്യനും എന്ന നിലയിൽ അദ്ദേ
ഹത്തിന് ഇന്ത്യയുടെ സങ്കീർണ്ണതയിലേക്ക് ചുഴിഞ്ഞിറങ്ങുന്നതിന് പരി
മിതികളുണ്ടായിരുന്നു. പകരം അദ്ദേഹത്തിന് പരമാവധി ചെയ്യാൻ
കഴിഞ്ഞത് ബാഹ്യാംശങ്ങളിൽ ശ്രദ്ധ കേന്ദ്രീകരിച്ചുകൊണ്ട് ബാക്കി
സ്വന്തം ഫ്രഞ്ച് സംവേദനക്ഷമതയ്ക്ക് വിടുകയെന്നതായിരുന്നു.

മറ്റു കലകളിലെന്നപോലെ സിനിമയിലും തന്റെ ഭൂതകാല പൈതൃ
കത്തെക്കുറിച്ചും സമകാലീന ചുറ്റുപാടുകളെക്കുറിച്ചും നല്ല അവബോ
ധത്തോടെ സ്വന്തം രാജ്യത്ത് തന്നെ പ്രവർത്തിക്കുന്ന ഒരു സംവിധായ
കന് മാത്രമേ യഥാർത്ഥമായ തനത് ശൈലി രൂപപ്പെടുത്താൻ കഴിയുക
യുള്ളൂ.

നിശ്ശബ്ദ സിനിമയുടെ കാലത്ത് ലോകത്തെവിടെയുമുള്ള സംവിധാ
യകർ ഒരു വലിയ കുടുംബത്തിന്റെ ഭാഗമായിരുന്നു. ഏറിയോ കുറഞ്ഞോ
സാർവ്വത്രികമായി മനസ്സിലാക്കപ്പെടുന്ന മൂകാഭിനയത്തിന്റെ (mime)
സങ്കേതം ഉപയോഗിച്ചുകൊണ്ട് അവർ സിനിമയെ യഥാർത്ഥ രൂപത്തി
ലുള്ള അന്തർദ്ദേശീയ മാധ്യമമാക്കിയെടുത്തു. ശബ്ദത്തിന്റെ വരവോടെ
മൂകാഭിനയം ഉച്ചരിക്കപ്പെട്ട വാക്കിന് വഴിമാറുകയും ആ മാധ്യമത്തിന്റെ
ആവശ്യങ്ങൾക്കനുസരിച്ച് യഥാതഥമായ അഭിനയത്തിന്റെ സങ്കേതം രൂപ
പ്പെട്ടു വരികയും ചെയ്തു. ശൈലീവല്ക്കരണം തീരെ അപ്രത്യക്ഷമായി
എന്നല്ല. ഒരു ഇംഗ്ലീഷുകാരന് അമേരിക്കൻ സ്റ്റുഡിയോയിൽ വച്ച് ഒരു
ഫ്രഞ്ചുകാരനെപ്പറ്റിയുള്ള ചിത്രമെടുക്കാമെന്നും അതേസമയം ലഭിക്ക
ത്തക്ക വിധത്തിലുള്ള അടിസ്ഥാനഭാവമുണ്ടാക്കാമെന്ന് ചാപ്ലിൻ തന്റെ
മെസ്യൂ വെർസ്യൂ എന്ന ചിത്രത്തിലൂടെ കാണിച്ചുതന്നിട്ടുണ്ട്. എന്നാൽ
ശബ്ദത്തിന്റെ പ്രധാന സംഭാവന യഥാതഥ്യത്തിലേക്കുള്ള വമ്പിച്ച ഒരു

മുന്നേറ്റം സാധ്യമാക്കിയതും തൽഫലമായി ഓരോ പ്രത്യേക രാജ്യത്തി ന്റെയും സാമ്പ്രദായികസ്വഭാവത്തിന്റെ (ethos) ആവിഷ്കാരമെന്ന നില യിൽ ഈ മാധ്യമത്തെ പുഷ്ടിപ്പെടുത്തിയെന്നതുമാണ്.

എന്തുകൊണ്ടെന്നാൽ അമേരിക്കൻ സിനിമയേക്കാൾ സത്യസന്ധ മായി ആ രാഷ്ട്രത്തിന്റെ ആന്തരിക ജീവിതത്തെ പ്രതിഫലിപ്പിക്കുന്ന മറ്റെ ന്തുണ്ട്? ഒരു ശരാശരി അമേരിക്കൻ ചലച്ചിത്രമെന്നത് ആഴം കുറഞ്ഞതും ശ്രദ്ധ ആവശ്യമില്ലാത്തതും പൂർണ്ണമായും ഉദ്ദേശ്യരഹിതവുമായ ഒരു സംഗ തിയാണ്. അതിന്റെ താളം 'ജാസിന്റേതാണ്' മോട്ടോർ കാറിന്റെയും റോളർ കോസ്റ്ററിന്റെയും ഗതിവേഗമാണതിന്; അതിലെ ഗൃഹാതുരത്വവും അതി വൈകാരികതയും 'ബ്ലൂസ്' സംഗീതത്തിൽനിന്നും പഴയ പാട്ടുകളിൽ നിന്നുമാണ് വരുന്നത്. എങ്കിലും 'ജാസ്' യാഥാർത്ഥ്യമാണ്. യന്ത്രവും യഥാർത്ഥമാണ് എന്നത് നമുക്ക് പരിഗണിക്കാതിരിക്കാനാവില്ല. സിനി മയ്ക്ക് അതിന്റെ ഘടകങ്ങളാകുന്ന കലകളുടെ സ്വാധീനത്തെ സ്വാംശീ കരിക്കാനും രൂപാന്തരണം നല്കാനുമുള്ള അനന്യമായ സ്വഭാവവിശേ ഷമുള്ളതിനാൽ ചില അമേരിക്കൻ ചിത്രങ്ങൾ നല്ലതാണ്, ചിലത് കൂടു തൽ നല്ലതാണ് എന്നും പറയാം. ചില മികച്ച യൂറോപ്യൻ സംവിധായ കർ ഹോളിവുഡിലെത്തിയപ്പോൾ പരാജയപ്പെട്ടതിന് കാരണം അവർക്ക് ജാസും തങ്ങളുടെ തനത് യൂറോപ്യൻ ശൈലികളുമായി സംയോജിപ്പി ക്കാൻ കഴിയാതെ വന്നതുകൊണ്ടാണ്. സ്വന്തം ശൈലിയുടെ സത്യ സന്ധത കാത്തു സൂക്ഷിക്കാൻ കഴിഞ്ഞവർക്ക് കൂടുതൽ വിജയം നേടാൻ കഴിഞ്ഞിട്ടുണ്ട്. ഏൺസ്റ്റ് ലൂബിച്ചിന്റെയും ഫ്രിറ്റ്സ് ലാങ്ങിന്റെയും ചിത്ര ങ്ങൾ ചൂണ്ടിക്കാട്ടാൻ കഴിയും. അതുപോലെ ഉള്ളടക്കത്തിൽ അമേരി ക്കനും വൈകാരികാനുഭവത്തിന്റെ കാര്യത്തിൽ ഫ്രാൻസിന്റേതുമായ റെൻവാറിന്റെ മികച്ച ചിത്രങ്ങളിലൊന്നായ *ദി സതേണർ* മറ്റൊരുദാഹര ണമാണ്.

ഫ്രെഞ്ച് ചിത്രങ്ങൾ

ഫ്രാൻസിന്റെ സംസ്കാരത്തിലെ മികവുറ്റ അംശങ്ങൾ ചിത്രകല യിലും കവിതയിലും സംഗീതത്തിലും സാഹിത്യത്തിലും സ്വാംശീകരി ക്കുന്ന കാര്യത്തിൽ ഏറ്റവും സമ്പന്നമായിട്ടുള്ളത് ഫ്രെഞ്ച് സിനിമയാണ്.

ഇത് സാദ്ധ്യമായതിന്റെ മുഖ്യകാരണങ്ങളിലൊന്ന് പ്രൊഫഷണൽ സിനിമ സംവിധായകർക്ക് പുറമെ എഴുത്തുകാരായ ആന്ദ്രെ മൽറോ, ഷാക് പ്രെവേർട്ട്, ഷാങ് അനദുയി, ചിത്രകാരന്മാരായ ഫെർണാണ്ടസ് ലെഗെർ, മാന്റേ, സംഗീതജ്ഞരായ ആർതർ ഹൊനെഗ്ഗർ, ഡാരിയസ് മിൽഹാദ് തുടങ്ങിയവരും പങ്കാളികളായ അഗ്രഗാമി (Avant garde) പരീ ക്ഷണങ്ങളുടെ വ്യാപനമായിരുന്നു. വാണിജ്യസിനിമയിൽപ്പോലും പരീ ക്ഷണങ്ങൾക്കു വ്യഗ്രത ദൃശ്യമായി. ഉദാഹരണത്തിന് ഷാങ് കോക്ടോ നിരുപദ്രവകരവും വികാരപൂർണ്ണവുമായ ഒരു നാടോടിക്കഥയെടുത്ത് 'ദാദാ

യിസ'ത്തിന്റെ മേമ്പൊടി ചേർത്തു മോടിക്കൂട്ടി വാണിജ്യപരവും കലാപ രവുമായി വിജയിച്ച ഒരു ചിത്രം നിർമ്മിച്ചു.

ഇക്കാലത്തെ മികച്ച ചിത്രങ്ങളിലൊന്നായ *മെസ്യു വിൻസെന്റിൽ* ഫ്രാൻസിലെ ഒരു ചേരിപ്രദേശത്ത് മാരകമായ രോഗത്തോട് മല്ലിടുന്ന ഒരു ചെറുപ്പക്കാരന്റെ ജീർണ്ണിച്ച കൂരയിൽ ഒരു രാത്രി ചെലവഴിക്കുന്ന വിൻസെന്റിനെ കാണിക്കുന്നുണ്ട്. വിൻസെന്റ് ആ മുറിയിലെ ഇരുട്ടിലും മരണതുല്യമായ നിശ്ശബ്ദതയിലും കിടക്കുമ്പോൾ, ചുറ്റുവട്ടത്തെ ശബ്ദശക ലങ്ങൾ കിളിവാതിലിലൂടെ പതുക്കെ കടന്നുവരുന്നു. ഒരു തന്ത്രിവാദ്യ ത്തിന്റെ മുഴക്കം, ഒരു തറിയുടെ ഏകസ്വരത്തിലുള്ള തട്ടലും മുട്ടലും രോഗി യായ മനുഷ്യൻ ഓരോ ശബ്ദം കേൾക്കുമ്പോഴും അതിനെപ്പറ്റി പരിഹാസ രൂപേണ പറയുന്ന ശാപവാക്കുകൾ തിരിച്ചറിയാൻ സഹായകമാണ്. ക്യാമറ എല്ലായ്പ്പോഴും വിൻസെന്റിന്റെ ശിരസ്സിന്റെ നിഴൽ രൂപത്തിൽ മാത്രം ശ്രദ്ധ കേന്ദ്രീകരിക്കുന്നു.

അയാളുടെ ഇടത്തെ കണ്ണിലെ തിളക്കത്തിലൂടെ മാത്രമാണ് അയാൾ ഉണർന്നിരിക്കുകയാണെന്ന് അയാൾക്ക് ചുറ്റുപാടുകളെക്കുറിച്ച് ബോധ മുണ്ടെന്നു പ്രേക്ഷകർക്ക് അനുഭവപ്പെടുന്നത്. കഷ്ടിച്ച് ഒന്നരമിനിറ്റ് മാത്രം ദൈർഘ്യമുള്ള ഈ ദൃശ്യം ഏറ്റവും മികച്ച ഫ്രെഞ്ച് സിനിമാമാതൃകയുടെ സവിശേഷഗുണങ്ങളായ കവിതയും സൂക്ഷ്മനിരീക്ഷണവും നർമ്മവും മാനവികതയുമെല്ലാം നമുക്ക് അനുഭവപ്പെടുത്തുന്നു.

ഫ്രെഞ്ചുകാരുടെ സൂക്ഷ്മ വൈദഗ്ദ്ധ്യമോ വൈകാരികമായ ആർജ്ജ വമോ അമേരിക്കക്കാരന്റെ ഗർവ്വോ കൈമുതലായിട്ടില്ലാത്ത ബ്രിട്ടീഷുകാ രുടെ സിനിമയ്ക്ക് രണ്ടാം ലോകമഹായുദ്ധകാലംവരെ തികച്ചും ലജ്ജാ കരമായ അവസ്ഥയിലൂടെ കടന്നുപോകേണ്ടിവന്നു. യുദ്ധകാലത്ത് വിക സിച്ചുവന്ന ഡോക്യുമെന്ററി നിർമ്മാണമാണ് പിന്നീടുള്ള വളർച്ചയ്ക്ക് പ്രചോദകമായത്. തുടർന്നുണ്ടായ *ബ്രീഫ് എൻകൗണ്ടർ, ദി വേ എഹഡ്, ദിസ് ഹാപ്പി ബ്രീഡ്* തുടങ്ങിയ ചലച്ചിത്രങ്ങൾ ദേശീയ സ്വഭാവം ആവി ഷ്കരിക്കുന്നതിൽ അഭിനന്ദനീയമായ മികവ് കൈവരിച്ചവയാണ്. എന്നാൽ ബ്രിട്ടീഷുകാരുടെ തനത് രീതിയെന്ന് അറിയപ്പെടുന്ന പകുതിവെളിച്ചത്തി ലുള്ള ദൃശ്യങ്ങളോടും മറ്റ് പരിഷ്കൃത ഗുണങ്ങളോടുമുള്ള ആഭിമുഖ്യം നല്ല സിനിമയ്ക്ക് അത്ര യോജിച്ചതാണെന്ന് പറയാൻ കഴിയില്ല. അതു കൊണ്ടു തന്നെ അവർ പലപ്പോഴും ഭ്രമാത്മകതയിലും (മൈക്കൽ പവെലും എമെറിക് പ്രസ്ബർഗറും) ഷേക്സ്പിയറിലും (ലോറൻസ് ഒളീ വിയർ), ഡിക്കൻസിലും (ഡേവിഡ് ലീൻ) അഭയം തേടുന്നു. ഇന്നത്തെ അവസ്ഥയിൽ ബ്രിട്ടീഷ് സിനിമയുടെ ഭാവിനന്മ സ്ഥിതി ചെയ്യുന്നത് നര വംശശാസ്ത്രപരമായ പരിമിതികളെ മറികടക്കാൻ ശേഷിയുള്ള വിരലി ലെണ്ണാവുന്ന ചില സംവിധായകരുടെ കൈകളിലാണെന്ന് പറയാം.

സ്വദേശീയമായ ശൈലിയുടെ ഏറ്റവും തീവ്രമായ ഒരുദാഹരണം ഉക്രെൻ സംവിധായകനായ അലക്സാന്ദർ ഡോവ്ഷെൻകോയുടെ ആദ്യ കാല ചിത്രങ്ങളാണ്. ആ പ്രദേശത്തിന് പുറത്തുള്ള റഷ്യക്കാർക്കു പോലും

അവ മനസ്സിലാക്കിയെടുക്കാൻ കഴിഞ്ഞിരുന്നില്ല; ഭാഷയല്ല കാരണം. (അവ നിശ്ശബ്ദമായിരുന്നു) തികച്ചും പ്രാദേശികമായ ആചാരങ്ങളെയും നാടോടി ഇതിഹാസങ്ങളെയും പറ്റിയുള്ള നിഗൂഢങ്ങളായ പരാമർശങ്ങൾ നിറഞ്ഞ വയായിരുന്നു ആ ചിത്രങ്ങൾ എന്നതുകൊണ്ടാണ്. മറുഭാഗത്ത് സെർഗെയ് ഐസൻസ്റ്റയിനിന്റെ മഹത്തായ ഫോർമലിസ്റ്റ് ഇതിഹാസ ചിത്രങ്ങളിലാ കട്ടെ മൂകാഭിനയത്തിന്റെ വിശാലവും സാർവ്വത്രികവുമായ രീതികളിലേ ക്കുള്ള തിരിച്ചുപോക്ക് കാണാം. ഈ രണ്ട് അതിരുകൾക്കിടയിൽ എവി ടെയോ ആണ് 'മാക്സിം ഗോർക്കിയുടെ *ബാല്യകാലം* പോലുള്ള ഒരു ചിത്രത്തിന്റെ സ്ഥാനം - ഫ്യോദർ ദസ്തയോവ്സ്കിയെയും മദെസ്ത് മുസ്സോർഗ്സ്കിയെയും പോലെ റഷ്യയുടെ ആത്മാവും മണ്ണും തൊട്ടു ണർത്തുന്ന ശൈലിയിൽ.

ഇന്ത്യൻ സംഭാവന

എന്നാൽ എന്താണ് ഇന്ത്യൻ സിനിമയുടെ അവസ്ഥ? എവിടെയാണ് നമ്മുടെ ദേശത്തിന്റേതായ ശൈലി? എവിടെയാണ് നമ്മുടെ ജീവിതമാ കുന്ന അസംസ്കൃതവസ്തുവിനെ സിനിമയിലെ പദാർത്ഥമായി മാറ്റുന്ന തിനുള്ള പ്രചോദനം കാണാവുന്നത്?

റെൻവാർ കൈവരിക്കാൻ ശ്രമിച്ചുകൊണ്ടിരുന്ന ആ ബാഹ്യസത്യം പോലും നമ്മുടെ ചലച്ചിത്രകാരന്മാരെ അലോസരപ്പെടുത്തുന്നതായി തോന്നുന്നില്ല. നമ്മുടെ ചലച്ചിത്ര നിർമ്മാണ പ്രദേശങ്ങളിലൊന്നായ ബോംബെ, പ്രേക്ഷകരിലെ ബഹുഭൂരിപക്ഷം വരുന്ന നിരക്ഷരരായ ജനത്തെ ആകർഷിക്കാനും രസിപ്പിക്കാനുമുള്ള കുറ്റമറ്റ ഒരു ഫോർമുല ആവിഷ്കരിച്ചിട്ടുണ്ട്. ബംഗാളിനാകട്ടെ അങ്ങനെ ഒരു ഫോർമുലയില്ല. ബോംബെയിലെ ഉല്പന്നങ്ങളുടെ സാങ്കേതികമേന്മയുമില്ല. എന്നാൽ ബംഗാളിന് നാട്യങ്ങളുണ്ട്. ഒരു ശരാശരി ബംഗാളി ചലച്ചിത്രത്തെ തട്ടി മുട്ടി പൂർത്തിയാക്കിയ ഒരുപരിശ്രമെന്നുപോലും പറഞ്ഞുകൂടാ; അതിലും മോശമായ ഒന്നാണത്. മഹത്തായ കല സൃഷ്ടിക്കപ്പെടുന്നു എന്ന ഉത്തമ വിശ്വാസത്തോടെ പേരില്ലാത്ത ചേരുവകളായി ഉപയോഗിക്കപ്പെട്ട കലക ളൊന്നും കൂടിച്ചേർന്നിട്ടുമില്ല, പുതിയ ഒരു കല ജന്മമെടുത്തിട്ടുമില്ല. സിനി മയെന്ന വസ്തുവായി രൂപാന്തരം പ്രാപിക്കാൻ വിസമ്മതിച്ചുകൊണ്ട് അവ ചേർച്ചയില്ലാതെ കലഹിക്കുന്ന ഘടകങ്ങളായി തന്നെ നിലനില്ക്കുകയാ ണ്. അങ്ങനെ ദൃശ്യങ്ങളുടെ പിൻപ്രതലത്തിൽ 'ചിത്രകല'യുടെ ആവി ഷ്കാരം, ഗാനരംഗങ്ങളിൽ 'സംഗീത'ത്തിന്റെ ഇടവിട്ടുള്ള കുത്തിവയ്പ്, ആദർശവാനായ നായകന്റെ അനന്തമായ പ്രഭാഷണങ്ങളിൽ 'സാഹിത്യം', അഭിനയത്തിന്റെയും രംഗസജ്ജീകരണത്തിന്റെയും കാര്യത്തിലുള്ള സമ്പൂർണ്ണമായ കൃത്രിമത്വത്തിൽ 'നാടകം' ഇങ്ങനെ പോകുന്നു രീതി കൾ. ചില ഒറ്റപ്പെട്ട സർഗ്ഗാത്മകമായ അപവാദങ്ങളുണ്ടെങ്കിലും അവ പരി ഹാരമാകുന്നില്ല. അതുകൊണ്ടുതന്നെ അവയെ പരാമർശിക്കുന്നില്ല.

ദുഃഖകരമായ സംഗതി ചലച്ചിത്രസൃഷ്ടിക്ക് ഇതിലും നല്ല സാദ്ധ്യത കളുള്ള മറ്റ് രാജ്യങ്ങൾ ചൂണ്ടിക്കാട്ടാനാകില്ല എന്നതാണ്. തീർച്ചയായും ഈ സാദ്ധ്യതകൾ ഉപയോഗപ്പെടുത്താനുള്ള ഭാവന ഇല്ലാത്തതാണ് പ്രശ്നം. എന്നാൽ ശുഭപ്രതീക്ഷ കൈവിടാതിരിക്കാൻ ഒരു കാരണമുണ്ട്. മുപ്പത്തിയഞ്ച് വർഷം മുമ്പ് ആദ്യത്തെ നിശ്ശബ്ദചിത്രം നിർമ്മിച്ചതി നുശേഷം നമ്മുടെ ചലച്ചിത്രങ്ങൾ ഉപരിതലസ്പർശിയായ ചില സാങ്കേ തിക കാര്യങ്ങളിലൊഴികെ ഒരു പുരോഗതിയും നേടിയിട്ടില്ല. അതായത് ഇനിയും കാര്യങ്ങൾ പുതുതായി പഠിക്കാനും ആദ്യം മുതലേ തുടങ്ങാനും സമയമുണ്ട്.

അതുകൊണ്ട് നമുക്കും ആ വാഴക്കുലകളുടെ കൂട്ടവും നദിയിലെ ആ വഞ്ചിയും തീരത്തെ ആ അമ്പലവും അന്വേഷിച്ചിറങ്ങാം. ഫലം ചില പ്പോൾ റെൻവാർ പറയാറുള്ളതുപോലെ ഗംഭീരമായേക്കാം.

(ദി സ്റ്റേറ്റ്സ്മാൻ, 1949 ആഗസ്ത് 14)

2

ബിഭൂതി ഭൂഷണെ
ചലച്ചിത്രത്തിലാക്കുമ്പോൾ

എന്താണ് 'പാഥേർ പാഞ്ചാലി' എടുക്കാൻ താങ്കൾക്ക് പ്രചോദന മായത്? എന്നോട് പലപ്പോഴും ചോദിക്കാറുള്ള ചോദ്യമാണിത്. തീർച്ച യായും ഏറ്റവും ലളിതവും സത്യസന്ധവുമായ ഉത്തരം സിനിമയാക്കാൻ ഏറ്റവും പറ്റിയ ബംഗാളി നോവലുകളിലൊന്നാണതെന്നാണ്. എന്നാൽ ബിഭൂതി ഭൂഷണിന്റെ കൃതികളിലെ ആവിഷ്കാരവസ്തു ചലച്ചിത്ര ഭാഷ യുടെ രീതിക്ക് യോജിച്ചതല്ലെന്ന് അഭിപ്രായമുള്ളവരെ ഈ ഉത്തരം തൃപ്തിപ്പെടുത്തുകയില്ല. അവർ ഒറിജിനൽ സാഹിത്യകൃതിയുടെ മഹ ത്വത്തെ അംഗീകരിക്കുകയും പുകഴ്ത്തുകയും ചെയ്യുന്നതോടൊപ്പം അത് സിനിമയ്ക്ക് സ്വാഭാവികമായ രീതിയിൽ അനുയോജ്യമായ അസംസ്കൃത വസ്തുവല്ലെന്ന് വാദിക്കുകയും ചെയ്യും.

ചലച്ചിത്രമാക്കാൻ പറ്റിയ കാര്യങ്ങളെന്തെന്നതിനെക്കുറിച്ചുള്ള അജ്ഞതയാണ് ഇത് വെളിവാക്കുന്നത്. ബിഭൂതി ഭൂഷണിന്റെ ആത്മാവി നോട് പൂർണ്ണമായും നീതി പുലർത്തിക്കൊണ്ടും അദ്ദേഹത്തിന്റെ കൃതി കളിലെ പ്രധാന സവിശേഷതയായ ഭാവഗാനാത്മകതയും മാനവികതയും ഉൾച്ചേർന്ന അലക്ഷ്യമായ കഥാഖ്യാനശില്പം വലിയൊരു അളവിൽ നില നിർത്തിക്കൊണ്ടും തന്നെ ന്യായാനുസൃതമായ ഒരു ചലച്ചിത്ര രചന നിവ്വ ഹിക്കാൻ കഴിയും. മറ്റേതൊരു ബംഗാളി എഴുത്തുകാരനേക്കാളും ഇക്കാ ര്യത്തിൽ എളുപ്പമാണ് ബിഭൂതിഭൂഷൺ എന്നതാണ് യാഥാർത്ഥ്യം. പാഥേർ പാഞ്ചാലിയുടെ ചലച്ചിത്രശൈലിയുടെ യഥാർത്ഥമായ അടിസ്ഥാനം നിയോറിയലിസ്റ്റ് സിനിമയോ മറ്റേതെങ്കിലും സിനിമാസ്കൂളുകളോ ആരു ടെയെങ്കിലും ചലച്ചിത്രസൃഷ്ടിയോ ഒന്നുമല്ല ബിഭൂതിഭൂഷണിന്റെ നോവൽ തന്നെയാണ്.

പലരും നോവലിലെ പല ഭാഗങ്ങളും ഒഴിവാക്കിയതിനെ വിമർശി

ച്ചിട്ടുണ്ട്. എന്നാൽ വൈപുല്യമുള്ള ഏതു സാഹിത്യകൃതിയും സിനിമ യാക്കപ്പെടുമ്പോൾ വലിയൊരു ഭാഗം കത്രികയ്ക്കിരയാക്കപ്പെടുമെന്നത് സ്വാഭാവികമാണെന്ന് എനിക്ക് ഉറപ്പിച്ച് പറയാൻ കഴിയും. ഒന്നും ഒഴിവാ ക്കാതെ സമ്പൂർണ്ണമായി ചലച്ചിത്രമാക്കി മാറ്റാൻ പറ്റുന്ന നോവലുകളില്ല എന്നല്ല പറയുന്നത്. കേവലം സംഭവങ്ങളുടെ പുനരാവിഷ്കാരം മാത്ര മാണ് ഉപദേശിക്കുന്നതെങ്കിൽ ഏതു നോവലും പരിഭാഷപ്പെടുത്താവു ന്നതാണ്. എന്നാൽ ആ പ്രവൃത്തി കൃതിയുടെ ആത്മാവിനോട് നീതി പുലർത്താതെ ബാഹ്യരൂപത്തോട് മാത്രം യോജിച്ചുപോകുന്ന ഒന്നായി രിക്കും. ഇതു രണ്ടും സാദ്ധ്യമാക്കണമെങ്കിൽ കാലവും സ്ഥലവും വിശ ദാംശങ്ങളും ഒത്തു ചേരണം. വേറൊരു ഭാഷയിൽ പറഞ്ഞാൽ ഷൂട്ട് ചെയ്ത ഫിലിം (Footage) വേണം.

ചലച്ചിത്രലോകമാകെ പുലർത്തുന്ന ഒരു മാനദണ്ഡമാണ് ഒരു സിനിമ നിശ്ചിതസമയ പരിധിക്കുള്ളിലായിരിക്കണമെന്ന കാര്യം; ഒരു നീണ്ട ചെറു കഥയുടെ അത്രയും. എന്നാൽ മാത്രമേ വാണിജ്യപരമായ ആവശ്യങ്ങൾ നിറവേറ്റപ്പെടുകയുള്ളൂ. ഈ മാനദണ്ഡം അംഗീകരിക്കുകയും നോവലു കളെ അധികരിച്ച് ചലച്ചിത്രങ്ങൾ വേണമെന്ന് ആഗ്രഹിക്കുകയും ചെയ്യു ന്നുണ്ടെങ്കിൽ മൂലസാഹിത്യ കൃതികൾ ഒരു മാറ്റവുമില്ലാതെ പകർത്തണ മെന്ന വാദത്തിൽ ഉറച്ചു നില്ക്കാനാകില്ല. രൂപാന്തരീകരണം അനിവാര്യ മാണെന്നർത്ഥം.

പാഥേർ പാഞ്ചാലി സിനിമയിൽ മൂലകൃതിയിലെ പല ഭാഗങ്ങളും ഒഴിവാക്കപ്പെട്ടിട്ടുണ്ടെങ്കിലും ഉൾപ്പെടുത്തിയ ഭാഗങ്ങൾ പുസ്തകത്തിൽ ജനങ്ങൾ ഇഷ്ടപ്പെട്ടതിനോട് ചേർന്ന് നില്ക്കുന്നതായതിനാൽ വിട്ടുകള ഞ്ഞതിനെപ്പറ്റിയുള്ള പരിഭവം ഇപ്പോഴില്ല.

അപരാജിതോയുടെ കാര്യം വ്യത്യസ്തമാണ്. ഈ കൃതി ഗുണമേ ന്മയുടെ കാര്യത്തിൽ *പാഥേർ പാഞ്ചാലിയു*ടേതിനേക്കാൾ താഴെയെന്നാണ് എന്റെ വിലയിരുത്തൽ. എന്നാൽ ബിഭൂതിഭൂഷണിനെ മറ്റു എഴുത്തുകാരിൽനിന്നും വേറിട്ട് നിർത്തുന്ന പല ഗുണങ്ങളും ഈ നോവലിൽ തീരെ ദൃശ്യമല്ല എന്നല്ല എന്റെ വിവക്ഷ. എന്നിട്ടും ഞാൻ എന്തുകൊണ്ടാണ് അതിനെ ആധാരമാക്കി ചലച്ചിത്രം നിർമ്മിക്കാൻ തുനി ഞ്ഞത്? ആ പുസ്തകത്തിന്റെ രണ്ട് വശങ്ങൾ എന്നെ അത്യന്തം ആകർഷി ച്ചിരുന്നു എന്നതാണ് കാരണം. ഒന്നാമതായി, നോവലിന്റെ ആദ്യഭാഗത്ത് കഥ നടക്കുന്ന മൂന്ന് വ്യത്യസ്ത സ്ഥലങ്ങളുടെ - ബനാറസ്, ലക്ഷണ മൊത്ത ഒരു ബംഗാളി ഗ്രാമം, കൊല്ക്കത്ത നഗരം - താരതമ്യം ചിത്രീ കരിക്കുന്നതിലെ ചലച്ചിത്രപരമായ (ദൃശ്യപരവും നാടകീയവുമായ) സാദ്ധ്യതകൾ. രണ്ടാമത്തെയും കൂടുതൽ പ്രാധാന്യമുള്ളതുമായ വശം വിധവയായ മാതാവും കൗമാരപ്രായക്കാരനായ മകനും തമ്മിലുള്ള ബന്ധ മായിരുന്നു. ഈ ബന്ധത്തിന്റെ നാടകീയമായ ആവിഷ്കാരം എഴുത്തു കാരൻ നടത്തുന്നത് തീവ്രമായ ഒരു വെളിപ്പെടുത്തലിലൂടെയാണ്. തന്റെ അമ്മയുടെ മരണത്തെപ്പറ്റി കേൾക്കുന്ന അപുവിന് (ബിഭൂതിഭൂഷണിന്റെ

ഭാഷയിൽ) ബന്ധനത്തിൽനിന്നും മോചനം കിട്ടിയ അനുഭൂതി (അത്
എത്ര നൈമിഷികമാണെങ്കിലും) ഉണ്ടായി. എഴുത്തുകാരന് ഇത്തരമൊരു
പ്രസ്താവന ഏതു സന്ദർഭത്തിൽ നടത്തുന്നതിനും അസാമാന്യമായ
ധൈര്യം വേണം. തിരക്കഥയുടെയും മർമ്മസ്ഥാനമായി നില്ക്കുന്നതും
ഇതു തന്നെയാണ്. *പാഥേർ പാഞ്ചാലി*യിലെ പോലെ തന്നെ മൂലകൃതി
യിലെ ഈ ഭാഗത്തോട് തീർത്തും ചേർന്നുനില്ക്കുന്ന രീതിയാണ് ഈ
ചലച്ചിത്രത്തിൽ അവലംബിച്ചത്.

അപരാജിതോ ചിത്രത്തിന് ഇന്നുള്ളതിനേക്കാൾ മുക്കാൽ മണിക്കൂ
റെങ്കിലും നീളം കൂട്ടാൻ വാണിജ്യപരമായി സാദ്ധ്യതയുണ്ടായിരുന്നെങ്കിൽ
'ലീല'യുമായി ബന്ധപ്പെട്ട സംഭവഗതികൾ കൂടി സിനിമയിൽ ചേർക്കു
ന്നതിനെപ്പറ്റി ആലോചിക്കാമായിരുന്നു.

എന്റെ ചലച്ചിത്രങ്ങൾ ദൃശ്യാത്മകമായ വസ്തുതാചിത്രീകരണം
മാത്രമാണെന്ന് വിമർശിക്കുന്നവരോട് (അതെനിക്കുള്ള അഭിനന്ദനമാ
യാണ് ഞാൻ കണക്കാക്കുന്നതെങ്കിലും) എനിക്കു പറയാനുള്ളത് ദൃശ്യാ
ത്മക ചിത്രീകരണവും ഡോക്യുമെന്ററിയുടേതായ ഭാവവും എല്ലാം ബിഭൂ
തിഭൂഷണിന്റെ കൃതിയിൽനിന്നും എടുത്തിട്ടുള്ളതാണെന്നാണ്. മറ്റാരിൽ
നിന്നുമല്ല.

3
സംവിധായകന്റെ മൗലികത്വം

എല്ലാ മഹാന്മാരായ ചലച്ചിത്രകാരന്മാരും മറ്റുള്ളവരുടെ കഥകളെ അടിസ്ഥാനമാക്കി ക്ലാസിക് ചിത്രങ്ങളുടെ ആവിഷ്കാരം നടത്തിയിട്ടു ള്ളവരാണ്.

അതുപോലെ തന്നെ അപുർസൻസാറും മൂല ഗ്രന്ഥകാരൻ ഭാവന ചെയ്ത സന്ദർഭങ്ങളെ വികസിപ്പിച്ചെടുത്ത് ഉണ്ടാക്കിയ ഒരു സൃഷ്ടിയാണ്. ചലച്ചിത്രമാധ്യമത്തിലൂടെ പുനരാഖ്യാനം നടത്തുന്ന ആളെന്ന നിലയിൽ മൂലകൃതിയിൽനിന്നും ആവശ്യമുള്ളവ തെരഞ്ഞെടുക്കാനും മാറ്റങ്ങൾ വരു ത്താനും ക്രമീകരിക്കാനും ഉള്ള എന്റെ അവകാശം ഞാൻ വിനിയോഗി ച്ചിരുന്നു. ഒരു സാധാരണ വാണിജ്യ സിനിമ പടയ്ക്കുന്നതിലുപരിയായി ഒരു കലാപരമായ പ്രവൃത്തി ചെയ്യുന്നതിന് ലക്ഷ്യം വയ്ക്കുന്ന ഏതു സംവിധായകനും ഈ അവകാശമുണ്ടെന്നാണ് ഞാൻ കരുതുന്നത്.

അയാൾ മറ്റുള്ളവരിൽനിന്ന് വസ്തുക്കൾ കടമെടുത്തേക്കും. എന്നാൽ ഈ മാധ്യമങ്ങളെക്കുറിച്ചുള്ള തന്റേതായ അനുഭവത്തിൽനിന്ന് ചാലിച്ചെടുത്ത നിറം കൊടുക്കാൻ അയാൾക്ക് കഴിയണം. എങ്കിൽ മാത്രമേ പൂർത്തിയായ ചിത്രം അയാളുടെ സ്വന്തം സൃഷ്ടിയെന്ന് പറയാൻ കഴിയൂ; കാളിദാസന്റെ *ശാകുന്തളം* വ്യാസന്റേതല്ല, കാളിദാസന്റേത് മാത്ര മായിരിക്കുന്നതുപോലെ.

ബഹുഭൂരിപക്ഷം ചലച്ചിത്രങ്ങളും നിലവിലുള്ള കഥകളെ ആസ്പ ദമാക്കി ഉള്ളവയാണെന്നത് എളുപ്പത്തിൽ കാണാവുന്നതേയുള്ളൂ. ഇത് അരോചകമായ ഒരു കാര്യമല്ല. യഥാർത്ഥത്തിൽ ഈ സമ്പ്രദായത്തിന് പ്രത്യക്ഷത്തിൽ തന്നെ അഭിനന്ദനാർഹമായ രണ്ട് വശങ്ങളുണ്ട്. മൂല കഥാ കൃത്തുക്കൾക്ക് ഒരു അധികവരുമാനം - പലപ്പോഴും അപ്രതീക്ഷിതമായി തന്നെ ലഭിക്കുന്നു. പുറമെ സംവിധായകരെ സംബന്ധിച്ചിടത്തോളം തന്റെ

രചന തുടങ്ങാനുള്ള ഒരു അടിത്തറ കിട്ടുന്നു. സ്വന്തം മനഃസാക്ഷിയോട്
നീതി പുലർത്തുന്ന ഒരു കലാകാരൻ എന്ന നിലയിൽ ഒരു സംവിധായ
കൻ മറ്റൊരാളുടെ ആശയം ഉപയോഗിക്കുന്നതിന് വിമുഖനാ
കേണ്ടതുണ്ടോ? ഒരിക്കലുമില്ല. കാരണം ഇക്കാര്യത്തിൽ അയാൾക്ക്
കൂട്ടിന് പ്രശസ്തരായ പൂർവ്വസൂരികളുണ്ട്. സാഹിത്യത്തിൽ ഷേക്സ്പി
യറും കാളിദാസനും ഇത് ചെയ്തിട്ടുണ്ട്. മഹത്തായ അനേകം ഓപ്പറ
കളും ബാലെകളും മുൻപെയുള്ള ആശയങ്ങളെ ആസ്പദമാക്കി സൃഷ്ടി
ക്കപ്പെട്ടവയാണ്. ചാപ്ലിനെപ്പോലെ ചില അപവാദങ്ങളൊഴിച്ചാൽ എല്ലാ
മഹാന്മാരായ സംവിധായകരും മറ്റുള്ളവരുടെ കഥകളെ അടിസ്ഥാനമാ
ക്കിയാണ് ക്ലാസിക് ചലച്ചിത്രങ്ങൾ സൃഷ്ടിച്ചിട്ടുള്ളത്. ചാപ്ലിൻ പോലും
സിനിമയിൽ തന്റെ അനന്യമായ വ്യക്തിത്വത്തെ ചുറ്റിപ്പറ്റിയുള്ള ഇതിവൃ
ത്തങ്ങൾ സൃഷ്ടിക്കുവാൻ ബാദ്ധ്യസ്ഥനായിരുന്നെങ്കിലും ഒരു തവണയെ
ങ്കിലും അന്യ ആശയത്തെ ആരാധിച്ചാണ് *മെസ്യൂ വെർദു* എന്ന ചിത്രം
നിർമ്മിച്ചത്. ഒരു ചോദ്യം ഉയർന്നേക്കാം. ഈ ചലച്ചിത്രകാരന്മാർ മൗലി
കമായ ഒരു കഥയോ ആശയമോ തരുന്നില്ലെങ്കിൽ പിന്നെ എന്താണ് അവ
രുടെ സംഭാവന? ഇതേ ചോദ്യം ഷേക്സ്പിയറെയും കാളിദാസനെയും
പറ്റി ചോദിക്കാവുന്നതേയുള്ളൂ. എന്താണ് അവർ ഹാംലെറ്റിലും ശാകു
ന്തളത്തിലും നല്കിയ സംഭാവന? അല്ലെങ്കിൽ രാധയോടുള്ള കൃഷ്ണന്റെ
പ്രണയം എന്ന ഒരേ ഒരു സന്ദർഭത്തെ അടിസ്ഥാനമാക്കി കവിതകളെഴു
തിയ വൈഷ്ണവ കവികളുടെ കാര്യത്തിലും ഈ ചോദ്യം ഉയരാം;
എന്നാൽ അവരുടെ സംഭാവന? *അന്നാ കരേനീന* എന്ന നോവലിലെ
ഇതിവൃത്തം ഇഴപിരിച്ചെടുത്താൽ എന്താണുള്ളത്? ആയിരക്കണക്കിന്
ചവറ് നോവലുകളിൽ ആവിഷ്കൃതമായ കഥാതന്തുവല്ലാതെ? എങ്കിലും
എന്തുകൊണ്ട് *അന്നാ കരേനീന* ഒരു മഹത്തായ കലാസൃഷ്ടിയായി എണ്ണ
പ്പെടുന്നു?

ഈ ചോദ്യങ്ങൾക്ക് ഉത്തരം പറയുന്നതിന് മുൻപ് നമുക്ക് പരിശോ
ധിക്കാനുള്ളത് എന്താണ് ഒരു കഥ തെരഞ്ഞെടുക്കാൻ ചലച്ചിത്രകാരനെ
പ്രേരിപ്പിക്കുന്നത് എന്നാണ്.

സംവിധായകന്റെ ഉദ്ദേശ്യം പണമുണ്ടാക്കലാണെങ്കിൽ (തികച്ചും
ന്യായമായ ഒരു ആവശ്യം) അയാൾ സ്വാഭാവികമായും തെരഞ്ഞെടുക്കുക
ഏറ്റവും കൂടുതൽ വിറ്റഴിഞ്ഞ ഒരു കൃതിയായിരിക്കും. അത് സിനിമയാ
ക്കുമ്പോൾ മൂലകൃതിയോട് അക്ഷരാർത്ഥത്തിൽ നീതി പുലർത്തുക എന്ന
തായിരിക്കും അയാളുടെ ലക്ഷ്യം. കാരണം, പ്രേക്ഷകർക്ക് മൂലകഥ അറി
യാമെന്നും അതിഷ്ടപ്പെടുന്ന അവർ അതിൽനിന്നും വലിയ മാറ്റങ്ങളൊന്നും
അംഗീകരിക്കാനുള്ള മനഃസ്ഥിതിയുള്ളവരാകില്ലെന്നും സംവിധായകനറി
യാം. "എത്ര രസകരം: പുസ്തകത്തിലുള്ളതുപോലെ തന്നെയായിരുന്നു!"
എന്ന പ്രതികരണം സൃഷ്ടിച്ചെടുക്കുകയെന്ന ഉദ്ദേശ്യത്തോടെയാണ് സംവി
ധായകൻ പ്രവർത്തിക്കുക.

എന്നാൽ അടിമമനോഭാവത്തോടെയുള്ള ഇത്തരം പരാവർത്തനങ്ങൾ

ഒരിക്കലും പരിഗണനാർഹമായ ചലച്ചിത്രങ്ങളുടെ പട്ടികയിൽ ഇടം പിടി ച്ചിട്ടില്ല. പ്രേക്ഷകർ അത്തരം ചിത്രങ്ങളെ കൂടുതലായി സ്വീകരിച്ചി ട്ടുണ്ടാകാം. എന്നാൽ യഥാർത്ഥ ചലച്ചിത്ര രൂപാന്തരണ പ്രക്രിയയുടെ ഉദ്ദേശ്യവും സാദ്ധ്യതയും സംബന്ധിച്ച് അവർക്കുള്ള ധാരണക്കുറവ് മാത്ര മാണ് ആ സ്വീകാര്യത കാണിക്കുന്നത്.

ഒരു പുസ്തകത്തെ ആധാരമാക്കി നിർമ്മിക്കപ്പെട്ട ഒരു നല്ല ചലച്ചി ത്രത്തെ പുസ്തകവുമായി താരതമ്യം ചെയ്തു നോക്കിയാൽ രൂപമാറ്റ ത്തിന്റേതായ ഒരു പ്രക്രിയയിലൂടെ മൂലകൃതി കടന്നുപോയിട്ടുണ്ടെന്ന് കാണാം. കാരണം ലളിതമാണെങ്കിലും വീണ്ടും ഊന്നൽ കൊടുത്ത് പ്രസ്താവിക്കേണ്ടിവരുന്നു; ചലച്ചിത്രമാക്കപ്പെടാൻ ഉദ്ദേശിച്ചുകൊണ്ടല്ല പ്രാഥമികമായി പുസ്തകങ്ങൾ രചിക്കപ്പെടുന്നത്. അങ്ങനെയാണെങ്കിൽ അവ തിരക്കഥകൾ പോലെയായിരുന്നെനെ. അങ്ങനെ നല്ല തിരക്കഥക ളായി അനുഭവപ്പെടുന്നുവെങ്കിൽ ആ പുസ്തകങ്ങൾ സാഹിത്യകൃതിക ളെന്ന നിലയിൽ അത്ര നല്ല വായനാനുഭവം തരുന്നതാവില്ല. എന്തുകൊ ണ്ടെന്നാൽ തിരക്കഥയിൽ കാണുന്നത് ദൃശ്യങ്ങളിൽക്കൂടി പറയാനുദ്ദേ ശിക്കുന്ന ആശയങ്ങളെപ്പറ്റി വാക്കുകളിലൂടെയുള്ള ചില സൂചനകൾ മാത്ര മായിരിക്കും.

സിനിമയിൽ രൂപമാറ്റമുണ്ടാകുമെന്ന് പറയുമ്പോൾ ഞാൻ ഉദ്ദേശി ക്കുന്നത് തിരിച്ചറിയാനാവാത്ത വിധം മാറ്റം വരുത്തണമെന്നല്ല. തീർച്ച യായും മാറ്റം വരാത്തതോ കുറഞ്ഞപക്ഷം തിരിച്ചറിയാൻ പറ്റുന്നതോ ആയ പല ഘടകങ്ങളും ഉണ്ടാകും. ഒരുപക്ഷേ, ഇവയായിരിക്കും തുടക്ക ത്തിൽ സംവിധായകനെ കഥയിലേക്ക് ആകർഷിച്ച ഘടകങ്ങൾ. ചില കഥാപാത്രങ്ങൾ അല്ലെങ്കിൽ ചില വ്യക്തിബന്ധങ്ങൾ, അതുമല്ലെങ്കിൽ ശക്തമായ ഒരു കഥാസന്ദർഭമോ ആശയമോ മുഴുവനായി ഭാഗികമായോ ശ്രേഷ്ഠമായതോ കൗശലപൂർണ്ണമായതോ അല്ലെങ്കിൽ വെറുതെ പ്രകോ പിപ്പിക്കുന്നതോ; ചിലപ്പോൾ ഒരു വരി, അല്ലെങ്കിൽ ആഖ്യാനത്തിലെ ഒരു ഗതിമാറ്റം.

പ്രശസ്തമായ രണ്ട് ബംഗാളി നോവലുകളെ അധികരിച്ചാണ് ഞാൻ ഒരു ചലച്ചിത്രത്രയം സൃഷ്ടിച്ചത്. ആദ്യ ഭാഗമായ *പാഥേർ പാഞ്ചാലി* അതേ പേരിലുള്ള നോവലിനെ ആസ്പദമാക്കിയുള്ളതാണ്. അത് മഹത്തായ ഒരു കൃതിയാണ്, ബംഗാളി സാഹിത്യത്തിലെ ഒരു ക്ലാസിക് നോവലിലെ ദൃശ്യപരവും വൈകാരികവുമായ അനേകം ഗുണങ്ങൾ ചല ച്ചിത്രത്തിലേക്ക് മാറ്റാൻ സാദ്ധ്യത നൽകുന്നവയാണ്. ചിത്രത്തിൽ ആ ഗുണങ്ങളെല്ലാം അതേപോലെ നിലനിർത്താൻ ഞാൻ ശ്രമിച്ചു.

രണ്ടാം ഭാഗമായ *അപരാജിതോയിൽ* അപു എന്ന കേന്ദ്ര കഥാപാ ത്രത്തിന്റെ കൗമാരകാലമാണ് ആവിഷ്കരിക്കപ്പെടുന്നത്. അത് *പാഥേർ പാഞ്ചാലി* എന്ന നോവലിലെ അവസാനഭാഗവും രണ്ടാമത്തെ നോവ ലായ *അപരാജിതോയുടെ* ആദ്യഭാഗവും അധികരിച്ചാണ് എടുത്തിട്ടുള്ളത്. ഒരു നോവൽ എന്ന നിലയിൽ *അപരാജിതോയുടെ* സ്ഥാനം *പാഥേർ*

പഞ്ചാലിയേക്കാൾ വളരെ താഴെയാണ്. അത് വിരസമായ നീണ്ട വർണ്ണ
നകളും പരത്തിപറയലും നിറഞ്ഞതാണ്. കഥാപാത്രങ്ങളാണെങ്കിൽ വള
രെയേറെ എണ്ണമുണ്ട്. പലപ്പോഴും മുഷിപ്പൻ രീതിയിലുള്ള സാധാരണ
സംഭവവിവരണം മാത്രമായി ചുരുങ്ങിപ്പോകുന്നു. എങ്കിലും നോവലിന്റെ
ആദ്യ പകുതിയിൽ ശ്രദ്ധേയമായ ഒരു കാര്യമുണ്ട്. വിധവയായ അമ്മയും
അവരിൽനിന്നും അകന്നുപോയിക്കൊണ്ടിരിക്കുന്ന മകനും തമ്മിലുള്ള
ബന്ധത്തെപ്പറ്റിയുള്ള അത്യഗാധമായ സത്യം. വാസ്തവത്തിൽ തിരക്ക
ഥയുടെയും ചലച്ചിത്രത്തിന്റെയും പ്രചോദനവും നീതീകരണവും തന്നെ
ഈ തീവ്രമായ സംഘർഷത്തെപ്പറ്റിയുള്ള ചിന്തയായിരുന്നു.

ചലച്ചിത്രത്രയത്തിലെ മൂന്നാമത്തെ ചിത്രമായ അപുർസൻസാർ അപ
രാജിതോ നോവലിന്റെ രണ്ടാം പകുതിയെ ആധാരമാക്കിയുള്ളതായിരു
ന്നു. ഇത് നിർമ്മിച്ചപ്പോൾ പല പ്രശ്നങ്ങളും ഉയർന്നുവന്നു. അനാഥ
നായ അപു ഇപ്പോൾ ഒരു യുവാവായിക്കഴിഞ്ഞു. ബിഭൂതിഭൂഷൺ
ബാനർജി ചിത്രീകരിച്ചതുപോലെ അയാൾ അവ്യക്തമായ വൈകാരിക
ജീവിതചര്യകളിലൂടെയാണ് കടന്നുപോയിരുന്നത്.

കോളേജ് വിദ്യാഭ്യാസം കഴിഞ്ഞയുടനെ അപു ഒരുജോലിക്ക് വേണ്ടി
അലയുന്നു. പക്ഷേ, അയാൾക്ക് കൂടുതൽ താല്പര്യം സർഗ്ഗാത്മക അന്വേ
ഷണങ്ങളിലാണ്. അയാൾക്ക് ഒരു പെൺകുട്ടിയെ ഇഷ്ടമാണ്; എന്നാൽ
മറ്റൊരു പെൺകുട്ടിയെ വിവാഹം കഴിക്കാൻ നിർബ്ബന്ധിക്കപ്പെടുന്നു. ഇത്
വിചാരിച്ചതുപോലെ വലിയ വൈകാരിക പ്രതിസന്ധിയൊന്നും അയാ
ളുടെ ജീവിതത്തിൽ ഉണ്ടാക്കിയില്ല. കാരണം വലിയ പ്രയത്നമൊന്നും
കൂടാതെ തന്നെ അപു സ്വന്തം ഭാര്യയെ സ്നേഹിക്കാൻ തുടങ്ങി. ഗ്രന്ഥ
കാരനും ഈ രണ്ട് ബന്ധങ്ങളുടെയും കണ്ണികൾ പരസ്പരം ഇഴ ചേർക്കാ
നൊന്നും ശ്രമിക്കുന്നില്ല.

പ്രസവത്തോടെ ഭാര്യ മരിക്കുന്നു. വളരെയധികം അസ്വസ്ഥനായ
അപു കുഞ്ഞിനെക്കുറിച്ച് തിരക്കാൻ മിനക്കെടുന്നില്ല. കുഞ്ഞിനെയുപേ
ക്ഷിച്ച് നഗരം വിടുന്ന അയാൾ ദൂരെ ഒരു ചെറുപട്ടണത്തിൽ ഒരു ജോലി
യിൽ പ്രവേശിക്കുന്നു. കുറച്ചു വർഷങ്ങൾ കഴിഞ്ഞപ്പോൾ ജോലിയിൽ
മനംമടുത്ത അയാൾക്ക് ദീർഘകാലമായി താൻ അവഗണിച്ച മകനെ
കാണണമെന്ന ആഗ്രഹമുണ്ടാകുന്നു. ഹ്രസ്വമായ കൂടിക്കാ
ഴ്ചയ്ക്കുശേഷം അപു വീണ്ടും മകനെ വിട്ട് നാഗ്പുരിലെ വനമേഖല
യിൽ സമാധാനം തേടി പോകുന്നു. അവിടെ ജോലി നോക്കുന്നു അയാൾ
വീണ്ടും മകനെ കാണാൻ മടങ്ങിയെത്തുന്നു. അപ്പോൾ മകനോടുള്ള
പിതൃവാത്സല്യം നിറഞ്ഞ മനസ്സോടെ അവനോടൊപ്പം നഗരത്തിൽ താമ
സിക്കാൻ തീരുമാനിക്കുന്നു.

ആദ്യം പ്രണയിച്ച പെൺകുട്ടിയുമായി ഒരു അന്ത്യസമാഗമം കൂടി
യുണ്ട്. അവൾ ആത്മഹത്യക്ക് തയ്യാറായി നില്ക്കുമ്പോഴായിരുന്നു അത്.
അപു ഒരു നോവൽ എഴുതുന്നു. പേരും പ്രശസ്തിയും നേടുന്നു. അവ
സാനം അയാൾ എട്ടുവയസ്സായ മകനെ സുഹൃത്തുക്കളുടെ സംരക്ഷണ

യിലേല്പിച്ച് വീണ്ടും യാത്രയാകുന്നു. അജ്ഞാതമായ ഏതോ ഒരു പ്രദേ
ശത്തേക്ക് ശാന്തി തേടിയുള്ള അനിശ്ചിതവും നിഗൂഢവുമായ ഒരു യാത്ര.

തീർച്ചയായും നോവലിൽ നാന്നൂറ് പേജുകളിലായി പരന്നുകിടക്കുന്ന
വ്യാപ്തിയിൽ സംഭവങ്ങൾ എന്റെ സംക്ഷിപ്ത വിവരണത്തിലുള്ളതു
പോലെ അസംബന്ധരീതിയിൽ ഘടിപ്പിക്കപ്പെട്ടതായി അനുഭവപ്പെടുക
യില്ല. എങ്കിലും ശരാശരി നീളമുള്ള ഒരു ചലച്ചിത്രത്തിൽ നോവലിലെ
സംഭവങ്ങളിൽ മൂന്നിലൊന്നുപോലും ഉൾക്കൊള്ളിക്കാൻ കഴിയുകയി
ല്ലെന്ന് വ്യക്തമാണല്ലോ.

വാസ്തവം പറഞ്ഞാൽ ഞാൻ രണ്ടു കാര്യങ്ങളിലാണ് ശ്രദ്ധ കേന്ദ്രീ
കരിച്ചത്. ഒന്നാമതായി, അപു എന്ന സംഘർഷങ്ങൾ നേരിടുന്ന ബുദ്ധി
ജീവിയും സമ്പന്നതയിൽ വളർന്നവളെങ്കിലും അബദ്ധത്തിൽ തന്റെ
ഭർത്താവായി മാറിയ ആളോടുള്ള സ്നേഹം കാരണം ദാരിദ്ര്യത്തോട്
സമരസപ്പെട്ട് ജീവിക്കാൻ തയ്യാറാവുന്ന നിഷ്കളങ്കവും നിരക്ഷരയുമായ
അയാളുടെ ഭാര്യയും തമ്മിലുള്ള ബന്ധം.

രണ്ടാമത്തെ കാര്യം കൂടുതൽ ആവേശം ജനിപ്പിക്കുന്നതായിരുന്നു.
അപർണ്ണ പ്രസവത്തോടെ മരിക്കുന്നു. ഒരു സാധാരണ എഴുത്തുകാരനാ
ണെങ്കിൽ നവജാത ശിശുവിന്റെ അടുത്തേക്ക് ആവേശത്തോടെ ഓടിയ
ണയുന്ന പിതാവിനെയായിരിക്കും ചിത്രീകരിക്കുന്നത്. എന്നാൽ മുകളിൽ
കാണുന്നതിന് അടിയിലുള്ള സത്യത്തെ അന്വേഷിക്കാറുള്ള ബിഭൂതി
ഭൂഷൺ കുഞ്ഞിനെതിരെ തിരിയുന്ന അപുവിനെയാണ് കാണിക്കുന്നത്;
അമ്മയുടെ മരണത്തിന് കാരണക്കാരനായത് അവനാണെന്ന് പറഞ്ഞ്
ശകാരിക്കുന്ന ഒരച്ഛനെയാണ് നാം കാണുന്നത്.

ആ പിതാവും പുത്രനും തമ്മിൽ ആദ്യം കണ്ടുമുട്ടുന്നത് നിരവധി
വർഷങ്ങൾക്കുശേഷമാണ്. ഒരു തിരക്കഥാകൃത്തിനെ സംബന്ധിച്ചിട
ത്തോളം ഇതിലും ഭാവതീവ്രതയുള്ള ഒരു സന്ദർഭം വേറെ കിട്ടാനില്ല.

ഫിലിംഫെയർ, 28 ആഗസ്ത് 1959

4
ടെക്നിക്

ടെക്നിക്: സാങ്കേതികത്വം, സങ്കേതം, ഒരു ലക്ഷ്യം നേടാനുള്ള മാർഗ്ഗം. യുദ്ധത്തിന്റെ ടെക്നിക്, കവിതയുടെ യന്ത്രവല്ക്കരണത്തിന്റെ... പ്രേമിക്കുന്നതിന്റെ ടെക്നിക്... മധുരപലഹാരത്തിന്റെ ടെക്നിക്. ചല ച്ചിത്ര നിർമ്മാണത്തിന്റെ ടെക്നിക്.

ഈ നൂറ്റാണ്ടിന്റെ തുടക്കത്തിൽ തോമസ് ആൽവ എഡിസൺ പ്രകാശം കൊണ്ടുള്ള ഒരു കളിപ്പാട്ടം കണ്ടുപിടിച്ചു. 1915 ൽ ഡി ഡബ്ല്യു ഗ്രിഫിത് *ദി ബർത്ത് ഓഫ് നേഷൻ* നിർമ്മിച്ചു. റോബർട്ട് ഫ്ളാഹർട്ടി ഒരു പുരാതന ക്യാമറയുമായി ഉത്തരധ്രുവപ്രദേശത്ത് പോയി അലഞ്ഞ് തിരിഞ്ഞ് ഹിമപാതങ്ങളെ അതിജീവിച്ച് ഒരു *'നാനുക്ക്'* നമുക്ക് നല്കി. 1921 ലായിരുന്നു അത്. മൂന്നുവർഷം കഴിഞ്ഞപ്പോൾ *'ദി ഗോൾഡ് റഷും'* നാലു വർഷം കഴിഞ്ഞപ്പോൾ *'പൊതെംകിനും'* സംഭവിച്ചു.

ഇരുപതാം നൂറ്റാണ്ടിലെ ഏറ്റവും പ്രധാനപ്പെട്ട ആറ് സംഭവങ്ങളുടെ പട്ടിക തയ്യാറാക്കാൻ എന്നോട് പറഞ്ഞാൽ നിശ്ചയമായും സിനിമയുടെ ജനനവും ആശ്ചര്യകരമായ അതിന്റെ വളർച്ചയും അവയിലൊന്നായി രിക്കും. ഈ വളർച്ച കലാകാരന്മാരെക്കൊണ്ട് മാത്രം ഉണ്ടായതല്ല എന്ന് സമ്മതിക്കേണ്ടതുണ്ട്. പ്രകാശം കൊണ്ടുള്ള ആദ്യത്തെ കളിപ്പാട്ടത്തിന്റെ കണ്ടുപിടുത്തം രണ്ടു തരത്തിലുള്ള ആൾക്കാരെ ആകർഷിച്ചിരുന്നു. ഈ സങ്കേതത്തിൽ ഒരു ആവിഷ്കാരമാധ്യമം കണ്ടെത്തിയ ഭാവി ചലച്ചിത്ര കാരന്മാർ തന്നെയാണ് ആദ്യത്തെ കൂട്ടർ. രണ്ടാമത് പുതിയ കളിപ്പാട്ടം പ്രദർശനവ്യവസായത്തിന് ലാഭകരമായ ഒരു വാതിൽ തുറക്കുമെന്ന് പ്രതീ ക്ഷിച്ച ബിസിനസുകാരും. സാധാരണ സംഭവിക്കാറുള്ളതുപോലെ കല കാരന്റെ കൈയിൽ പണമില്ലായിരുന്നു. (പുതിയ കളിപ്പാട്ടം വിലകൂടിയ ഒന്നായിരുന്നു) ബിസിനസുകാരനാകട്ടെ കലയെക്കുറിച്ച് ഒന്നും അറിഞ്ഞു

കൂടാ. കാലക്രമത്തിൽ രണ്ടുകൂട്ടരും പരസ്പരനേട്ടത്തിന് വേണ്ടി ഒത്തു ചേരുകയും ചലച്ചിത്രമെന്ന വ്യാവസായിക സംരംഭം ഉയർന്നു വരികയും ചെയ്തു. ഈ കൂടിച്ചേരൽ വളരെക്കാലം നീണ്ടുനില്ക്കുന്ന ഒന്നായി മാറു കയും പല ഗുണത്തിലും തരത്തിലുമുള്ള അനേകം   സന്താനങ്ങളെ സൃഷ്ടിക്കുകയും ചെയ്തു.

പരീക്ഷണാത്മകവും വിദ്യാഭ്യാസപരവുമായ ലക്ഷ്യത്തോടെ എടു ക്കുന്ന ചലച്ചിത്രങ്ങളുണ്ട്. അവയുടെ ഉദ്ദേശ്യം പണമുണ്ടാക്കുകയെന്ന തല്ല. എന്നാൽ ലോക സിനിമ നിർമ്മാണത്തിന്റെ തീരെ ചെറിയൊരു അംശം മാത്രമാണ് ഇത്തരം ചിത്രങ്ങൾ. ബഹുഭൂരിപക്ഷം ചലച്ചിത്രങ്ങളും നമ്മൾ കാശുകൊടുത്ത് കാണുന്ന തരത്തിലുള്ളതാണ്. നാം അവയെ ഇഷ്ടപ്പെടുകയും വെറുക്കുകയും അവയെപ്പറ്റി തർക്കിക്കുകയും ചെയ്യും. കഴിഞ്ഞ അമ്പത് വർഷത്തിനിടയിൽ നിർമ്മിക്കപ്പെട്ട ഏറ്റവും മികച്ചതും ഏറ്റവും മോശവുമായ സിനിമകളെല്ലാം ഇത്തരത്തിൽ പെട്ട വാണിജ്യ കഥാചിത്രങ്ങളാണ്. അവയെക്കുറിച്ചാണ് നാമിപ്പോൾ സംസാരിക്കുന്നത്.

ഇന്ത്യയിലും കുറച്ചധികം കാലമായി നാം കഥാചിത്രങ്ങൾ നിർമ്മിച്ചു വരുന്നു. മറ്റെല്ലാ രാജ്യങ്ങളെയും പോലെ തന്നെ ഇവിടെയും മിക്കവാറും സ്വകാര്യ സംരംഭം എന്ന നിലയിലാണ് ചലച്ചിത്ര നിർമ്മാണം നടക്കു ന്നത്. അതായത് ചലച്ചിത്രകാരനും പണം മുടക്കുന്നയാളും തമ്മിലുള്ള പരസ്പരാശ്രിതത്വം എല്ലാവരും അംഗീകരിച്ച മട്ടാണ്. ഈ ചട്ടക്കൂട്ടിൽ നിന്നുകൊണ്ട് നമ്മളും നല്ല ചിത്രങ്ങളും ചീത്തചിത്രങ്ങളും നിർമ്മിച്ചിട്ടു ണ്ട്. ഏതു സ്ഥലത്തും ഏതു കാലത്തും പ്രാഗല്ഭ്യം ഒരു ദുർല്ലഭ വസ്തു വായിരിക്കുന്ന കാര്യം പരിഗണിച്ചാൽ നല്ല ചിത്രങ്ങളേക്കാൾ വളരെ കൂടു തലാണ് ചീത്ത ചിത്രങ്ങളുടെ എണ്ണം എന്നത് നമ്മളെ പരിഭ്രമിപ്പിക്കു കയോ അത്ഭുതപ്പെടുത്തുകയോ ഇല്ല. വാസ്തവത്തിൽ അതിശയമുണ്ടാ ക്കുന്ന കാര്യം കാലതാമസമുണ്ടാക്കുന്നതും അനിശ്ചിതത്വം നിറഞ്ഞതു മായ ചലച്ചിത്രനിർമ്മാണ പ്രക്രിയയുടെ സങ്കീർണ്ണതകൾക്കും ചലച്ചിത്ര കാരന്റെ പാതയിൽ മറഞ്ഞിരിക്കുന്ന ചതിക്കുഴികൾക്കും ഇടയിൽ ഇത്ര യെങ്കിലും നല്ല ചിത്രങ്ങൾ ഉണ്ടാകുന്നുണ്ട് എന്നതാണ്.

പ്രാഗല്ഭ്യം

എന്താണ് ചലച്ചിത്ര നിർമ്മാണത്തിലെ 'പ്രാഗല്ഭ്യം' എന്നു പറയു ന്നതുകൊണ്ട് ഉദ്ദേശിക്കുന്നത് എന്നു പരിശോധിക്കാം. പ്രാഥമികമായും ചലച്ചിത്ര ഭാഷയിലുള്ള വാസനയും ചലച്ചിത്രരൂപത്തിലുള്ള ഗ്രാഹ്യവു മാണ് അതുകൊണ്ട് ഉദ്ദേശിക്കുന്നത്. മറ്റൊരു രീതിയിൽ പറഞ്ഞാൽ ചല ച്ചിത്ര ക്യാമറ എന്ന മാധ്യമത്തിലൂടെ ആശയങ്ങൾ സങ്കല്പിക്കാനും അനു രൂപമായി ആവിഷ്കരിക്കാനുമുള്ള കഴിവാണ്. ഇത് ഒരു നോവലിസ്റ്റിന്റെ സാഹിത്യപരമായ ആവിഷ്കാരത്തിൽനിന്നും ഒരു നാടകകൃത്തിന്റെ നാട കീയമായ ആവിഷ്കാരത്തിൽനിന്നും തികച്ചും വ്യതിരിക്തമായ ഒന്നാ

ണെന്ന് ഊന്നിപ്പറയേണ്ടതുണ്ട്. തീർച്ചയായും ചലച്ചിത്രം നോവലിൽ നിന്നും നാടകത്തിൽനിന്നും പലതും സ്വീകരിക്കുന്നുണ്ട്. ഒരു നോവലി ലെപ്പോലെ ചലച്ചിത്രത്തിലും മനുഷ്യരുടെയും സ്ഥലങ്ങളുടെയും സംഭ വങ്ങളുടെയും വിവരണമുണ്ട്. കാലത്തിലും സ്ഥലത്തിലും അത് അങ്ങോ ട്ടുമിങ്ങോട്ടും സഞ്ചരിക്കുന്നു. ഒരു നാടകത്തിലെപ്പോലെ സംഘർഷത്തെ കൈകാര്യം ചെയ്യുന്നു. എങ്കിലും ചലച്ചിത്ര ഭാഷ കൂടുതൽ ശുദ്ധമാകു മ്പോൾ അത് നോവലിൽനിന്നും രംഗവേദിയിൽനിന്നും കൂടുതൽ സ്വത ന്ത്രമായിത്തീരുന്നു.

ഈ ഭാഷ പഠിക്കുന്ന രീതി മറ്റു ഭാഷകൾ പഠിക്കുന്നതുപോലെ തന്നെയാണ്; പഴയ കാല ഗുരുക്കന്മാർ എങ്ങനെ ഈ ഭാഷ കൈകാര്യം ചെയ്തു എന്ന് നോക്കി പഠിക്കുക. എന്നാൽ പാഠപുസ്തകങ്ങളിലെ താളു കൾ മാത്രം നോക്കിയോ ഈ ഗുരുക്കന്മാരുടെ കൃതികൾ മാത്രം പഠിച്ചോ അല്ല അത് വശത്താക്കുന്നത്. ഈ ഭാഷയുടെ ഉറവിടം നമുക്ക് ചുറ്റുമുണ്ട്. കാഴ്ചയിലൂടെയും ശബ്ദത്തിലൂടെയും നാം സ്വാംശീകരിക്കുന്ന ബാഹ്യ യാഥാർത്ഥ്യത്തിൽ, ബഹുജീവികളുടെ സംഭാഷണത്തിലും പെരുമാറ്റ ത്തിലും നഗരജീവിതത്തിന്റെ സ്പന്ദനത്തിൽ ഗ്രാമത്തിന്റെ പ്രശാന്തത യിൽ ഒരു കണ്ണിന്റെ തുടുപ്പിൽ ഋതുക്കളുടെ താളത്തിൽ.

വാക്കുകൾ ചേർന്നുണ്ടാകുന്ന ഭാഷയെയും സംഗീതത്തിന്റെ ഭാഷ യെയും പോലെ ചലച്ചിത്രത്തിന്റെ ഭാഷയ്ക്കും വ്യാകരണവും പദവിന്യാ സവും ചിഹ്ന വ്യവസ്ഥയുമുണ്ട്; ചെറുവാചകങ്ങളും ദീർഘ വാക്യങ്ങളു മുണ്ട്; വിരാമവും വാചാടോപവും ഊന്നലുമുണ്ട്. ഈ വ്യാകരണം പഠി ച്ചാൽ മാത്രമേ ഒരു മുഴുനീള രചനയിലേക്ക് പോകാനുള്ള പ്രാപ്തി കൈവ ന്നതായി കരുതാനാകുകയുള്ളൂ.

തുടങ്ങുന്നതിന് മുൻപെ ഉചിതമായ ഒരു പ്രമേയം തീരുമാനിക്കേ ണ്ടതുണ്ട്. സ്വാഭാവികമായും നിങ്ങളുടെ തെരഞ്ഞെടുപ്പിനെ നിർണ്ണയി ക്കുക നിങ്ങളുടെ ഇഷ്ടാനിഷ്ടങ്ങൾ തന്നെയായിരിക്കും. ഇത് കൂടാതെ മറ്റ് ചില ബാഹ്യപരിഗണനകളും നിങ്ങളുടെ തെരഞ്ഞെടുപ്പിനെ ബാധിക്കും. നീളത്തെക്കുറിച്ചുള്ള പ്രശ്നമുണ്ട്. സിനിമാ പ്രദർശനമുത ലാളിമാർ അഥവാ തിയേറ്റർ ഉടമകൾ വഴിയാണല്ലോ നിങ്ങളുടെ ചിത്രം പൊതുജനത്തിന്റെ മുൻപിലെത്തുന്നത്. അവരുടെ ശക്തമായ വിശ്വാസം ആഴ്ചയിലൊരിക്കലുള്ള വിനോദത്തിനായി തിയേറ്ററിലെത്തുന്ന പ്രേക്ഷ കർക്ക് ചിത്രത്തിന്റെ ദൈർഘ്യത്തിന്റെ കാര്യത്തിൽ തോന്നിയ പോലെ കുറവു വരുത്തുന്നത് ഇഷ്ടപ്പെടുകയില്ല എന്നാണ്. അതുകൊണ്ട് ഒരു നിശ്ചിത ദൈർഘ്യത്തിലും അതായത് ഒന്നര മണിക്കൂറിൽ - കുറവാണ് നിങ്ങൾ നിർമ്മിക്കുന്ന ചിത്രമെങ്കിൽ അത് ഒരു കാലത്തും പ്രദർശിപ്പിക്ക പ്പെടാൻ സാദ്ധ്യതയില്ല.

മറ്റൊന്ന് സെൻസർഷിപ്പ് ചട്ടങ്ങളാണ്. പ്രകോപനമുണ്ടാക്കുന്ന മത പരമായ പ്രമേയങ്ങളൊക്കെ നിഷിദ്ധമാണ്. അതുപോലെ ലൈംഗികത അമിതമായാൽ അത്തും അനുവദിക്കപ്പെടുകയില്ല.

എന്നാൽ ഇതൊന്നും മറികടക്കാൻ വയ്യാത്ത പരിമിതികളല്ല. ആദ്യം പറഞ്ഞ നീളത്തിന്റെ കാര്യം ആലോചിച്ചാൽ ചെറുകഥ ഒരു സ്രോതസ്സായി പരിഗണിക്കാൻ പറ്റാതെ വരും. രണ്ട് മണിക്കൂറിലേക്ക് വലിച്ചു നീട്ടാൻ പറ്റിയ ഒരു കഥാതന്തുവില്ലെങ്കിൽ എന്നാൽ നിങ്ങൾക്കു മറ്റെന്തു വിഷയവും സ്വീകരിക്കാമല്ലോ. മഹാഭാരതം പോലും ചിലപ്പോൾ വൻ പണച്ചെലവിൽ ഒരു ചലച്ചിത്രത്രയം തന്നെ നിർമ്മിക്കേണ്ടി വന്നേക്കാ മെന്ന് മാത്രം. രണ്ടാമതു പറഞ്ഞ സെൻസറിങ്ങിന്റെ കാര്യവും നിങ്ങളെ നിരാശപ്പെടുത്തേണ്ടതില്ല. ആവിഷ്കാരത്തിലെ സൂക്ഷ്മ വൈദഗ്ദ്ധ്യം ഒഴി വാക്കാൻ അത് ഒരു അവസരമാകും. ചിലപ്പോൾ ലൈംഗികബന്ധത്തിലെ തീവ്രത പ്രദർശിപ്പിക്കുന്നതിനേക്കാൾ ധ്വനിപ്പിക്കുന്നതായിരിക്കും കൂടു തൽ നന്നാകുക.

സാമ്പത്തിക പിന്തുണ

പ്രമേയം തീരുമാനിച്ചു കഴിഞ്ഞാൽ അടുത്ത നടപടി പണം മുട ക്കാൻ തയ്യാറുള്ള ഒരാളെ കണ്ടുപിടിക്കുകയെന്നതാണ്. അയാളെ സംബ ന്ധിച്ചിടത്തോളം രണ്ട് പരിഗണനകളാണുള്ളത്. ഒന്ന് നിങ്ങളുടെ (സംവി ധായകന്റെ) സാങ്കേതികപരമായ കഴിവുകളെ സംബന്ധിച്ച് വിശ്വാസമു ണ്ടായിരിക്കണം. രണ്ട് നിങ്ങളുടെ കഥയ്ക്ക് ധാരാളം പ്രേക്ഷകരെ തിയേ റ്ററിലേക്ക് ആകർഷിക്കാനും അതുവഴി അയാൾ മുടക്കിയ കാശ് തിരികെ കിട്ടാനും പറ്റിയാൽ അല്പം ലാഭവും കൂടി ഉണ്ടാക്കാനും കഴിയുമെന്ന് അയാൾക്ക് തോന്നണം. അങ്ങനെ ഒരാളെ ചിത്രത്തിന് പണം മുടക്കാ നായി നിങ്ങൾക്ക് ലഭിക്കുമോ എന്നത് പല ഘടകങ്ങളെയും ആശ്രയി ച്ചാണിരിക്കുന്നത്; ഇതിൽ ഭാഗ്യത്തിന്റെ സംഭാവനയും തീരെ കുറവല്ല. തല്ക്കാലം ഈ ലേഖനം തുടർന്നുകൊണ്ടു പോകുന്നതിനുവേണ്ടി നിങ്ങൾ ഇക്കാര്യത്തിൽ വിജയം വരിച്ചുവെന്നും ചിത്ര നിർമ്മാണവുമായി മുന്നോട്ടുപോകാവുന്ന സ്ഥിതിയിലെത്തിയെന്നും കരുതുക.

ഇനി നിങ്ങൾക്ക് ചിത്രത്തിന്റെ പ്രതിപാദനരീതി (Treatment) തയ്യാ റാക്കാം. ഇത് തിരക്കഥാകൃത്തിന്റെ അഥവാ സ്ക്രിപ്റ്റ് എഴുത്തുകാരന്റെ ചുമതലയാണ്. തിരക്കഥ (സ്ക്രിപ്റ്റ്) എന്നാൽ ഇനിയും നിങ്ങൾ മനസ്സി ലാക്കിയിട്ടില്ലെങ്കിൽ ക്യാമറയും മൈക്രോഫോണും ഉപയോഗിച്ച് സംവേ ദനം നടത്താൻ ഉദ്ദേശിക്കുന്ന കാര്യങ്ങളുടെ വാക്കുകളിലുള്ള വിവരണ മാണ്. അതായത് തിരക്കഥാകൃത്തിന് സിനിമയുടെ സാങ്കേതികവശങ്ങ ളെക്കുറിച്ച് നല്ല ധാരണയുണ്ടായിരിക്കണം എന്നർത്ഥം. സംവിധായകൻ തന്നെ തിരക്കഥ തയ്യാറാക്കുന്നതാണ് നല്ലത്. അങ്ങനെ അല്ലെങ്കിൽ സംവി ധായകന് സിനിമയുടെ സർഗ്ഗപരമായ അവകാശത്തിന്റെ ഒരു പങ്ക് തിര ക്കഥാകൃത്തിന് നല്കേണ്ടി വരും.

തിരക്കഥ

ചലച്ചിത്രത്തിന്റെ അടിസ്ഥാനം അഥവാ രൂപമാതൃക അഥവാ അസ്ഥി

കൂടം തിരക്കഥയാണ്. ചലച്ചിത്ര സൃഷ്ടിയിലെ ഒഴിച്ചു കൂടാനാവാത്ത ആദ്യ പടിയാണത്. ഗ്രിഫിത് ഒരിക്കലും തിരക്കഥ തയ്യാറാക്കിയിരുന്നില്ലെന്നും സ്വന്തം മനോധർമ്മമനുസരിച്ച് നേരിട്ട് ഷൂട്ടിങ് നടത്തുമായിരുന്നു എന്നും കേട്ടിട്ടുണ്ട്. അദ്ദേഹത്തിന് അസാമാന്യമായ ഓർമ്മശക്തി ഉണ്ടായിരുന്നി രിക്കണം. മാത്രവുമല്ല ആ നിശ്ശബ്ദ കാലഘട്ടത്തിൽ അദ്ദേഹത്തിന് സംഭാ ഷണത്തെപ്പറ്റി ആലോചിക്കേണ്ടതില്ലായിരുന്നു. പ്രധാന വ്യത്യാസം ശക്ത മായ മത്സരത്തിന്റേതായ ഈ കാലഘട്ടത്തിൽ പണച്ചെലവ് നിയന്ത്രിക്കാൻ ചിത്രനിർമ്മാണം കൃത്യമായ ആസൂത്രണത്തോടെയും ചിട്ടയോടുംകൂടി നടത്തേണ്ടതുണ്ട്. അതിന് തിരക്കഥ വളരെ സഹായകമായ ഉപാധിയാ ണ്. തിരക്കഥയില്ലെങ്കിൽ ഉള്ള തിരക്കഥ അപര്യാപ്തത നിറഞ്ഞതാണെ ങ്കിൽ നിർമ്മാണഘട്ടത്തിൽ പല പിഴവുകളും സംഭവിക്കുമെന്നും ഷൂട്ടി ങ്ങിൽ ഒരുപാട് പാഴ്ച്ചെലവ് ഉറപ്പിക്കാം. ഇക്കാര്യത്തിൽ പണംമുടക്കുന്ന യാൾക്ക് തോന്നുന്ന വേവലാതി സംവിധായകനായ നിങ്ങൾക്ക് ഒരു സർഗ്ഗാത്മക കലാകാരൻ എന്ന നിലയിൽ അനുവദനീയമായ ക്ഷോഭപ്ര കൃതവും ഉദാസീനതയുംമൂലം അത്ര തോന്നണമെന്നില്ല. അയാൾക്ക് വള രെവേഗം തന്നെ നിങ്ങളുടെ ചാപല്യങ്ങളേക്കാൾ അയാൾ മുടക്കുന്ന പൈസ തുട്ടുകളെയോർത്ത് അസ്വസ്ഥത തോന്നും. അത് വളർന്ന് ഷൂട്ടിങ് സെറ്റിനകത്തും പുറത്തും നിരന്തരം വഴക്കുകളായി രൂപാന്തരം പ്രാപി ച്ചാൽ താമസിയാതെ നിങ്ങളുടെ ലോലമായ കലയും ഉൽക്കർഷേച്ഛയു മെല്ലാം മടക്കി പെട്ടിയിൽ വയ്ക്കേണ്ടിവരും. അതുകൊണ്ട് തിരക്കഥ നിർബ്ബന്ധമായ ഒരു സംഗതിയാണ്.

സംവിധായകന് തിരക്കഥ തയ്യാറാക്കുന്നതിൽ പങ്കുണ്ടെങ്കിലും ഇല്ലെ ങ്കിലും സാമാന്യം തൃപ്തികരമായ ഒരു തിരക്കഥ ഉണ്ടെങ്കിൽ അത് വച്ച് ഒരു ചിത്രം നിർമ്മിക്കാൻ പ്രചോദനം ലഭിക്കുന്നുണ്ടെങ്കിൽ ഇനി ആ തിര ക്കഥയിൽനിന്നും പരമാവധി പുറത്തുകൊണ്ടുവരേണ്ടത് സംവിധായകന്റെ ജോലിയാണ്. തിരക്കഥയിൽ വാക്കുകൾകൊണ്ട് വരഞ്ഞുവച്ചിട്ടുള്ള മനു ഷ്യർക്കും സ്ഥലങ്ങൾക്കും വസ്തുക്കൾക്കും സംഭാഷണങ്ങൾക്കും സംഗീ തത്തിനും ശബ്ദങ്ങൾക്കുമെല്ലാം തത്തുല്യമായ ദൃശ്യങ്ങൾ ആവിഷ്കരി ക്കണം. അവ തെരഞ്ഞെടുത്ത് അനുയോജ്യമായ രീതിയിൽ കൂട്ടിയോജി പ്പിച്ച് തിരക്കഥയിലുള്ള അസ്ഥികൂടത്തിന് മാംസവും രക്തവും നല്കി ജീവൻ കൊടുക്കണം. ഇവിടെയാണ് ചലച്ചിത്ര നിർമ്മാണ സാങ്കേ തികതയുടെ പരസ്പര സഹകരണത്തിന്റേതായ വശം പ്രസക്തിയാർജ്ജി ക്കുന്നത്. ടെക്നീഷ്യന്മാർ, നടീനടന്മാർ, ക്യാമറാമാൻ, കലാ സംവിധാ യകൻ, ശബ്ദലേഖകൻ, എഡിറ്റർ എന്നിങ്ങനെ സർഗ്ഗശക്തിയും ഉത്സാഹ ശീലവും നിറഞ്ഞ ഒരു സംഘത്തെയാണ് അവരുടെ സേവനത്തിന് പണം നല്കി ഒരുക്കി നിർത്തിയിരിക്കുന്നത്. പ്രമേയത്തിന്റെ സാദ്ധ്യതകളെ തങ്ങ ളുടെ കഴിവുകൾ ഉപയോഗിച്ച് ചൂഷണം ചെയ്ത് ഗുണമേന്മയുള്ളതാക്കി മാറ്റുന്നതിൽ അവർ നല്കുന്ന സംഭാവനയെന്തെന്ന അടിസ്ഥാനത്തിലാണ് അവർ ഓരോരുത്തരും വിലയിരുത്തപ്പെടുക. നടീടന്മാർ നടനസങ്കേത

ത്തിന്റെ കഴിവുകൾ ഉപയോഗപ്പെടുത്തി തങ്ങൾ അവതരിപ്പിക്കുന്ന കഥാ പാത്രങ്ങളിൽ പ്രേക്ഷകർക്ക് വിശ്വാസമുണ്ടാക്കണം. രംഗവേദിയിലെ പ്പോലെ തുടർച്ചയായ അഭിനയമല്ല അവർക്ക് സിനിമയിൽ കാഴ്ചവെക്കാ നുള്ളത്. ഇടവിട്ട് ഇടവിട്ടാണ് ചിത്രീകരണം. അതുകൊണ്ട് തന്നെ ഈ അഭിനയശകലങ്ങൾ കൂടിച്ചേർന്ന് ഉണ്ടാക്കുന്ന പൂർണ്ണരൂപത്തെക്കുറിച്ച് അറിവുള്ള ഏക വ്യക്തിയായ സംവിധായകന്റെ നിർദ്ദേശപ്രകാരം അഭി നയിക്കുക എന്നതാണ് കരണീയം.

കഥയിലെ സന്ദർഭങ്ങൾക്ക് അനുസരിച്ച് സെറ്റുകൾ നിർമ്മിക്കുന്ന ജോലിയാണ് കലാസംവിധായകന് ചെയ്യാനുള്ളത്. ഇതിന് ഗവേഷണവും ഭാവനയും ആവശ്യമാണ്. ഒരാൾ താമസിക്കുന്ന മുറി എന്നത് ഒരേസമയം വാസ്തുശില്പപരമായ ഒരു വസ്തുവും ആ മുറിയുടെ ഉടമസ്ഥന്റെ വ്യക്തിത്വത്തിന്റെ പ്രതിഫലനവുമാണ്. അതിനാൽ പശ്ചാത്തലംകൊണ്ട് കൂടുതൽ കാര്യങ്ങൾ പറയാൻ പറ്റിയാൽ ചിത്രം കൂടുതൽ ഭാവം നിറ ഞ്ഞതാകും.

മറ്റു ഘടകങ്ങൾ

ഒഴിച്ചുകൂടാനാവാത്ത ഒരു ഉപകരണമാണ് ക്യാമറാമാൻ കൈകാര്യം ചെയ്യുന്നത്. സംവിധായകൻ തീരുമാനിക്കുന്ന രീതിയിലുള്ള ദൃശ്യങ്ങൾക്ക് പ്രകാശം നല്കി ഏറ്റവും അനുയോജ്യമായ വീഷണകോണുകളിൽക്കൂടി ചിത്രീകരിക്കുക എന്നതാണ് അയാളുടെ കടമ. അയാൾ സൃഷ്ടിക്കുന്ന പ്രഭാവങ്ങൾക്കൊന്നും കഥയിൽനിന്നും സ്വതന്ത്രമായ ഒരു അസ്തിത്വമി ല്ലെന്ന് അയാൾ മനസ്സിലാക്കിയിരിക്കണം. കഥയിലെ നാടകീയതയ്ക്ക് ആക്കം കൂട്ടുകയെന്നതല്ല അവയുടെ ഉദ്ദേശ്യം: അവ ബോധപൂർവ്വമല്ലാതെ പ്രത്യക്ഷപ്പെടണം.

പ്രധാനമായും ഒരു ദൃശ്യ മാധ്യമമമാണെന്നതിനാൽ സിനിമയിലെ ശബ്ദലേഖകന് ക്യാമറാമാന്റെയത്ര സർഗ്ഗപരമായ സംഭാവന നല്കാനു ണ്ടെന്ന് പറയാനാവില്ല. സ്ഫുടതയോടെയും അനുയോജ്യമായ ശക്തി യിലും ശബ്ദം രേഖപ്പെടുത്തുക എന്നതാണ് അയാളുടെ ലക്ഷ്യം. പക്ഷേ, സംഭാഷണവും പശ്ചാത്തല ശബ്ദങ്ങളും സംഗീതവും എല്ലാമുള്ള വിവിധ ചാനലുകളിലെ ശബ്ദങ്ങൾ മിശ്രണം ചെയ്യുന്നത് ഒരു കലതന്നെയാണ്. സർഗ്ഗധനനായ ഒരു ശബ്ദലേഖകന് മാത്രമേ സംവിധായകൻ ആഗ്രഹി ക്കുന്ന തരത്തിലുള്ള പ്രഭാവങ്ങൾ സൃഷ്ടിച്ചെടുക്കാൻ കഴിയുകയുള്ളൂ. ഷൂട്ടിങ്ങിനുശേഷം എഡിറ്റിങ് എന്ന സങ്കേതം ഉപയോഗിച്ചാണ് വിവിധ ഷോട്ടുകൾ കൂട്ടിച്ചേർത്ത് 'സന്ദിഗ്ധ സുഭഗമായ' പരസ്പരബന്ധമുള്ള പൂർണ്ണരൂപത്തിലാക്കുന്നത്. ഇതിന് എഡിറ്റർക്ക് മാർഗ്ഗദർശകമാകുന്നത് തിരക്കഥയിലെ കഥാഖ്യാന പദ്ധതിയും ഒരു ഷോട്ടിൽ അടുത്തതിലേ ക്കുള്ള ഫലപ്രദവും കാഴ്ചയ്ക്ക് ക്ഷതമേല്ക്കാത്തതുമായ പരിണാമം എങ്ങനെയായിരിക്കുമെന്നുള്ള നൈസർഗ്ഗികമായ അറിവും ചേർന്നാണ്. ഇത് നടക്കണമെങ്കിൽ നല്ല ചലച്ചിത്രാവബോധവും സംവിധായകന്റെ

ഇംഗിതങ്ങളെയും കഥയുടെ സാദ്ധ്യതകളെയുംപറ്റി നല്ല ഗ്രാഹ്യവും വേണം. സംവിധായകന്റെ കഴിവുകേടുമൂലം ഷോട്ടിന്റെ ഘടന തന്നെ പിശകു നിറഞ്ഞതാണെങ്കിൽ പിന്നെ എഡിറ്റർക്ക് മാത്രം അത് പരിഹരി ക്കാനാകില്ല. എഡിറ്റിങ് സംബന്ധിച്ച സർഗ്ഗപരമായ വശം തിരക്കഥയിൽ തന്നെ അന്തർല്ലീനമാണ്, അതിലെ ദൃശ്യങ്ങൾ വിഭാവന ചെയ്ത രീതി യിൽ തന്നെ പ്രകടമാണ്.

പൂർണ്ണത

വിവിധ തരത്തിലുള്ള നിരവധി സാങ്കേതിക വിദഗ്ദ്ധരുടെ സംഭാവ നകൾ ആവശ്യമുള്ള ചലച്ചിത്രനിർമ്മാണ പ്രക്രിയയിൽ നൂറു തെറ്റുകൾ കടന്നുവരാൻ എല്ലാ സാദ്ധ്യതയുമെന്നത് വ്യക്തമാണല്ലോ. പല വിധ ത്തിലുള്ള സാഹചര്യങ്ങളിൽ പ്രവർത്തിക്കുന്ന ഈ വ്യക്തികളുടെയെല്ലാം കഴിവുകൾ തടസ്സമില്ലാതെ ഏകോപിപ്പിച്ച് നിലനിർത്തുന്നതിലുള്ള വിജ യമാണ് പൂർണ്ണതയെന്ന ലക്ഷ്യം കൈവരിക്കാനാകുമോ എന്ന് നിർണ്ണ യിക്കുന്നത്. തികച്ചും അസാദ്ധ്യമായ കാര്യം തന്നെ. മിക്കവാറും വിഭാഗ ങ്ങളിൽ നമ്മുടെ ചിത്രങ്ങളിലെ സാങ്കേതികമേന്മ മികച്ചതാണെന്നു പറയാം. സിനിമാട്ടോഗ്രാഫി പഠിപ്പിക്കാനോ നാടകീയമായ അഭിനയം പരിശീലനത്തിനോ നമുക്ക് സ്കൂളുകളൊന്നും ഇല്ലെങ്കിലും നല്ല അഭി നേതാക്കൾക്കോ ക്യാമറാമാന്മാർക്കോ നല്ല ശബ്ദലേഖകർക്കോ എഡി റ്റർമാർക്കോ നമുക്ക് ക്ഷാമമില്ല.

എന്നാൽ നമുക്ക് വേണ്ടത് യഥാർത്ഥ ചലച്ചിത്രകലാകാരനെയാണ്. ചലച്ചിത്ര സങ്കേതത്തിലുള്ള അവഗാഹം കൊണ്ട് ചിത്രനിർമ്മാണത്തിന്റെ കാര്യങ്ങളെല്ലാം നിയന്ത്രണത്തിൽ നിർത്താൻ കഴിയുമ്പോഴും സാമൂഹ്യ മായ പ്രത്യാഘാതങ്ങളെപ്പറ്റി ബോദ്ധ്യമുള്ള ആൾ; ചലച്ചിത്രകുതുകിക ളായ ഒരു വലിയ വിഭാഗം നിഷ്കളങ്കരായ ജനങ്ങൾ തന്റെ സൃഷ്ടികൊണ്ട് സ്വാധീനിക്കപ്പെടുമെന്ന ഉത്തരവാദിത്വബോധമുള്ള ആൾ വ്യത്യസ്തരായ അനേകം വ്യക്തികളുടെ കഴിവുകൾക്ക് പ്രചോദനമേകി അവരെ ഏകോ പിപ്പിച്ച് ഒരു സൃഷ്ടിക്ക് രൂപംകൊടുക്കുമ്പോഴും സ്വന്തം അധീശവ്യക്തിത്വം അന്തിമ ഉല്പന്നത്തിൽ പ്രകടമാക്കുന്ന പ്രതിഭാശാലി.

എന്നാൽ എല്ലാറ്റിനും ഉപരിയായി സർഗ്ഗപരമായ സ്വാതന്ത്ര്യത്തോടെ പ്രവർത്തിക്കാനുള്ള സ്വന്തം അവകാശം സ്വായത്തമാക്കിയ ആളുമായി രിക്കണം. ഇക്കാര്യത്തിൽ അയാൾക്ക് ചിത്രത്തിന് പണം മുടക്കുന്ന ആളു മായി ഏറ്റുമുട്ടാതെ ഈ സ്വാതന്ത്ര്യത്തിനുവേണ്ടി പോരടിച്ച് തന്നെ അത് നേടണം. അതിന് വേണ്ടി എത് വില നല്കാൻ അയാൾ സന്നദ്ധനാ കുന്നു എന്നതിലാണ് ഒരു കലാകാരൻ എന്ന നിലയിലുള്ള അയാളുടെ ആർജ്ജവം പ്രകടമാകുക.

സെമിനാർ, മെയ് 1960

5

എന്തെല്ലാം തരത്തിലുള്ള യന്ത്രങ്ങൾ

കഴിഞ്ഞ പത്തുവർഷത്തിനിടയിൽ ചലച്ചിത്ര നിർമ്മാണരംഗത്ത് അവതരിച്ച നൂതന സാങ്കേതിക വിദ്യകളെപ്പറ്റി ഒരു വിഭാഗം ചലച്ചിത്ര നിരൂപകർ ദോഷൈകദൃക്കുകളാണ്. ഈ വിമർശകരുടെ വാദം ഏകദേശം ഇങ്ങനെ പോകുന്നു. "ഈ നൂതന ഉപകരണങ്ങൾക്കൊന്നും യഥാർത്ഥ പ്രചോദനത്തിന് പകരം വെക്കാനാവില്ല. ഇതൊന്നുമില്ലാത്ത കാലത്ത് അൻപത് വർഷം മുൻപും മഹത്തായ ചിത്രങ്ങൾ സൃഷ്ടിക്കപ്പെട്ടിട്ടുണ്ട്. ഒരു ചാപ്ലിൻ ചിത്രമെടുക്കാൻ ഒരു ചാപ്ലിൻ തന്നെ വേണം, അല്ലാതെ ഒരു പുതിയ സൂത്രപ്പണിയന്ത്രം പോരാ..."

ഇത്തരം വാദഗതികളെയപ്പാടെ തള്ളിക്കളയാൻ ഞാൻ ഉദ്ദേശിക്കുന്നില്ല. വ്യക്തിപരമായി പറഞ്ഞാൽ എന്നെയും ഈ പുതിയ പരീക്ഷണങ്ങളൊന്നും സിറ്റി ലൈറ്റ് സോ സ്ട്രോക്കോ, ദി പാഷൻ ഓഫ് ജോവൻ ഓഫ് ആർകോ പോലെ ആകർഷിക്കാൻ കഴിഞ്ഞിട്ടില്ല. പക്ഷേ, ഈ പുതിയ ഉപകരണങ്ങൾ ഭാവനയ്ക്ക് പകരം നില്ക്കുന്നവയല്ലെങ്കിലും. അവയ്ക്ക് ഭാവനയെ സ്വാധീനിക്കാനും നവീകരിക്കാനും കഴിയും എന്നാണ് എന്റെ വിശ്വാസം. കലാകാരന്മാർക്ക് ആവശ്യമുണ്ടെങ്കിൽ എടുത്ത് ഉപയോഗിക്കുന്നതിനാണ് ഈ ഉപകരണങ്ങൾ. അല്ലെങ്കിൽ അവർക്ക് ഇവയെ കണ്ടില്ലെന്ന് നടിച്ചുകൊണ്ട് പുതിയ കാര്യങ്ങൾ പഴയ രീതിയിൽ പറയുകയോ പഴയ കാര്യങ്ങൾ പഴഞ്ചൻ രീതിയിൽ തന്നെ പറയുകയോ ആകാം.

പഴയകാല മഹാപ്രതിഭകളായ ചാപ്ലിൻ, ഗ്രിഫിത്, ഐസൻസ്റ്റീൻ തുടങ്ങിയവർ വ്യത്യസ്ത തരത്തിലുള്ള പ്രതികരണങ്ങൾ സൃഷ്ടിക്കാൻ ലക്ഷ്യമിട്ടുകൊണ്ട് തന്നെ പ്രവർത്തിച്ചവരാണ്. എന്നാൽ പുതിയ പല സംവിധായകരുമാകട്ടെ അത്തരം ഒരു പരീക്ഷണത്തിനും തയ്യാറല്ല. വലിപ്പ മേറിയതും ലളിതവും കൃശവുമായ പ്രമേയങ്ങൾക്ക് ഈ ന്യൂക്ലിയർ യുഗ

ത്തിൽ സ്ഥാനമില്ല. ഇപ്പോൾ ഒരു സംഗീത സംവിധായകൻ ബീഥോവന്റെ മാതൃകയിൽ മനുഷ്യസാഹോദര്യത്തെപ്പറ്റി ഒരു സിംഫണി രചിക്കാൻ തുനിഞ്ഞാൽ എത്ര പ്രതിഭ ശാലിയാണെങ്കിലും അയാളെ വെറും ജഡ മായിട്ടായിരിക്കും പരിഗണിക്കുക. ഭൂതകാല രൂപങ്ങളോടും ഭാവങ്ങളോ ടുമുള്ള ഗൃഹാതുരത്വത്തിൽ അഭിരമിക്കാൻ കലാകാരന് സ്വാതന്ത്ര്യമു ണ്ടെങ്കിലും അത് അയാളുടെ നിലനില്പിനെ തന്നെ ചോദ്യം ചെയ്യുന്ന തായിത്തീരാം. ഇക്കാര്യത്തിൽ ചലച്ചിത്രകലാകാരന്മാരും വ്യത്യസ്തരല്ല.

പ്രമേയങ്ങളോടും വൈകാരികതയോടുമുള്ള സമീപനത്തിൽ പടി പടിയായി വന്ന മാറ്റത്തെപ്പോലെ തന്നെയാണ് സാങ്കേതിക ഉപകരണ ങ്ങളിൽ വന്ന നൂതനാവിഷ്കാരങ്ങളും. വേഗത കൂടിയ ഫിലിം എമൻഷൻ, ലെൻസുകളുടെ ഫോക്കൽ ലെംഗ്തിലെ വൈവിധ്യം, കൊണ്ടു നടക്കാ വുന്ന തീക്ഷ്ണ പ്രകാശമുള്ള ലൈറ്റുകൾ, കനം കുറഞ്ഞ ക്യാമറകൾ ഇങ്ങനെ പോകുന്നു പുതിയ സങ്കേതങ്ങൾ. സൈദ്ധാന്തികമായി ഇന്നും പുതുമകളെല്ലാം അവഗണിച്ചുകൊണ്ട് ഗ്രിഫിത് ചെയ്ത രീതിയിൽ പഴയ ഉപകരണങ്ങൾ മാത്രം ഉപയോഗിച്ചുകൊണ്ട് ചിത്ര നിർമ്മാണം നടത്താൻ കഴിഞ്ഞേക്കാം. എന്നാൽ ഫ്രാൻസ്വാ ത്രുഫോയുടെ *യുൾ ജിം* എന്ന ചിത്രമോ ഴാൻലുക്ക് ഗോദാർറിന്റെ ചിത്രങ്ങളിലേതെങ്കിലുമോ നിർമ്മി ക്കുകയെന്നത് വേറൊരു കാലഘട്ടത്തിൽ ആലോചിക്കാനേ കഴിയുമാ യിരുന്നില്ല. യഥാർത്ഥത്തിൽ സിനിമയിലെ ന്യൂവേവ് (പുതു തരംഗം) ചലച്ചിത്ര സാങ്കേതികവിദ്യയിലെ നവീകരണമില്ലാതെ ഉയർന്നുവരുമാ യിരുന്നോ എന്ന് സംശയമാണ്. സൗന്ദര്യശാസ്ത്രപരമായ ഘടകം മാത്ര മല്ല സാമ്പത്തികവശം കൂടി നാം പരിഗണിക്കേണ്ടതുണ്ട്. പുതു തരംഗ സംവിധായകർക്ക് പുതിയ പരീക്ഷണങ്ങൾ നടത്താൻ കഴിഞ്ഞത് ചിത്ര നിർമ്മാണത്തിന്റെ ചെലവ് കുറഞ്ഞതുകൊണ്ടു കൂടിയാണ്. ചെലവിൽ വന്ന ഈ കുറവ് പുതിയ ഉപകരണങ്ങളുടെ നേരിട്ടുള്ള സംഭാവനയാണ് താനും. സിനിമാചരിത്രത്തിലെ എല്ലാ കാലഘട്ടങ്ങളിലും പുതിയ ഉപക രണങ്ങളുടെ ആവശ്യം കലാകാരന്മാർക്ക് അനുഭവപ്പെട്ടിട്ടുണ്ട്. തന്റെ സൃഷ്ടിപരമായ പ്രവർത്തനത്തിന് സഹായകമാണെന്ന് തോന്നുന്ന പുതിയ കണ്ടുപിടുത്തങ്ങൾ വെളിയിൽ വരുമ്പോൾ കലാകാരൻ ആഹ്ലാദിക്കാറു മുണ്ട്. 1912 ൽ തന്നെ ഗ്രിഫ്ത് തന്റെ *ഇൻടോളറൻസ്* എന്ന സിനിമ നിർമ്മിച്ചുകൊണ്ടിരുന്ന കാലത്ത് ബാബിലോണിയൻ മദിരോത്സവത്തിന്റെ ദൃശ്യങ്ങൾ ഷൂട്ട് ചെയ്യുന്നതിന് ക്യാമറ വലിയ ഉയരത്തിൽനിന്നും താഴോട്ട് ഇറങ്ങി വരണമെന്ന് അദ്ദേഹത്തിന് തോന്നി. എന്നാൽ ഷൂട്ടിങ്ങിന് ക്രെയി നുകൾ ഉപയോഗിക്കുന്ന രീതി അക്കാലത്ത് ഉണ്ടായിരുന്നില്ല. പക്ഷേ, ഗ്രിഫിത് താൻ ഉദ്ദേശിച്ച സവിശേഷ പ്രഭാവം കിട്ടുന്നതിന് വേണ്ടി ബാബി ലോണിയൻ സെറ്റിനോട് അനുബന്ധിച്ച് ഉത്സവങ്ങളിലും മറ്റുമുള്ള പോലത്തെ ഒരു വലിയ കറങ്ങുന്ന ചക്രം സ്ഥാപിച്ച് അതിന്റെ ഒരു ഇരി പ്പിടത്തിൽ ക്യാമറ വച്ച് ഷൂട്ട് ചെയ്യുകയുണ്ടായി. മദിരോത്സവം തുടങ്ങി. ചക്രം കറങ്ങി. ഗ്രിഫിത്തിന് താൻ ഉദ്ദേശിച്ച ഇഫക്ടും കിട്ടി.

ഇവാൻ ദി ടെറിബിൾ എന്ന ചിത്രത്തെക്കുറിച്ച് എഴുതുമ്പോൾ സെർജി ഐൻസ്റ്റീൻ എങ്ങനെയാണ് തനിക്ക് പുതിയ കണ്ടുപിടുത്തമായ

28 മില്ലിമീറ്റർ ലെൻസിന്റെ സാദ്ധ്യത പഠിക്കാൻ കഴിഞ്ഞത് ഒരു ഭാഗ്യ മായിത്തീർന്നത് എന്ന് സൂചിപ്പിക്കുന്നുണ്ട്. താൻ നേരത്തെ കടലാസിൽ വരഞ്ഞു വച്ചിരുന്ന ദൃശ്യ പദ്ധതിയിൽ വിഭാവന ചെയ്തതിനോട് യോജിച്ചു നില്ക്കുന്ന സ്മാരകസദൃശമായ ശൈലീവല്ക്കരണം ചിത്ര ത്തിലെ ഇമേജുകൾക്ക് പകർന്നു നല്കാൻ ഈ ലെൻസിന്റെ ഉപയോഗം സഹായിച്ചു എന്ന് അദ്ദേഹം പറഞ്ഞിട്ടുണ്ട്. 1941 ൽ ഓർസൺ വെല്ലെസ് സിറ്റിസൺ കെയിൻ നിർമ്മിച്ചപ്പോൾ ഒരു വ്യവസായ പ്രമുഖന്റെ ജീവിത ത്തിലെ വിവിധ ഘട്ടങ്ങൾ ചിത്രീകരിക്കുന്നതിന്റെ തിരക്കഥാ രചനാ രീതിയുമായി ബന്ധപ്പെട്ട പ്രശ്നങ്ങൾക്കു പുറമെ നേരിട്ട പ്രധാന വെല്ലു വിളി ചിത്രത്തിലെ ഇമേജുകളിൽ നിഷ്കരുണമായ യഥാതഥ്യം എങ്ങനെ സന്നിവേശിപ്പിക്കാമെന്നതായിരുന്നു. അക്കാലത്ത് ക്യാമറമാന്മാർ ഉപയോ ഗിച്ചിരുന്ന ലെൻസുകളും പ്രകാശ വിന്യാസ രീതികളും (lighting) കൊണ്ട് താൻ ഉദ്ദേശിക്കുന്നത് നേടാൻ കഴിയില്ലെന്ന് അദ്ദേഹം മനസ്സിലാക്കി. അവ സാനം ക്യാമറമാനായ ഗ്രെഗ് ടോലൻഡ് പ്രത്യേകമായി തയ്യാറാക്കിയ ഒരു തീവ്ര വൈഡ് ആംഗിൾ ലെൻസ് ഉപയോഗിച്ചുകൊണ്ടാണ് പ്രശ്നം പരിഹരിച്ചത്. ഈ ലെൻസ് ഫോക്കസിന് കൂടുതൽ ആഴം (death) നല്കി യതോടൊപ്പം വിശദാംശങ്ങൾ കൂടുതൽ സൂക്ഷ്മതയോടെ ചിത്രീകരി ച്ചു. ഇതോടൊപ്പം കർക്കശമായ പ്രകാശവിന്യാസം കൂടി ചേർന്നപ്പോൾ അധികാരാസക്തനായ നായകന്റെ ചിത്രീകരണത്തിന് മിഴിവ് കൂട്ടുന്നത രത്തിൽ നാടകീയമായ യഥാതഥ്യം സ്ക്രീനിൽ സൃഷ്ടിക്കാൻ കഴിഞ്ഞു.

ആധുനിക സാങ്കേതികവിദ്യ ചലച്ചിത്രകാരന് അനേകം ഉപകരണ ങ്ങളുടെ സേവനം ലഭ്യമാക്കിയിട്ടുണ്ട്. അവ നല്ലതോ മോശമായതോ ആയ രീതികളിൽ ഉപയോഗിക്കാം. എന്നാൽ അവയെ തള്ളിക്കളയുന്നതോ പഴി ക്കുന്നതോ ശരിയല്ല. ഇവ മിക്കപ്പോഴും സമയവും അദ്ധ്വാനവും ലാഭി ക്കാൻ സഹായിക്കുന്നു. നേരത്തെ വളരെ ക്ലേശകരമായ സങ്കേതങ്ങൾ ഉപയോഗിച്ച് സൃഷ്ടിച്ചിരുന്ന ഇഫക്ടിനേക്കാൾ ഒട്ടും കുറഞ്ഞല്ല ഇവ നല്കുന്നത്. പത്ത് വർഷം മുൻപ് നീളത്തിലുള്ള പാളങ്ങളിൽ സ്ഥാപിച്ച് അതിൽക്കൂടി ട്രോളിയിൽ ഘടിപ്പിച്ച ക്യാമറ രണ്ട് പേരെ നിർത്തി തള്ളി ക്കൊണ്ട് പോയാൽ മാത്രം സൃഷ്ടിക്കാൻ കഴിഞ്ഞിരുന്ന ഇഫക്ടുകൾ ഇപ്പോൾ ഒരു ക്യാമറാമാന് തനിച്ച് തന്റെ സൂം ലെൻസിന്റെ ഒരു ചെറിയ കൈപ്പിടി ഒരിഞ്ച് നീക്കിയാൽ സൃഷ്ടിക്കാൻ കഴിയും.

ഭാവനാസമ്പന്നനായ ഒരു സംവിധായകന്റെ കൈയിൽ സൂം വളരെ ലളിതവും ഫലപ്രദവുമായ ഒരു ഉപകരണമായി മാറുന്നു. പക്ഷേ, വെറും പത്തു വർഷം മുൻപ് ന്യൂസ് റീലുകൾക്ക് വേണ്ടി പ്രധാനമായും സ്പോർട്സ് ചിത്രീകരണത്തിനായി മാത്രമാണ് 'സൂം' ഉപയോഗിക്കപ്പെ ട്ടിരുന്നത്. ഇവിടെ നാം കാണുന്നത് ഗ്രിഫിൽ ഉപയോഗിച്ച കറങ്ങുന്ന ചക്രത്തിന്റെ വിപരീതമാണ്. സാങ്കേതിക വിദഗ്ധൻ അനുയോജ്യമായ ഉപകരണങ്ങൾ നല്കിക്കഴിഞ്ഞു, എന്നാൽ അത് എങ്ങനെ ഫലപ്രദമായി ഉപയോഗിക്കാൻ പറ്റുമെന്ന് കലാകാരന് അറിഞ്ഞുകൂടാ.

(ദി ഹിന്ദുസ്ഥാൻ സ്റ്റാൻഡേർഡ്, പൂജാ പതിപ്പ്, 1965)

6
ചലച്ചിത്രത്തിന്റെ മാറുന്ന മുഖം

കഴിഞ്ഞ പത്തുവർഷത്തിനിടയിൽ സിനിമയിൽ വിപ്ലവകരമായ മാറ്റങ്ങളാണ് ഉണ്ടായിട്ടുള്ളത്. നിർഭാഗ്യവശാൽ ഈ പുതിയ തരം ചലച്ചിത്രങ്ങൾ നമ്മുടെ രാജ്യത്തെ വാണിജ്യ സിനിമാതിയേറ്ററുകളിൽ എത്താറില്ല. ഫിലിം സൊസൈറ്റികൾ വഴി ചില ചിത്രങ്ങൾ കാണാൻ ലഭിക്കാറുണ്ടെങ്കിലും ഫിലിം ഫെസ്റ്റിവലുകളിൽ പങ്കെടുക്കുന്നത് വഴിയാണ് എനിക്ക് ഇവയെപ്പറ്റി കൂടുതൽ അറിയാൻ കഴിഞ്ഞിട്ടുള്ളത്.

ഈ മാറ്റങ്ങളിൽ ചിലത് ബാഹ്യമായുള്ളതാണ്: ക്യാമറയും എഡിറ്റിങ്ങും മറ്റുമായി ബന്ധപ്പെട്ടത്. കഴിഞ്ഞ പത്തു വർഷത്തിനിടയിൽ അവതരിപ്പിക്കപ്പെട്ട പുതിയ യന്ത്രോപകരണങ്ങൾ ഇല്ലാതിരുന്നെങ്കിൽ ഈ മാറ്റങ്ങൾ പലതും ഉണ്ടാകുമായിരുന്നില്ല. പണ്ടത്തെക്കാളും കൈയിൽവച്ച് ഉപയോഗിക്കാൻ പറ്റുന്നതായി മാറി ക്യാമറകൾ. അതുകൊണ്ടു തന്നെ അവ വേഗത്തിൽ കൈകാര്യം ചെയ്യാൻ കഴിയുന്നു. ലൈറ്റിങ്ങിന് ഉപയോഗിക്കുന്ന ഉപകരണങ്ങൾ വിവിധോദ്ദേശ്യങ്ങൾ നിറവേറ്റുന്നതും കൊണ്ടു നടക്കാവുന്നതുമായി മാറിയിരിക്കുന്നു. ഇവയിൽ ചിലത് മേശയുടെ അറ്റത്തോ കസേരയുടെ പുറകിലോ കാറിന്റെ വാതിലിലോ മരത്തിന്റെ ചില്ലയിലോ ഒക്കെ ഘടിപ്പിച്ച് ഉപയോഗിക്കാമെന്നുള്ളതുകൊണ്ട് ഷൂട്ടിങ് വളരെ സൗകര്യപ്രദമായിരിക്കുന്നു. ചിത്രീകരിക്കപ്പെടുന്നതുമായുള്ള പൂർണ്ണസാദൃശ്യം എന്നത് ഇപ്പോൾ അതിശയം ഉളവാക്കുന്ന കാര്യമല്ല.

ആധുനിക ചലച്ചിത്രകാരൻ ഒരു പ്രധാനപ്പെട്ട തിരിച്ചറിവ് നേടിയിട്ടുണ്ട്. മനോഹരമായ പ്രതലം മഹത്തായ ഒരു സൃഷ്ടിക്ക് അനിവാര്യമല്ല. സംഗീതവും ചിത്രകലയും സാഹിത്യവുമെല്ലാം ബാഹ്യതലത്തിലുള്ള പൂർണ്ണതയ്ക്കുവേണ്ടിയുള്ള അന്വേഷണം എന്നേ കൈയൊഴിഞ്ഞതാണ്.

എന്നാൽ ചലച്ചിത്രകാരന്മാർ അത് അപൂർവ്വമായി മാത്രമേ കൈവിട്ടിരു ന്നുള്ളൂ. അടുത്തകാലത്താണ് ഒരു മാറ്റം കണ്ടുവരുന്നത്. യു എസ് എ യിൽ തുടക്കംകുറിച്ചേതും വളർത്തിയെടുക്കുന്നതുമായ ഫോട്ടോഗ്രാഫി നിയമങ്ങൾ അങ്ങനെ എളുപ്പം തകരില്ല. പക്ഷേ, കണ്ണിന് ഇമ്പം തരാത്ത ബാഹ്യപ്രകൃതിയുടെ ഉള്ളിലായിരിക്കാം സത്യമെന്നത് ആധുനിക ക്യാമ റാമാൻ തിരിച്ചറിയുന്നുണ്ട്. വൃത്തികെട്ട കൂരകൾക്ക് മേൽ പതിക്കുന്ന കടുത്ത വെയിലോ, ഒരു വ്യാവസായിക പട്ടണത്തിലെ ഇരുണ്ട വിരസത യിലോ, ദാരിദ്ര്യത്തിൽ മുങ്ങിയ ഒരു മുഖത്തിന്റെ ബാഹ്യരേഖകളിലോ ഒക്കെ ഇത് പ്രത്യക്ഷമാകാം.

ഇപ്പോൾ ചലച്ചിത്രങ്ങൾക്ക് സാഹിത്യം പോലെ തന്നെ വിശാലമായ ഒരു മൈതാനമുണ്ട്. അതായത് എഴുതപ്പെടുന്നതെന്തും ചിത്രത്തിലാക്കാ മെന്ന സ്ഥിതി വന്നിരിക്കുന്നു. പ്രമേയത്തിന്റെ വ്യാപ്തിയിലുണ്ടായ ഈ വികസനം പ്രതിഫലിപ്പിക്കുന്നത് അടുത്ത കാലത്ത് സിനിമയിൽ തന്നെ യുണ്ടായ ആന്തരിക മാറ്റത്തെയാണ്. ആധുനിക ചലച്ചിത്രങ്ങളിൽ മനു ഷ്യബന്ധത്തെപ്പറ്റി തുറന്ന രീതിയിലുള്ള അവതരണമുണ്ടാകുന്നതായി നമുക്കറിയാം. ഈ പ്രവണതയെ ഒരുപാട് പേർ വിമർശിക്കുന്നുമുണ്ട്. പ്രേക്ഷകർ അംഗീകരിക്കുമെങ്കിൽ, കഥയ്ക്ക് അനിവാര്യമെങ്കിൽ വെള്ളി ത്തിരയിൽ എന്തും പ്രദർശിപ്പിക്കാമെന്നാണ് എന്റെ അഭിപ്രായം. ഒരു ചിത്ര ത്തിലെ 'മറയില്ലാത്ത' ദൃശ്യങ്ങൾ കാണുമ്പോൾ തന്നെ നമുക്കറിയാം അത് കലാപരമായ കാരണങ്ങൾ കൊണ്ട് ഉൾപ്പെടുത്തിയതാണോ അതോ കലാബാഹ്യമായ ഗൂഢ താല്പര്യങ്ങൾ മൂലമാണോ എന്നത്. രണ്ടാമത്തെ വിഭാഗത്തിൽ പെട്ടതിനെ തള്ളിക്കളയുകയും ആദ്യത്തെ വിഭാഗത്തിൽ പെട്ടതിനെ അംഗീകരിക്കുകയും പ്രോത്സാഹിപ്പിക്കുകയും ചെയ്യണം.

ഇന്ത്യക്കാരായ നമ്മൾ പക്ഷേ, മുൻവിധികളുടെയും സാമൂഹ്യ വില ക്കുകളുടെയും കലയിൽ അനുവദനീയമായ സദാചാരത്തെയും സദാചാര വിരുദ്ധതയെപ്പറ്റിയുള്ള വക്രമായ ബോധത്തിന്റെയും പൊതുവെ വിദ്യാ ഭ്യാസം ഇല്ലാത്തതിന്റെ ഫലമായുള്ള ആസ്വാദനക്ഷമതക്കുറവിന്റെയും തടവിലാണ്. പാശ്ചാത്യ രാജ്യങ്ങളിലുണ്ടായ വികാസങ്ങളുടെ ഫലമായി നമ്മുടെ പല ചിത്രങ്ങളും – ഏറ്റവും മികച്ചവ പോലും – അവിടങ്ങളിലെ പ്രേക്ഷകർക്ക് പഴഞ്ചനായി തോന്നുമെന്നുള്ളത് അനിവാര്യമാണ്. ഇത് ഒഴിവാക്കാൻ കഴിയുന്നതല്ല. പ്രേക്ഷക സമൂഹമാണ് ഒരു രാജ്യത്തിന്റെ ചലച്ചിത്രങ്ങളെ രൂപപ്പെടുത്തുന്നത്. നമ്മുടെ രാജ്യത്തെ പ്രേക്ഷകരിലെ ഏറ്റവും മുമ്പിൽ നില്ക്കുന്ന വിഭാഗക്കാർ പോലും മുൻവിധികളിൽനിന്നും മുക്തരല്ല, സമകാലീന കലയെ എങ്ങനെ സമീപിക്കണമെന്ന കാര്യത്തിൽ പ്രാപ്തി നേടിയവരുമല്ല.

പക്ഷേ, ഇതിൽ നാം നിരാശരാവേണ്ടതില്ല. നമ്മുടെ സാമൂഹ്യ പരി തസ്ഥിതികൾ മൂലം ഒരു ഇന്ത്യൻ ചലച്ചിത്രകാരന് പഴയതും അംഗീകൃ തവുമായ ചില മൂല്യങ്ങളെ കൈയൊഴിയാനാവില്ല. വിശേഷിച്ച് പുതിയ തായി സ്വാതന്ത്ര്യം നേടി വളർന്നുകൊണ്ടിരിക്കുന്ന ഒരു രാജ്യത്തിന് പരീ

ക്ഷണങ്ങളുടെയും പരിവർത്തനത്തിന്റേതുമായ ഈ കാലഘട്ടത്തിൽ നന്മ
തിന്മകളെക്കുറിച്ചും ശരിതെറ്റുകളെക്കുറിച്ചും ധർമ്മാധർമ്മങ്ങളെക്കുറിച്ചു
മുള്ള ചില വിലപ്പെട്ട സങ്കല്പങ്ങളെ മുറുകെപ്പിടിക്കേണ്ടത് പ്രാധാന്യ
മുള്ള കാര്യം തന്നെയാണ്. എന്നാൽ ഇത് സൂക്ഷ്മ ഭാവനയെയോ കലാ
പരമായ ആർജ്ജവത്തെയോ ബലികഴിച്ചുകൊണ്ടാകരുത്. പാശ്ചാത്യാ
നുകരണക്രമത്തിൽ നമ്മുടേതായ പല കലകളും ജീവൻ നഷ്ടപ്പെട്ട് വേരു
കൾ പിഴുതെടുക്കപ്പെട്ട നിലയിലായിട്ടുണ്ട്. സിനിമയെങ്കിലും അതിന്റെ
ശുദ്ധിയും കരുണാർദ്രതയും നിലനിർത്തുമെന്നും അതേസമയം തന്നെ
ഒരു കലാരൂപത്തിന് സംഭവിക്കാവുന്ന ഏറ്റവും കടുത്ത വിപര്യയമായ
നിശ്ചലാവസ്ഥയിൽ വീഴാതിരിക്കുമെന്നും ഞാൻ പ്രതീക്ഷിക്കുന്നു.

7

യാഥാർത്ഥ്യത്തിന്റെ പ്രശ്നം

ജോൺ ഗ്രിഗേഴ്സൺ ഡോക്യുമെന്ററിക്ക് നല്കിയ നിർവ്വചനം 'യാഥാർത്ഥ്യത്തിന്റെ സർഗ്ഗപരമായ വ്യാഖ്യാനം' എന്നാണ്. ഈ നിർവ്വ ചനം തെറ്റായ ദിശയിലുള്ളതല്ലേ എന്ന സംശയം എനിക്കുണ്ട്. കാരണം ഇതിൽനിന്നും ഉടനെ വരുന്ന ചോദ്യം എന്താണ് യാഥാർത്ഥ്യം? തീർച്ച യായും ദൈനംദിന ജീവിതത്തിന്റെ സ്പർശവേദ്യമായ അംശങ്ങൾ മാത്ര മല്ല അത് രൂപപ്പെടുന്നത്. മികച്ച കഥാചിത്രങ്ങളിൽ ആവിഷ്കരിക്കപ്പെ ടുന്ന സൂക്ഷ്മവും സങ്കീർണ്ണവുമായ മനുഷ്യബന്ധങ്ങളും ഡോക്യുമെന്ററി നിർമ്മാതാക്കൾ അന്വേഷിക്കുന്ന മറ്റ് വശങ്ങളെപ്പോലെ തന്നെ യാഥാർത്ഥ്യത്തിന്റെ ഭാഗമാണ്. കെട്ടുകഥകളും ഐതിഹ്യങ്ങളും യക്ഷി ക്കഥകളും പോലും അന്വേഷിച്ചു പോയാൽ വേരുകൾ ഊന്നി നില്ക്കു ന്നത് യാഥാർത്ഥ്യത്തിലാണെന്ന് കാണാം. കൃഷ്ണൻ, രാവണൻ, അലാവുദീൻ, സിൻഡ്രല്ല, രാക്ഷസനെ കൊന്ന ജാക്ക് തുടങ്ങിയ വർക്കെല്ലാം യഥാർത്ഥ ജീവിതത്തിൽ മൂലരൂപങ്ങളുണ്ട്. അങ്ങനെ നോക്കു മ്പോൾ, നാടോടിക്കഥകളും ഐതിഹ്യങ്ങളും യാഥാർത്ഥ്യത്തിന്റെ സർഗ്ഗ പരമായ വ്യാഖ്യാനങ്ങൾ തന്നെയാണെന്ന് വരുന്നു. ശരിക്കു പറഞ്ഞാൽ എല്ലാ അമൂർത്ത കലാരൂപങ്ങളിലും വ്യാപരിക്കുന്ന കലാകാരന്മാരെല്ലാം ഗ്രിയേഴ്സൺ ഡോക്യുമെന്ററി ചിത്ര നിർമ്മാതാക്കൾക്കുമാത്രമായി ചാർത്തിക്കൊടുത്ത ആ അന്വേഷണത്തിലാണ്.

നമുക്ക് ചില ഉദാഹരണങ്ങളിലൂടെ യാഥാർത്ഥ്യം എന്ന പ്രശ്നത്തി ലേക്ക് കൂടുതൽ ആഴത്തിലിറങ്ങിനോക്കാം.

പോതെംകിൻ 1905 ൽ റഷ്യയിലുണ്ടായ ഒരു നാവികകലാപത്തെ കുറിച്ചുള്ള ചിത്രമാണ് പ്രത്യക്ഷത്തിൽ. അതിന്റെ ചിത്രീകരണത്തിൽ ഐസൻസ്റ്റീൻ രേഖപ്പെടുത്തിയ വസ്തുതകളിൽ നിന്നും വലിയ വ്യതി ചലനങ്ങൾ നടത്തിയിരുന്നു. ആ ചിത്രത്തിലെ ഓർമ്മയിൽ തങ്ങി

നില്ക്കുന്ന പല വിശദാംശങ്ങളും ഭാവനയിൽ സൃഷ്ടിക്കപ്പെട്ടതാണ്. വെള്ള കൊസാക്ക് പട്ടാളം നടത്തിയ കൂട്ടക്കൊലകൾ യഥാർത്ഥത്തിൽ ഒഡേ സ്സയിലെ പടവുകളിൽ ആയിരുന്നില്ല സംഭവിച്ചത്. അതായത് ആ ചിത്ര ത്തിലെ ഏറ്റവും പ്രസിദ്ധമായ ദൃശ്യങ്ങളിലൊന്നിന്റെ ചിത്രീകരണം പോലും ഭാവനാസൃഷ്ടിയാണെന്ന് കാണാം. കൂടാതെ ഐസൻസ്റ്റീൻ ഈ ചിത്രത്തിന്റെ ചട്ടക്കൂടായി ഉപയോഗിച്ചത് അഞ്ചു രംഗങ്ങളുള്ള ഗ്രീക്ക് നാടകത്തിന്റെ രൂപമാണ്; എങ്കിലും ചിത്രീകരണസമയത്ത് അദ്ദേഹം ഡോക്യുമെന്ററിയുടെ രീതികളാണ് സ്വീകരിച്ചത്.

പോതെംകിൻ വസ്തുകഥനമാണോ ഭാവനയാണോ? അതോ രണ്ടി നുമിടയിലാണോ? എന്റെ അഭിപ്രായത്തിൽ ആ ചിത്രം ഒരു ചരിത്രസംഭ വത്തിന്റെ വസ്തുതാപരമായ ചിത്രീകരണമായി വിലയിരുത്താൻ കഴി യില്ല. എന്നാൽ ഒരു നാവികകലാപത്തിന്റെ സർഗ്ഗപരമായ വ്യാഖ്യാനം എന്ന നിലയിൽ ന്യായമായ സ്ഥാനം ആ കലാ സൃഷ്ടിക്കുണ്ടാകും.

തെക്കൻ സമുദ്രത്തിലെ ദ്വീപുകളിൽ ഡോക്യുമെന്ററി നിർമ്മാണ ത്തിനായി പോയപ്പോൾ ഫ്ളാഹർട്ടി കണ്ടത് അവിടത്തെ തദ്ദേശീയരായ സ്ത്രീകൾ പുല്ലുകൊണ്ടുള്ള പാവാടയൊക്കെ ഉപേക്ഷിച്ച് പരുത്തി വസ്ത്ര ങ്ങൾ ധരിച്ചുതുടങ്ങിയതാണ്. ഇത് താഹിതിയിലെ സ്ത്രീകളെപ്പറ്റി അദ്ദേ ഹത്തിനുണ്ടായിരുന്ന കാല്പനികമായ മുൻധാരണകളുമായി ഒത്തു പോകാത്തതിനാൽ സിനിമയിൽ അവർക്ക് ധരിക്കുന്നതിന് വേണ്ടി പുല്ലു കൊണ്ടുള്ള പാവാടകൾ തന്നെ അദ്ദേഹം ഉണ്ടാക്കിച്ചു. അതായത് *മോന* എന്ന ചിത്രത്തിലെ 'യാഥാർത്ഥ്യ'മെന്നു പറയുന്നത് താഹിതിയെപ്പറ്റി ഫ്ളാഹാർട്ടിക്കുണ്ടായിരുന്ന പൂർവ്വകല്പനയുടെ അടിസ്ഥാനത്തിലുള്ള ആത്മനിഷ്ഠമായ യാഥാർത്ഥ്യമാണ്, അല്ലാതെ ഫ്ളാഹാർട്ടിയുടെ കാലത്തെ താഹിതിയിലെ ജീവിതത്തിന്റെ ഒരു യഥാർത്ഥ ചിത്രമല്ല.

ടെലിവിഷന്റെ വ്യാപനത്തിന്റെയും യഥാതഥ സിനിമ (Cinema vertie)യുടെയും സമാനമായ മറ്റു ചലച്ചിത്രനിർമ്മാണ സ്കൂളുകളുടെയും സ്വാധീനത്തിന്റെ ഫലമായി പൂർവ്വകല്പന എന്ന സങ്കല്പം തന്നെ വഴി മാറുകയാണ്. ഒരു പ്രമേയത്തിന്റെ ഹൃദയത്തിലേക്ക് നേരിട്ട് ചാടിയിറ ങ്ങുകയെന്നതാണ് ഇപ്പോഴത്തെ രീതി. സാധാരണ കാണാറുള്ള ഒരു രീതി ഏതെങ്കിലും ഒരു വ്യക്തി (മിക്കവാറും ഒരു പ്രശസ്ത വ്യക്തി)യുടെ പുറ കെ, ഇടതടവില്ലാതെ ക്യാമറയും മൈക്രോഫോണുമായി നടന്ന് അയാ ളുടെ വാക്കും പ്രവൃത്തിയുമെല്ലാം നിസ്സാരമായതും ഗൗരവമുള്ളതും ചിത്രീകരിക്കുകയെന്നതാണ്. ഷൂട്ട് ചെയ്ത ഭാഗങ്ങളെല്ലാം പിന്നീട് അനു യോജ്യമായ വിധത്തിൽ തെരഞ്ഞെടുത്ത് കൂട്ടിച്ചേർത്ത് യുക്തിയുക്ത മാക്കി തീർക്കുന്നു. ഈ സമ്പ്രദായം സ്വാഭാവികമായും ചില സംശയ ങ്ങൾ ഉയർത്തുന്നു.

അപരിഷ്കൃതരായ ജനവിഭാഗങ്ങളോ എന്തെങ്കിലും ആഘാതമേറ്റ വരോ അങ്ങേയറ്റം ലഹരിയിലായവരോ ഒഴിച്ച് മറ്റൊരാൾക്കും തങ്ങളുടെ തലയ്ക്കു ചുറ്റുമായി പ്രവർത്തിച്ചുകൊണ്ട് ആവശ്യപ്പെടാതെ തന്നെ

ഓരോ വാക്കും പ്രവൃത്തിയും ഭാവിതലമുറയ്ക്ക് വേണ്ടി ചിത്രീകരിച്ചുവ യ്ക്കുന്ന ഉപകരണങ്ങളെപ്പറ്റി ബോധമില്ലാതെ പെരുമാറാൻ കഴിയില്ല. ശ്രമിച്ചാൽ ഒരുപക്ഷേ നിസ്സംഗത നടിക്കാൻ കഴിഞ്ഞേക്കും. അത് നന്നായി ചെയ്താൽ അയാൾ ഒരു നല്ല നടനാണെന്ന് വിലയിരുത്താം. അങ്ങനെ ചെയ്യാൻ കഴിഞ്ഞില്ലെങ്കിൽ, അതായത് ആത്മബോധം മറച്ചുവയ്ക്കാൻ പറ്റിയില്ലെങ്കിൽ കള്ളി വെളിച്ചത്തായതു തന്നെ. രണ്ടിൽ ഏത് വിധത്തി ലായാലും ഒരു തരത്തിലുള്ള അഭിനയം വേണ്ടിവരുന്നു എന്നതുതന്നെ യാഥാർത്ഥ്യത്തെക്കുറിച്ചുള്ള അവകാശവാദത്തിൽ സംശയത്തിന്റെ നിഴൽ വീഴ്ത്തുന്നു.

മുഖാമുഖ സങ്കേതം മറ്റു പ്രശ്നങ്ങളും സൃഷ്ടിക്കുന്നുണ്ട്. ഇന്റർവ്യൂ ചെയ്യപ്പെടുന്ന ആൾ സത്യസന്ധമായ പ്രസ്താവനയാണ് നടത്തുന്ന തൊന്നും ക്യാമറയ്ക്കുമുമ്പിൽ പറയേണ്ട ശരി എന്തായിരിക്കണമെന്ന മുൻ ധാരണയോടെയല്ല പറഞ്ഞതെന്നും എങ്ങനെ ഉറപ്പിക്കാം? സംഭവ സ്ഥലത്തു നടക്കുന്ന മുഖാമുഖങ്ങളിൽനിന്നും ക്യാമറയുടെയും മൈക്രോ ഫോണിന്റെയും മുന്നിൽ ആളുകൾ എങ്ങനെ പെരുമാറുന്നു, എങ്ങനെ സംസാരിക്കുന്നു എന്നതിനെപ്പറ്റി ഗണ്യമായ പലതും മനസ്സിലാക്കാൻ പറ്റുമെന്നാണ് എന്റെ അഭിപ്രായം. പകുതി തവണയും അവർ പറയുന്ന തൊന്നും സത്യമല്ല എന്ന് വിശ്വസിക്കാനാണ് എനിക്ക് തോന്നാറുള്ളത്? പക്ഷേ, എല്ലാ തവണയും അവർ പറയുന്ന രീതി എങ്ങനെയാണെന്നത് എനിക്ക് താല്പര്യമുളവാക്കുന്ന കാര്യമാണ്.

കലാകാരന്മാരുടെ കണ്ണിൽക്കൂടി ദർശിക്കപ്പെട്ട വിശദാംശങ്ങളിൽ നിന്നാണ് സിനിമയിലെ സത്യത്തിന്റെ സൂക്ഷ്മമായ വെളിപ്പാടുകൾ നമുക്ക് ലഭിക്കുന്നത്. ഭാവുകത്വമുള്ള ഒരു കലാകാരന്റെ യാഥാർത്ഥ്യത്തോ ടുള്ള വൈയക്തികമായ സമീപനമാണ് അന്തിമവിശകലനത്തിൽ പ്രാധാ ന്യമുള്ള കാര്യം: ഇത് ഡോക്യുമെന്ററികളുടെയും ഫീച്ചർ ചിത്രങ്ങളു ടെയും കാര്യത്തിൽ ഒരുപോലെ ബാധകമാണ്. വിശദാംശങ്ങൾ രണ്ടി നെയും യാഥാർത്ഥ്യത്തോട് അടുപ്പിക്കുന്നു. അതേസമയം ക്യാമറയും മൈക്രോഫോണും എത്രമാത്രം യാഥാർത്ഥ്യപ്രതീതി സൃഷ്ടിക്കാൻ ശ്രമി ച്ചാലും വിശദാംശങ്ങളുടെ പോരായ്മ രണ്ടിനെയും മൃതവസ്തുവാക്കു ന്നു. എനിക്ക് സുഖ്ദേവിന്റെ ഇന്ത്യ 67 ഇഷ്ടമാണ്. അതിൽ ചിത്രീകരിക്ക പ്പെട്ടിരിക്കുന്ന ദാരിദ്ര്യവും സമൃദ്ധിയും തമ്മിലും സൗന്ദര്യവും വൃത്തി കേടും തമ്മിലും ആധുനികതയും പ്രാകൃതത്വവും തമ്മിലുള്ള വിശാല മായതും പെരുമ്പറ കൊട്ടുന്നതുമായ അന്തരത്തിന്റെ പേരിലല്ല-അവയെത്ര മനോഹരമായി ഷൂട്ട് ചെയ്ത് എഡിറ്റ് ചെയ്തിട്ടുണ്ടെങ്കിലും അതിലെ വിശദാംശങ്ങളാണ് എന്നെ ആകർഷിക്കുന്നത്. ചുട്ടുപഴുത്ത മണ ലിൽക്കൂടി ഇഴയുന്ന കറുത്ത വണ്ടും പാർക്ക് ചെയ്ത സൈക്കിളിൽ മൂത്ര മൊഴിക്കുന്ന തെരുവുനായയും സംഗീതജ്ഞന്റെ മൂക്കിന്റെ തുമ്പത്ത് തങ്ങി നില്ക്കുന്ന വിയർപ്പുകണവും.

(ഫിലിംസ് ഡിവിഷൻ 20-ാം വാർഷിക ലഘുലേഖ, 1969)

8

ഉറക്കം കെടുത്തുന്ന ആശങ്കകൾ

ഇന്നത്തെ പാശ്ചാത്യ ലോക സിനിമ മൊത്തത്തിൽ നിരാശാജന കമായ ഒരു പ്രദർശനമാണ്. അത് പ്രധാനമായും ദോഷൈകദൃക്കുകളും വിഗ്രഹഭഞ്ജകരുമായി മാറിയ യുവത്വത്തിന്റെ സിനിമയായി മാറിയിരി ക്കുന്നു. ഒന്നും വിശുദ്ധമല്ല എന്ന നിലയായിരിക്കുന്നു. അംഗീകൃത നിയ മങ്ങൾ പരിഹാസ്യവും ലംഘിക്കപ്പെടേണ്ടതുമാണ് എന്ന ധാരണ വളർന്നി രിക്കുന്നു. ജീവിതത്തോടുള്ള മനോഭാവത്തിന്റെ കൃത്യമായ ഒരു പ്രതി ഫലനം തന്നെയാണ് കലയോടുള്ള മനോഭാവത്തിലും കാണുന്നത്. സിനിമയിലാകട്ടെ ഇതിവൃത്തവും വ്യാകരണവും യുക്തിയുമെല്ലാം വലി ച്ചെറിയപ്പെടേണ്ടവയായി. അതോടൊപ്പം വ്യക്തതയും സമഗ്രതയും വിശ്വാ സ്യതയുമെല്ലാം അപ്രത്യക്ഷമായി.

ഇത് ചലച്ചിത്രകാരന്മാരെ സംബന്ധിച്ചിടത്തോളം രൂക്ഷമായ പ്രത്യാ ഘാതങ്ങൾ ഉണ്ടാക്കുന്നതല്ലേ? അവരെല്ലാം തൊഴിൽ നിർത്തി വീട്ടിൽ പോകണോ? വേണ്ട, അതിന്റെ ആവശ്യമില്ല. അതാണ് ഈ കുഴപ്പം പിടിച്ച കാലത്തിന്റെ സൗകര്യം. അംഗീകൃത പാരമ്പര്യങ്ങളോടൊപ്പം പണ്ട് നിഷി ദ്ധമെന്ന് കരുതിയ പല കാര്യങ്ങളും ഉപേക്ഷിക്കപ്പെട്ടിരിക്കുന്നു. അതാ യത് രൂപത്തെയും ആശയങ്ങളെപ്പറ്റിയുമുള്ള അഴകൊഴമ്പൻ ചിന്താക്കു ഴപ്പത്തിനൊപ്പം അല്പം അനിയന്ത്രിത ലൈംഗികതകൂടി ചേർത്താൽ മതി പ്രേക്ഷകരെ ആകർഷിക്കാനും ബോക്സ് ഓഫീസ് വിജയം ഉറപ്പിക്കാനും കഴിയുമെന്നായിരിക്കുന്നു. ശ്രദ്ധിക്കേണ്ട ഒരു കാര്യം ശിഥിലരൂപമെന്നും വിപ്ലവാത്മകമെന്നും ഒക്കെ വിളിക്കപ്പെടുന്ന ഈ ചിത്രങ്ങളിലെ ലൈംഗി കോദ്ദീപന രംഗങ്ങളൊന്നും ഒട്ടും ശിഥിലമായല്ല ചിത്രീകരിക്കപ്പെട്ടിരി ക്കുന്നത്. പ്രേക്ഷകരുടെ ലൈംഗിക തൃഷ്ണയെ ഉണർത്താനുള്ള അവ യുടെ ലക്ഷ്യത്തിന് ഒട്ടും കുറവ് വരരുതെന്ന് ചലച്ചിത്രകാരൻ നിർബന്ധ

മുണ്ടെന്ന് വ്യക്തം.

മാധ്യമത്തിന്റെ പ്രകൃതം

ഒരു കണക്കിന് കുറ്റം ഈ മാധ്യമത്തിന്റെ പ്രകൃതത്തിൽ തന്നെ യാണ്. നിങ്ങൾ കുറെ വാക്കുകൾ തോന്നിയപോലെ എടുത്ത് ചേർത്ത് വച്ചാൽ കിട്ടുക അസംബന്ധമായിരിക്കും. വാക്കുകളുടെ അർത്ഥമറിയാ വുന്ന ആർക്കും എളുപ്പത്തിൽ ഇത് പിടികിട്ടും. എന്നാൽ പരസ്പരബന്ധ മില്ലാത്ത ചലിക്കുന്ന ചിത്രങ്ങൾ ചേർത്തുവച്ചാൽ ലഭിക്കുന്ന സെല്ലു ലോയ്ഡ് കഷണത്തിൽ ഉദാത്തമായ എന്തോ ഒന്ന് ഒളിഞ്ഞിരിപ്പുണ്ടെന്ന് വ്യാഖ്യാനിക്കാൻ പലരെയും കിട്ടും. സമകാലിക യാഥാർത്ഥ്യമാകട്ടെ സിനിമയാക്കാൻ കാത്തുകിടക്കുന്നു. അത് ചെയ്യാനും ചെയ്യുന്നതിന് പ്രാധാന്യമുണ്ടെന്ന് കാണിക്കാനും ഒരു ഗോദാർദിനേ കഴിയൂ. പക്ഷേ, ഗോദാർദിന് സിനിമ അസ്ഥിയിൽ പിടിച്ചതാണ്: ഗോദാർദിന് പുതിയത് സൃഷ്ടിക്കാനായി നശിപ്പിക്കാനറിയാം. കാരണം അദ്ദേഹത്തിനറിയാം എന്താണ് നശിപ്പിക്കുന്നതെന്നും പകരം എന്താണ് ഉണ്ടാക്കേണ്ടതെന്നും. അതുപോലെതന്നെ ഒരു കലാകാരന് ഉപേക്ഷിക്കാൻ വയ്യാത്ത ഗുണമായ നിർമമതയും അദ്ദേഹത്തിനുണ്ട്.

മറ്റുള്ളവരിൽ ട്രൂഫോയും അലെയ്ൻ റെനെയും നശീകരണത്തിനും സംരക്ഷണത്തിനും ഇടയിൽ ചാഞ്ചാടുന്നവരാണ്. മറ്റു ചിലരുണ്ട് ഇൻഗ്മാർ ബർഗ്മാനെപ്പോലെ, മാറ്റിയെടുക്കാവുന്ന ഒരു രൂപത്തിന്റെ പരിമിതികൾക്കു ള്ളിൽ നിന്നുകൊണ്ട് അതിനെ തങ്ങളുടെ ഇതിവൃത്തത്തിനും ചേരുന്ന വിധത്തിൽ നീട്ടുകയും ഉരുട്ടിയെടുക്കുകയും ചെയ്തുകൊണ്ട് വ്യക്ത തയ്ക്കു വേണ്ടി പ്രയത്നിക്കുന്നു.

ബംഗാൾ ചലച്ചിത്ര മേഖലയിലാകട്ടെ അടുത്തു കാലത്തുണ്ടായ അസുഖകരമായ പ്രവണതകൾ അതിന്റെ ചരിത്രത്തിലെ ഏറ്റവും കറുത്ത അദ്ധ്യായങ്ങളാണ് എഴുതിച്ചേർത്തിരിക്കുന്നത്. ഹീനമായ വിശദാംശങ്ങ ളിലേക്ക് പോകേണ്ട കാര്യമില്ല. ഏറ്റവും ദുഃഖകരമായ സംഗതി സംഘർഷ ങ്ങൾക്കും മുദ്രാവാക്യം വിളികൾക്കും പരസ്പരം ചെളിവാരി എറിയലിനും ഇടയിൽ ഒരിക്കൽപ്പോലും സിനിമ ഒരു കലാരൂപമാണെന്നകാര്യം പരാ മർശിക്കപ്പെട്ടില്ല. നിർമ്മാതാക്കളുടെയും വിതരണക്കാരുടെയും സിനിമാ തിയേറ്ററുകാരുടെയും കുറിപ്പുകളെപ്പറ്റിയും താരവ്യവസ്ഥയെപ്പറ്റിയും ഉയർന്ന ബജറ്റിനെപ്പറ്റിയും വമ്പൻ ചിത്രങ്ങളെയും ചെറിയ ചിത്രങ്ങ ളെയും പറ്റിയും ബ്ലാക്ക് മണിയെപ്പറ്റിയും എല്ലാം പറഞ്ഞു. എന്നാൽ ഒര ക്ഷരം പോലും പറയാത്ത കാര്യം സിനിമയെന്നത് ഒരു കലയാണെന്നും അതിലൂടെ കവി കവിതയെഴുതുന്നതുപോലെയും ചിത്രകാരൻ പെയിന്റ് ചെയ്യുന്നതു പോലെയും ഒരു കലാകാരൻ തന്റെ സർഗ്ഗാത്മക സൃഷ്ടി നടത്തുകയാണെന്നതുമാണ്. ഗൗരവമുള്ളതും കലാമൂല്യമുള്ളതുമായ ചിത്രങ്ങൾ ലോകത്തിന്റെ ഈ കോണിലും നിർമ്മിക്കപ്പെട്ടിട്ടുണ്ടെങ്കിലും

വളരെക്കുറച്ച് പേർ മാത്രമേ—പൊതുജനങ്ങളെയല്ല ഞാൻ ഉദ്ദേശിക്കു ന്നത് ചലച്ചിത്ര നിർമ്മാണവുമായി ബന്ധപ്പെട്ടവരെയാണ് - സിനിമയെ ഒരു കലയായി കാണുന്നുള്ളൂ എന്ന യാഥാർത്ഥ്യം അംഗീകരിക്കേണ്ട സ്ഥിതിയാണിത്.

എവിടെപ്പോയി ചലച്ചിത്ര നിരൂപകർ?

പിന്നെ ആർക്കുവേണ്ടിയാണ് കലാകാരൻ സൃഷ്ടി നടത്തുന്നത്? കല യുടെ യഥാർത്ഥമായ ആസ്വാദനത്തിന്റെ കാര്യത്തിൽ വിശാലമായ പൊതുജനത്തെ ഗണ്യമായി ആശ്രയിക്കാനാവില്ല. ജനങ്ങൾ അവർക്ക് ആഹ്ലാദം തരുന്നത് എന്താണോ അത് പോയി കാണും; ഗൗരവമുള്ള കല തന്നെ വേണമെന്നു നിർബ്ബന്ധമൊന്നും അവർക്കില്ല. അപ്പോൾ ആരാണ് കലാകാരന് സർഗ്ഗസൃഷ്ടി നടത്താനുള്ള പ്രചോദനം നല്കു ന്നത്? തീർച്ചയായും ആരാധകരായ സുഹൃത്തുക്കളുടെ ഒരു കൂട്ടം മാത്ര മല്ല. എന്താണ് നിരൂപകരുടെ സ്ഥിതി? ദിനപത്രങ്ങളിൽ എഴുതുന്നവർ ആദ്യമേതന്നെ സമ്മതിക്കും അവർക്ക് ഒരു ചിത്രത്തെപ്പറ്റി മനസ്സിൽ തോന്നുന്ന കാര്യം എഴുതാൻ സ്വാതന്ത്ര്യമില്ല എന്ന്. ഇത് മിക്കവാറും എല്ലാ രാജ്യങ്ങളിലെയും പത്രങ്ങളിലെഴുതുന്ന നിരൂപകരുടെ കാര്യത്തിൽ ശരിയാണ്. മാത്രവുമല്ല പെട്ടെന്ന് തന്നെ ചെയ്ത് തീർക്കേണ്ട ഒരു ജോലി യെന്ന നിലയിൽ അവർക്ക് ഗൗരവപൂർണ്ണമായ ഒരു കലാസൃഷ്ടിയോട് നീതി പുലർത്താൻ കഴിയുമെന്ന് പ്രതീക്ഷിക്കുക വയ്യ. എന്നാൽ വാരിക കളിലും മാസികകളിലും എഴുതുന്നവർ കുറച്ചുകൂടി സ്വാതന്ത്ര്യ മുള്ളവരാണ്. അവരിൽ ചിലർ സ്വന്തമായി ഈ രംഗത്ത് ഖ്യാതി നേടിയ വരുമാണ്. ഇവരിൽപ്പെട്ട ഒരു സൂക്ഷ്മദൃഷ്ടിയുള്ളയാളെന്ന് ആക്ഷേപി ക്കപ്പെടുന്ന നിരൂപകൻ എന്റെ കഴിഞ്ഞ ചിത്രമായ *ഗുപി ഗൈനേ ബാഗ വൈനേ* കണ്ടിട്ട് പറഞ്ഞു അത് സംവിധായകൻ ബോക്സ് ഓഫീസ് വിജയം നേടാനായി വിട്ടുവീഴ്ചകൾ ചെയ്തതിന്റെ വ്യക്തമായ ലക്ഷണ ങ്ങളുള്ള ചിത്രമാണെന്ന്. ഇത് പറഞ്ഞത് തികച്ചും നൂതനമായ ഒരു ആഖ്യാന ശൈലി കൊണ്ടുവന്നതും ശരത് ചന്ദ്ര ചാറ്റർജിയെപ്പോലെ പ്രസിദ്ധനല്ലാത്ത ഒരു എഴുത്തുകാരന്റെ അറിയപ്പെടാത്ത ഒരു കഥയെ ആസ്പദമാക്കിയതും താരങ്ങളെ ഉപയോഗിക്കാത്തതും രണ്ട് മുഖ്യക ഥാപാത്രങ്ങളെ അവതരിപ്പിക്കാനായി ഒട്ടും കേട്ടിട്ടില്ലാത്ത ഒരു കലാകാ രനെയും താരതമ്യേന അറിയപ്പെടാത്ത മറ്റൊരു കലാകാരനെയും നിയോ ഗിച്ചതും ഒരുപക്ഷേ, ഇതാദ്യമായി സിനിമയ്ക്ക് അനുയോജ്യമായ വിധ ത്തിൽ ഗാനങ്ങളെ ഉപയോഗിച്ചതും ഏഴ് മിനിറ്റ് നീണ്ട മിക്കവാറും അമൂർത്തമായ തികച്ചും അപരിചിതമായതും അമൂർത്തമായി ദക്ഷിണേ ന്ത്യൻ താളവാദ്യത്തിനൊപ്പിച്ചുള്ളതുമായ നൃത്തം അവതരിപ്പിച്ചതും സർവ്വോപരി പ്രണയമോ വൈകാരികരംഗങ്ങളോ ഇല്ലാത്തതും അവസാ നരംഗത്തിൽ അഞ്ച് മിനിറ്റ് നേരത്തേക്ക് മാത്രം രണ്ട് സ്ത്രീകൾ പ്രത്യക്ഷ

പ്പെടുന്നതുമായ ഒരു ചിത്രത്തെക്കുറിച്ചാണെന്നതാണ് വിശേഷം. ഒരു നിരൂ പകരന് എത്രമാത്രം സൂക്ഷ്മവേദിയാകാൻ പറ്റും?

ഭീകരമായ ആശങ്കകൾ

ഒരു ചിത്രം നിർമ്മിക്കുന്ന സമയത്ത് നേരിടേണ്ടിവരുന്നവയുമായി താരതമ്യപ്പെടുത്തുമ്പോൾ ഈ സംഭവം വലിയ കാര്യമല്ല. പൂനെയിലെ ഫിലിം ഇൻസ്റ്റിറ്റ്യൂട്ട് കൊല്ക്കത്തയിലെ ഏത് സ്റ്റുഡിയോയേക്കാളും നല്ല ഉപകരണങ്ങൾകൊണ്ട് സമ്പന്നമാണ്. ഇത്തരം ഒരവസ്ഥ വരേണ്ട ഒരു കാര്യവുമില്ല. താല്പര്യക്കുറവിന്റെ ഉത്തമ ഉദാഹരണമാണിത്. ഇവിടെ ഒരു ഷോട്ടെടുക്കുമ്പോൾ ഇടയിൽവച്ച് സ്വാഭാവികമെന്നോണമേ വോൾട്ടേജ് കുറഞ്ഞതുമൂലമോ ലൈറ്റുകൾ, മങ്ങിക്കത്തുമോ എന്ന ആശ ങ്കയിലാണ് സംവിധായകൻ; ട്രോളിയിൽ കൂടി ക്യാമറ ഉരുളുമ്പോൾ സ്റ്റുഡിയോ ഫ്ളോറിലെ ഏതെങ്കിലും കുഴിയിൽ വീണ് ക്യാമറ കറങ്ങി ത്തിരിഞ്ഞ് ഷോട്ട് നശിപ്പിക്കുമോ എന്ന് വീർപ്പടക്കി നില്ക്കുകയാണ്. ഷൂട്ടിങ്ങിനിടയിൽ അപ്രതീക്ഷിതമായി എവിടെ നിന്നെങ്കിലും ഒരു വലിയ ആൾക്കൂട്ടം ചാടിവീഴുമോ എന്ന ആധിയിലാണ് (ബീഹാറിലെ വനാന്ത രങ്ങളിൽ പോലും ഇങ്ങനെ സംഭവിച്ചിട്ടുണ്ട്) – അവർ തമാശ കാണാൻ വരികയാണ് (ഷൂട്ടിങ് എന്നാൽ ഒരു നിർമ്മാണ പ്രവൃത്തിയാണെന്ന് ആര റിഞ്ഞു?) ഫിലിം പ്രോസസ് ചെയ്തു കൊണ്ടിരിക്കുമ്പോൾ അശ്രദ്ധ കൊണ്ട് മാത്രം അത് കേടായിപ്പോകുന്ന അവസ്ഥ ഉണ്ടാകരുതേ എന്ന ആശങ്കയിലാണ്; എഡിറ്റിങ് സമയത്ത് എപ്പോഴാണ് പൊട്ടിപ്പൊളിഞ്ഞ മൂവിയോള പ്രതികാരദാഹിയായി എഡിറ്ററുടെ നേരെ തിരിഞ്ഞ് ഫിലി മിനെ കഷണങ്ങളായി പിച്ചിച്ചീന്തിയെറിയുക എന്നോർത്ത് ആകുലപ്പെ ടുകയാണ് സംവിധായകൻ. ചലച്ചിത്രകാരന്മാർക്ക് ഹൃദയസംബന്ധമായ അസുഖം പിടികൂടുന്നതിൽ അത്ഭുതമില്ല.

(ഫിലിം വേൾഡ്, 1970)

9

ഒരു ചലച്ചിത്രം അതിന്റെ ലക്ഷ്യം സാക്ഷാൽക്കരിക്കണം

പഠനം കഴിഞ്ഞ് ഡിപ്ലോമ ലഭിക്കുന്ന ചലച്ചിത്ര വിദ്യാർത്ഥികളെ ഞാൻ അഭിസംബോധന ചെയ്ത് സംസാരിക്കുന്നതിൽ അല്പം അനൗ ചിത്യമുണ്ടെന്ന് ഞാൻ വിചാരിക്കുന്നു. നിങ്ങൾക്ക് ലഭിച്ചതു പോലുള്ള ഒരു വിദ്യാഭ്യാസം എനിക്ക് ലഭിച്ചിട്ടില്ല എന്നതു മാത്രമല്ല കാരണം, നീണ്ട കാലമായി ഫിലിം സ്കൂളുകളെപ്പറ്റി നല്ല അഭിപ്രായമില്ലാത്ത ഒരാളാണ് എന്നതുകൊണ്ടുകൂടിയാണ്. ഈ മോശം അഭിപ്രായം ഞാൻ ചലച്ചിത്ര രംഗത്ത് എത്തുന്നതിന് മുൻപുതന്നെ ഉണ്ടായിരുന്നു എന്നതാണ് വാസ്തവം. അത് പിന്നീട് എന്നെപ്പോലെ തന്നെ ഫിലിം സ്കൂളിൽ പോയി പഠിച്ചിട്ടില്ലാത്ത ആൾക്കാരുമായി ചേർന്ന് ജോലിചെയ്ത അനുഭവത്തിന്റെ അടിസ്ഥാനത്തിൽ ശക്തമായി.

എന്റെ സുഹൃത്ത് ഗിരീഷ് കർണ്ണാട് എന്നോട് ഇവിടെ വന്ന് വിദ്യാത്ഥികളുടെ ബിരുദദാനച്ചടങ്ങിൽ സംസാരിക്കണമെന്ന് ആവശ്യപ്പെ ട്ടപ്പോൾ ഞാൻ അല്പം കുറ്റബോധത്തോടെ അതിന് സമ്മതിക്കുകയാ യിരുന്നു. എന്നെ ഇതിനു മുൻപ് സംസാരിക്കാൻ ക്ഷണിച്ചപ്പോഴെല്ലാം അത് ഞാൻ നിരസിക്കുകയായിരുന്നു. ഇപ്പോൾ എന്റെ കടുംപിടുത്തം ഉപേക്ഷിക്കേണ്ട സമയമായി എന്നെനിക്ക് തോന്നി. പിന്നീടാണ് എനിക്ക് മനസ്സിലായത് ഇവിടെ വരുമ്പോൾ ഫിലിം സ്കൂളുകളെപ്പറ്റി എന്തെങ്കിലും നല്ലത് പറയേണ്ടിവരുമെന്ന്. ഞാൻ പൂനെയിൽ (ഫിലിം ടെലിവിഷൻ ഇൻസ്റ്റിറ്റ്യൂട്ടിൽ) ആറുവർഷം മുൻപ് വന്ന ഒരേ ഒരു അവസരത്തിൽ എനി ക്കുണ്ടായ സുഖപ്രദമായ അനുഭൂതിക്കു കാരണമെന്താണെന്നതിനെപ്പറ്റി ഞാൻ ഓർത്തു നോക്കി. പിന്നോട്ട് നോക്കിയപ്പോൾ എനിക്ക് ഉത്തരം കിട്ടി. ആ അന്തരീക്ഷത്തിലെ നവോന്മേഷം.

എന്റെ ജീവിതത്തിൽ ആദ്യമായിട്ടാണ് ചെറുപ്പക്കാരായ ആൺകുട്ടി

കളും പെൺകുട്ടികളും ചലച്ചിത്രങ്ങളെക്കുറിച്ചുള്ള പഠനത്തിൽ മുഴുകി
യിരിക്കുന്നതും അവയെ ഓരോരോ ഭാഗങ്ങളായി പരിശോധിക്കുന്നതും
അവയെപ്പറ്റി വായിക്കുകയും ചിന്തിക്കുകയും തർക്കിക്കുന്നതും ഒരു
പക്ഷേ, സ്വപ്നം കാണുന്നതുമായ ഒരു കാഴ്ച ഞാൻ കാണുന്നത്.
എനിക്ക് അവിടെ ശുഭപ്രതീക്ഷയുടെ ഒരു അന്തരീക്ഷം ദയാരഹിതമായ
ഒരു വ്യവസായത്തിന്റെ ക്രൂരമായ സമ്മർദ്ദങ്ങളുടെ ഭാരമേൽക്കാത്ത ഉത്സാ
ഹത്തിന്റെ ഒരു ലോകം കാണാൻ കഴിഞ്ഞു. അത് ഹൃദയത്തിനെ സ്പർശി
ക്കുന്നതായിരുന്നു. ഒരു ഫിലിം സ്കൂളിൽ മാത്രമേ ഇങ്ങനെ സംഭവിക്കു
കയുള്ളൂ എന്നെനിക്ക് മനസ്സിലായി.

എനിക്ക് സാധാരണ പരിചിതമായ രംഗം ഒരു ഫിലിം സ്റ്റുഡിയോ
യ്ക്കകത്ത് നേരിടേണ്ടി വരുന്നതാണ്. അവിടെ ആൾക്കാർക്ക് ലഭിക്കു
ന്നത് വ്യത്യസ്തമായ രീതിയിലുള്ള വിദ്യാഭ്യാസമാണ്. ചിലർ അക്ഷീ
ണമായി പ്രയത്നിച്ചുകൊണ്ട് താഴെ നിന്ന് മുകളിലേക്ക് ജോലി ചെയ്ത്
ചെയ്ത് ഉയർന്നുവന്നവരാണ്. മറ്റു ചിലരാകട്ടെ അനുഭവ സമ്പന്നരായ
പ്രൊഫഷണലുകളുടെ കൂടെ ദീർഘകാലം നിന്ന് പ്രവർത്തിച്ച് പഠിച്ച്
വരുന്നവരാണ്. രണ്ടാമത്തെ വിഭാഗത്തിൽപ്പെട്ടവർക്ക് അത്ര എളുപ്പത്തി
ലൊന്നും വിദ്യ പകർന്നു കിട്ടുന്ന അവസ്ഥയുണ്ടായിരുന്നില്ല. കേട്ടിട്ടുള്ള
കഥകളിലൊന്ന് തങ്ങളുടെ അസ്സിസ്റ്റന്റുമാരിൽ നിന്നും രഹസ്യങ്ങൾമറച്ചു
വെച്ചിരുന്ന ചില പ്രൊഫഷണൽ ക്യാമറാമാന്മാരെപ്പറ്റിയാണ്; ഓരോ
ഷോട്ടിലും ഉപയോഗിക്കാനും ക്യാമറ സ്റ്റോപ്പ് (വെളിച്ചം നിയന്ത്രിക്കുന്ന
അപെർച്ചറിന്റെ അളവ്) എത്രയാണെന്ന് പോലും അസിസ്റ്റന്റുമാർക്ക് പറ
ഞ്ഞുകൊടുക്കാറില്ലത്രെ.

ക്യാമറാമാൻ സംരക്ഷിക്കാൻ പറ്റുന്ന ചില രഹസ്യങ്ങളെങ്കിലും
ഉണ്ടായിരുന്നു! മൈക്രോഫോൺ പിടിക്കുന്നവർ, സെറ്റുണ്ടാക്കുന്നവർ,
അലങ്കാരങ്ങൾ ചെയ്യുന്നവർ തുടങ്ങിയവർക്കെല്ലാം ചില ഉപകരണങ്ങൾ
ഉപയോഗിക്കുന്ന വിദ്യ വശമുണ്ടായിരുന്നതുകൊണ്ട് മറ്റുള്ളവർക്ക് അത്
പകർന്നുകൊടുക്കാൻ കഴിയുമായിരുന്നു. അതുപോലെ തന്നെ പരിചയ
സമ്പന്നരായ പ്രൊഫഷണൽ നടീനടന്മാർക്ക് പുതുതായി വന്ന പരിചയം
കുറഞ്ഞ അഭിനേതാക്കളുമായി ഒരുമിച്ച് അഭിനയിക്കേണ്ടി വരുന്ന സന്ദർഭ
ങ്ങളിൽ അവരുടെ അനുഭവസമ്പത്ത് പങ്കുവയ്ക്കാൻ സാധിക്കാറുണ്ട്.

എന്നാൽ സംവിധായകന്റെ കാര്യമോ? അയാളെയാണല്ലോ എല്ലാ
ത്തിന്റെയും തലപ്പത്തുള്ളയായാളായി വച്ചിരിക്കുന്നത്. അയാൾക്ക് എന്തെ
ങ്കിലും രഹസ്യങ്ങൾ മറച്ചുവെക്കാനായിട്ടുണ്ടോ? എന്തു തരത്തിലുള്ള
വിദ്യാഭ്യാസമാണ് അയാൾക്കുള്ളത്? അല്ല, അയാൾക്ക് എന്തെങ്കിലും
വിദ്യാഭ്യാസം വേണമെന്ന് നിർബ്ബന്ധമുണ്ടോ?

ഞെട്ടിപ്പിക്കുന്ന വെളിപാട്

ഞാൻ പറയാൻ പോകുന്ന കാര്യം നിങ്ങൾക്ക് ഞെട്ടൽ ഉണ്ടാക്കി
യേക്കാം. വിശേഷിച്ച് നിങ്ങളിൽ സംവിധാനം ഒരു കരിയറായി തെരഞ്ഞെ

ടുക്കാൻ തയ്യാറെടുക്കുന്നവർക്ക്, പക്ഷേ, എനിക്ക് ഉറപ്പിച്ചു പറയാൻ പറ്റുന്ന ഒരു കാര്യം നമ്മുടെ രാജ്യത്തെങ്കിലും ഒരു സംവിധായകന്റെ യാതൊരു സംഭാവനയുമില്ലാതെ ചുരുങ്ങിയ പക്ഷം, ക്രിയാത്മകമായ ഒരു പങ്കുമില്ലാതെ ചലച്ചിത്രങ്ങൾ നിർമ്മിക്കപ്പെട്ടിട്ടുണ്ട്. അയാൾ ഒന്നും ചെയ്യു ന്നില്ല, കാരണം അയാൾക്ക് ഒന്നും അറിഞ്ഞുകൂടാ എന്നതു തന്നെ.

ഇതെങ്ങനെ സാദ്ധ്യമാകും? സംവിധായകൻ എന്ന് സ്വയം വിശേ ഷിപ്പിക്കുന്ന ആളുടെ സൗകര്യമെന്താണെന്ന് വച്ചാൽ ഒരു ചലച്ചിത്ര ത്തിന്റെ നിർമ്മിതിയിൽ പങ്കാളികളാകുന്ന നിരവധി ആൾക്കാരുടെ ഇട യിൽ ഒരു സംവിധായകന്റെ മാത്രമായ സംഭാവന എന്താണെന്ന് വേർതി രിച്ചറിയാൻ എളുപ്പമല്ല എന്നതാണ്. നമുക്ക് അഭിനേതാക്കളുടെ, ക്യാമ റാമാന്റെ, കലാസംവിധായകന്റെ എല്ലാം പ്രവൃത്തി യഥാർത്ഥത്തിൽ കാണാനും വിലയിരുത്താനും കഴിയും. നടീനടന്മാരുടെ സംഭാഷണ ത്തിലെ വരികളിൽനിന്നും തിരക്കഥയിൽ പറഞ്ഞ രീതിയിൽ കഥ പുരോ ഗമിക്കുന്നതിൽനിന്നും ശബ്ദപരമായ ഘടകങ്ങളെ നമുക്ക് വിലയിരുത്താൻ സാധിക്കും. ഈ സംഭാവനകളെയെല്ലാം ശക്തനായ ഒരു സംവിധായകന് സ്വാധീനിക്കാൻ കഴിയും. അങ്ങനെ കാര്യങ്ങൾ രൂപപ്പെടുത്തിയെടുത്തു കഴിയുമ്പോൾ ഉണ്ടാകുന്ന ചലച്ചിത്രം മൊത്തത്തിൽ അയാളുടെ വ്യക്തി ത്വത്തിന്റെ മുദ്ര പതിഞ്ഞതായിരിക്കും. അയാൾക്ക് ഇതെത്രമാത്രം സാദ്ധ്യ മാകുന്നുണ്ട് എന്നത് സിനിമയുടെ നിർമ്മാണവുമായി നേരിട്ട് ബന്ധ പ്പെട്ടവർക്കല്ലാതെ മറ്റാർക്കും അറിയാൻ കഴിയില്ല. എന്നാൽ നമ്മുടെ സ്വയം പ്രഖ്യാപിത സംവിധായകനാകട്ടെ എന്തിനെയെങ്കിലുമോ ആരെ യെങ്കിലുമോ സ്വാധീനിക്കാനുള്ള കഴിവോ ആഗ്രഹമോ ഇല്ല. അയാൾക്ക് ജോലിചെയ്ത് കാശ് വാങ്ങണമെന്ന് മാത്രമാണ് താല്പര്യം. ഷൂട്ടിങ് തീരുന്ന നിമിഷം തന്നെ അയാൾ ആ ചിത്രത്തിന്റെ ബാക്കി ജോലിയെല്ലാം എഡിറ്ററെ എല്പിച്ചിട്ട് സ്വന്തം കാര്യം നോക്കി പോകും.

ബുദ്ധിമാനായതുകൊണ്ട് അയാൾ തന്റെ കാര്യങ്ങൾ ശരിയാക്കാൻ പറ്റുന്ന ഒരു എഡിറ്ററെ തന്നെ കണ്ടെത്തിയിട്ടുണ്ടാകണം. ആ എഡിറ്റർ വേണമല്ലോ ആകെ കുഴഞ്ഞുമറിഞ്ഞ വസ്തുക്കളിൽനിന്നും ഒരു ക്രമം ഉണ്ടാക്കിയെടുക്കാൻ. തീർച്ചയായും ആ സംവിധായക നാമധാരി ബുദ്ധി പൂർവ്വം നല്ല അസിസ്റ്റന്റുമാരെയും നിയോഗിച്ചിട്ടുണ്ടാകും; തുടർച്ച (Continuty) തെറ്റാതിരിക്കാനും ഷോട്ടുകൾ രേഖപ്പെടുത്താനും എന്തിന് ആക്ഷനും കട്ടും വിളിച്ചു പറയുന്ന ബുദ്ധിമുട്ട് കൂടി ഒഴിവാക്കാനും അവർക്കാണ് ചുമതല.

ഇപ്പോൾ നിങ്ങൾ ചോദിച്ചേക്കാം 'പണം മുടക്കുന്നയാൾ എന്തിനാണ് ഇത്തരം ഒരു വിഡ്ഢിയിൽ വിശ്വാസം അർപ്പിക്കുന്നത്.' എന്ന്. ഉത്തരം അയാൾക്ക് യാതൊരു വിശ്വാസവുമില്ല എന്നാണ്. അയാൾ വിശ്വാസം അർപ്പിച്ചിരിക്കുന്നത് മറ്റ് ചിലതിലാണ്. പ്രധാനമായും താരങ്ങളിൽ, കൂടാതെ പാട്ടുകളിൽ, ചിലപ്പോൾ കഥയിൽ.

ഏറ്റവും പേടിപ്പെടുത്തുന്നതും ഗൗരവമുള്ള കലാകാരന്മാർക്ക്

നിരാശ തോന്നിപ്പിക്കുന്നതുമായ കാര്യം ഞാൻ ഇപ്പോൾ വിവരിച്ച പരി
സ്ഥിതികളിൽ നിർമ്മിക്കപ്പെട്ട ഒരു ചിത്രം അത് സൃഷ്ടിച്ച മനുഷ്യൻ
നിങ്ങൾ ഡിപ്ലോമ നേടുന്നതിന് വേണ്ടി പഠിച്ച എല്ലാ കാര്യത്തിലും
അജ്ഞനായിരുന്നിട്ടും വൻ വിജയമായി മാറിയേക്കാം നിരൂപകർ അതിനെ
പ്രശംസിച്ചേക്കാം; കൂടാതെ ഏറ്റവും വലിയ വിരോധാഭാസമെന്ന നില
യിൽ ചിലപ്പോൾ ദേശീയ അവാർഡ് തന്നെ നേടിയേക്കാം.

ഈ അവസ്ഥ മാറ്റുന്നതിന് ഫിലിം ഇൻസ്റ്റിറ്റ്യൂട്ടിന്റെ പ്രവർത്തനം
സഹായിക്കും എന്ന് എനിക്ക് നിങ്ങളോട് പറയണമെന്നുണ്ട്. പക്ഷേ,
അതല്ല വാസ്തവം. ഇവിടെ നിന്ന് വരേണ്ടത് സമാന്തര സിനിമയെക്കുറി
ച്ചുള്ള പ്രതീക്ഷയാണ്. അതിനുള്ള തെളിവുകൾ ഇപ്പോൾത്തന്നെ കാണാ
നാകും. ഇത് തങ്ങളുടെ ജോലി എന്താണെന്നറിയാവുന്ന, ഈ മാധ്യ
മത്തെ അതായിത്തന്നെ കണ്ടുകൊണ്ട് സ്നേഹിക്കുന്ന, പണത്തിന്റെയും
പെട്ടെന്നുള്ള വിജയത്തിന്റെയും പ്രലോഭനങ്ങളെ ചെറുക്കാൻ കഴിവുള്ള
ഒരു കൂട്ടം ചെറുപ്പക്കാരായ ചലച്ചിത്രകാരന്മാരുടെ സിനിമയാണ്. അവർക്ക്
തങ്ങളുടെ രാജ്യത്തെക്കുറിച്ചും സ്വന്തം തലമുറയെക്കുറിച്ചും ചിലത് പറ
യാനുണ്ട്; ഇത് ഈ മണ്ണിൽ കാലുറപ്പിച്ചു നില്ക്കുന്നതിൽനിന്നും വരു
ന്നതാണ്: ബ്രെസ്സോൺമാരെയും ഗോദാർദുമാരെയും അന്റോണിയോനി
മാരെയും എത്രമാത്രം സ്വാംശീകരിച്ചിട്ടുണ്ടെങ്കിലും അവർക്കറിയാം
തങ്ങൾക്ക് സംവദിക്കേണ്ടത് ഫ്രഞ്ചുകാരോടോ ഇറ്റലിക്കാരോടോ അല്ല,
സ്വന്തം രാജ്യത്തിലുള്ളവരുമായിട്ടാണെന്ന്.

അനുഭവത്തിൽനിന്നുള്ള പഠനം

എനിക്കറിയാം നിങ്ങളിൽ പലരും ഞാൻ പറഞ്ഞ രീതിയിൽത്തന്നെ
ചിന്തിക്കുന്നവരായിരിക്കുമെന്ന്: അല്ലെങ്കിൽ നിങ്ങളുടെ അദ്ധ്യാപകർ
തന്നെ ഇക്കാര്യങ്ങൾ നിങ്ങളോട് പറഞ്ഞിട്ടുണ്ടാകുമെന്ന്. എങ്കിലും എന്റെ
ഇരുപത് വർഷത്തെ അനുഭവത്തിൽനിന്നും ചില കാര്യങ്ങൾ ഞാൻ നിങ്ങ
ളോട് പറയാൻ ആഗ്രഹിക്കുന്നു. നിങ്ങൾ ഇവിടെ പഠിച്ച കാര്യങ്ങളിൽ
ഉൾപ്പെടാത്തവയായിരിക്കാം ഇവ ചിലപ്പോൾ. 'അനുഭവം' എന്നതിനുപ
കരം 'വിദ്യാഭ്യാസം' എന്ന വാക്കുതന്നെ എനിക്ക് ഉപയോഗിക്കാമായിരു
ന്നു. കാരണം ഇത് രണ്ടും ഒരുമിച്ച് പോകുന്നതാണ്. ജോലി ചെയ്യു
ന്തോറും അവ തുടർന്നുകൊണ്ടേയിരിക്കും.

എന്റെ ചലച്ചിത്ര വിദ്യാഭ്യാസത്തിന്റെ തുടക്കം സ്കൂൾ കാലഘട്ട
ത്തിൽ സിനിമാനാളുകളിലെ ക്ലാസ് മുറികളിൽ നിന്നാണ്. ഇതിനോട്
കൂടെ ചലച്ചിത്ര സംബന്ധിയായ ഗ്രന്ഥങ്ങളുടെ വായനയിലൂടെയും
പിന്നീട് യഥാർത്ഥ ചലച്ചിത്ര നിർമ്മാണത്തിലൂടെയും കൂടുതൽ അറിവ്
കൂട്ടിച്ചേർക്കപ്പെട്ടു. അന്നത്തെ പൊതു സിനിമാ ഹാളുകളിൽ പ്രദർശിപ്പി
ച്ചിരുന്നത് കമേഴ്സ്യൽ സിനിമകൾ എന്നറിയപ്പെടുന്നവയായിരുന്നു.
ഇംഗ്ലീഷ് ഭാഷയിലുള്ളത്: ചിലത് ബ്രിട്ടീഷ്. കൂടുതലും അമേരിക്കൻ, ഇട

യ്ക്കിടെ ഒരു ഫ്രഞ്ച്, ജർമ്മൻ, അഥവാ റഷ്യൻ ചിത്രവും കടന്നുവരും. എന്നെ സംബന്ധിച്ചിടത്തോളം അക്കാലത്ത് കമേഴ്സ്യൽ എന്നും പറ ഞ്ഞാൽ ഒരു മോശം കാര്യമായി തോന്നിയിട്ടേയില്ല. അത് ഒരു സാമ്പ ത്തികതത്ത്വത്തെ വെളിവാക്കുന്നു എന്നു മാത്രമേയുള്ളൂ. അതായത് ഒരു ചിത്രം നിർമ്മിക്കുന്നതിന് വളരെയധികം പണം ചെലവാക്കുന്നതുകൊണ്ട് അത് തിരിച്ചുകിട്ടണമെങ്കിൽ വലിയ ഒരു സംഖ്യ പ്രേക്ഷകർ അത് കണ്ടി രിക്കണം.

ഈ കമേഷ്സ്യൽ ചിത്രങ്ങളിൽ ചിലത് നല്ല സിനിമകളായിരുന്നു. ചിലത് മോശവും. മോശം ചിത്രങ്ങൾ എന്തു ചെയ്തുകൂടാ എന്ന പാഠ ങ്ങൾ പകർന്നുതന്നു. അവയും നല്ല ചിത്രങ്ങളെപ്പോലെ തന്നെ പ്രയോ ജനപ്രദമായിരുന്നു. ഒരു മോശം ചിത്രത്തെക്കുറിച്ച് എന്റെ നിർവ്വചനമി തായിരുന്നു- ലക്ഷ്യം നേടാൻ കഴിയാത്തതൊന്നുണ്ടോ അതാണ് മോശം ചിത്രം. അതായത് വിജയിക്കാൻ കഴിഞ്ഞതേതിനാണോ അതാണ് നല്ല ചിത്രം. ഏറ്റവും അന്തസ്സാരശൂന്യമായ ചിത്രങ്ങൾ തൊട്ട് ഏറ്റവും ഗൗര വമേറിയവ വരെ ഈ നിർവ്വചനത്തിന്റെ പരിധിയിൽ പെടുത്താൻ കഴി യുമായിരുന്നു.

ഞാൻ സിനിമാ ഹാളിൽ പോയ ഓരോ സന്ദർഭത്തിലും ഒരു കലാ സൃഷ്ടി കാണാമെന്ന പ്രതീക്ഷയോടെയല്ല പോകാറുള്ളത്. മാസ്റ്റർപീസു കളായ ചലച്ചിത്രങ്ങൾ മാത്രമേ ഞാൻ കണ്ടിരുന്നുള്ളുവെങ്കിൽ എനിക്ക് കാര്യമായി എന്തെങ്കിലും പഠിക്കാൻ കഴിയുമായിരുന്നോ എന്ന് സംശയ മാണ്. പ്രചോദനം എന്ന ആ നിഗൂഢമായ പ്രതിഭാസത്തിന്റെ ഉല്പന്ന മെന്ന നിലയിൽ മഹത്തായ ഏതു കലാസൃഷ്ടിയും നിഗൂഢത നിലനിർ ത്തുകയും ഒരു പരിധിയിൽ കവിഞ്ഞ് അപഗ്രഥനത്തിന് വിധേയമാകാൻ വിസമ്മതിക്കുകയും ചെയ്യും. അത്തരം ചിത്രങ്ങൾ നമ്മുടെ മനസ്സിൽ ഉന്നതി നല്കുകയും പഠിപ്പിക്കുകയും ചെയ്യും. എന്നാൽ ശരിക്കുള്ള വിദ്യാ ഭ്യാസം നടക്കുന്നത് ശക്തവും വ്യക്തവുമായ രേഖകളിലൂടെ ആവിഷ്കൃത മാകുന്ന ചിത്രങ്ങൾ വഴിയാണ്, ഒരുപാട് നിഗൂഢമായ അന്തർദ്ധാരകളുള്ള ചിത്രങ്ങളിൽ നിന്നല്ല. മറ്റൊരുവിധത്തിൽ പറഞ്ഞാൽ കഴിവുള്ള പ്രൊഫ ഷണൽ സംവിധായകരുടെ സൃഷ്ടികളിൽ നിന്നുമാണ്.

ലോലമായ സമതുലനം

സാങ്കേതികതയിലെ പാഠങ്ങൾക്ക് പുറമെ, ഇത്തരം ചിത്രങ്ങൾ കലയും വാണിജ്യതാല്പര്യവും തമ്മിലുള്ള ലോലമായ സമതുലിതാ വസ്ഥ എങ്ങനെ നേടാമെന്ന പാഠം കൂടി പകർന്നു നല്കുന്നതിൽ വിജ യിച്ചിരുന്നു. ഈ സമതുലനം ശരിയാകാതെ വരികയും സിനിമ പരാജയ പ്പെടുകയും ചെയ്താൽ സാധാരണ മാറ്റം മുഴുവൻ സംവിധായകന്റെ തല യിൽ കെട്ടിവെക്കുകയാണ് പതിവ്.

ചിത്രത്തിന്റെ നിലവാരത്തിനൊത്ത് ഉയരാത്ത ജനങ്ങളെ കുറ്റപ്പെടു

ത്തുന്ന രീതി അക്കാലത്ത് പ്രയോഗത്തിൽ വന്നിരുന്നില്ല; കാരണം പ്രേക്ഷ
കരെ കണക്കിലെടുത്തുകൊണ്ട് സിനിമയെടുക്കേണ്ടത് ചലച്ചിത്രകാരന്റെ
ഉത്തരവാദിത്വമായിട്ടാണ് കരുതിയിരുന്നത്. പാചകത്തോട് താരതമ്യം
ചെയ്യാമെന്ന് തോന്നുന്നു. ഭക്ഷണം കഴിക്കാനിരിക്കുന്നവരിൽ ഒരു വലിയ
വിഭാഗം ആൾക്കാർക്ക് വിളമ്പിയ ഭക്ഷണം രുചിയില്ലാത്തതാണെന്ന്
തോന്നിയാൽ, പാചകക്കാരന് അത് താനുണ്ടാക്കിയ വിഭവത്തിന്റെ നില
വാരത്തിലേക്ക് അവർ ഉയരാത്തതുകൊണ്ടാണെന്ന് കുറ്റപ്പെടുത്താൻ കഴി
യില്ലല്ലോ. ഭക്ഷണം പോലെ ചലച്ചിത്രവും - ഭൂരിഭാഗം ചലച്ചിത്രങ്ങളും
അതായത് നിങ്ങളെപ്പോലെയുള്ളവർ ശ്രദ്ധിക്കാനിടയുള്ള ചിത്രങ്ങൾ -
ഉപയോഗിക്കപ്പെടാൻ വേണ്ടി മാത്രം ഉണ്ടാക്കപ്പെടുന്നതാണ്. പെട്ടിക്ക
കത്ത് അടച്ച് സൂക്ഷിക്കുന്ന കാലത്തോളം ഒരു ചലച്ചിത്രം മൃത
വസ്തുവാണ്. അതിന് ജീവൻ വെച്ച് അതിന്റെ ലക്ഷ്യം പൂർത്തീകരിക്കു
ന്നത് തിയേറ്ററിനുള്ളിലാണ്, പ്രേക്ഷകരുടെ മുൻപിലാണ്. അതിനാൽ
ജനങ്ങളെ കണക്കിലെടുത്തേ പറ്റൂ; നിങ്ങളെപ്പോലെ ഡിപ്ലോമകളും
വ്യക്തിഗത സിനിമയുടെയും മൗലിക സിനിമയുടെയും രാഷ്ട്രീയസിനിമ
യുടെയും മറ്റും പലതിന്റെയുമൊക്കെ സ്വപ്നങ്ങളുമായി ഇറങ്ങുന്നവരും.
     സ്വന്തം ആനന്ദത്തിന് വേണ്ടിയോ തല്പരവ്യക്തികളുടെ ഒരു വൃന്ദ
ത്തിനു സിനിമയെടുക്കുന്നതിനുള്ള ആഗ്രഹത്തിൽ നൈസർഗ്ഗികമായി
എന്തെങ്കിലും തെറ്റുണ്ടെന്ന് പറയാനാവില്ല. പക്ഷേ, നിങ്ങൾക്ക് നേരിടേണ്ടി
വരുന്ന സാഹചര്യങ്ങളിൽ അത്തരം സിനിമയെടുക്കണമെങ്കിൽ സാമ്പ
ത്തിക പരിഗണനകൾ മാറ്റിവെക്കേണ്ടിവരും. അതിനാൽ നിങ്ങളിൽ ആരെ
ങ്കിലും സാമ്പത്തികം ഒരു പ്രശ്നമാണെന്ന് കരുതാതിരിക്കുകയും ഒരു
വ്യക്തിഗത (Personal) സിനിമയെടുക്കണമെന്ന് തീരുമാനിച്ചുറപ്പിച്ചിട്ടു
മുണ്ടെങ്കിൽ ഉദാരമതികളായ സ്പോൺസർമാരെ അന്വേഷിച്ചു തുടങ്ങി
ക്കോളൂ. അല്ലെങ്കിൽ നിലവാരം കുറഞ്ഞ ചിത്രനിർമ്മാണ സൗകര്യങ്ങ
ളെങ്കിലും കിട്ടാനായി പ്രാർത്ഥിച്ചോളൂ. നിങ്ങൾക്ക് യഥാർത്ഥമായ പ്രതി
ഭയുണ്ടെങ്കിൽ എന്നെങ്കിലും നിങ്ങൾ സ്വന്തമായ വിപണി കണ്ടെത്താതി
രിക്കില്ല. അങ്ങനെ പറ്റുന്നില്ലാത്ത അവസ്ഥയിൽ നിങ്ങൾക്ക് ഈ രംഗത്ത്
തുടരണമെന്നുണ്ടെങ്കിൽ നിങ്ങൾ പാലിക്കേണ്ടി വരിക ഒത്തുതീർപ്പിന്റെ
ചട്ടങ്ങളായിരിക്കും.
     എന്നാൽ നിങ്ങളിൽ മിക്കവരുടെയും പ്രവർത്തനമേഖല മുഖ്യധാരാ
സിനിമാ വ്യവസായമോ അല്ലെങ്കിൽ അതിന്റെ ചുറ്റുവട്ടത്തോ ആയിരിക്കും.
സമാന്തരസിനിമയ്ക്കും അതിന്റേതായ വിപണിയും അതിന്റേതായ പ്രേക്ഷ
കരെയും കണ്ടെത്തേണ്ടി വരും. ഈ സാഹചര്യത്തിൽ നിങ്ങൾക്ക് മേഘ
ങ്ങൾക്കൊപ്പം പറക്കണമെങ്കിൽ ഭൂമിയിൽ കാലുറപ്പിച്ചു നില്ക്കാൻ കഴി
യണം. അസാദ്ധ്യമായ കാര്യമെന്നു തോന്നാം; പക്ഷേ, അങ്ങനെയല്ല.
     സിനിമയുടെ ചരിത്രത്തിൽ ഉടനീളം വിപുലമായ ഒരു പ്രേക്ഷക സമൂ
ഹത്തോട് സംവദിക്കണമെന്ന താല്പര്യമുള്ളവരും ഇതു ചെയ്യുന്നതി
ന്മേൽ സ്വയം നഷ്ടപ്പെടാത്തവരുമായ പല കലാകാരന്മാരുടെയും ഉദാഹ

രണങ്ങൾ കാണാം. ഇത് സംഭവിക്കണമെങ്കിൽ നിങ്ങളുടെ സർഗ്ഗാത്മക തൃഷ്ണകളെ അല്പം കടിഞ്ഞാണിടുന്നതിന് ശ്രദ്ധിക്കുകയും ബുദ്ധിപ്ര യോഗിക്കുകയും വേണം. ഇത് ഒരു കലാകാരന് യോജിച്ചതല്ലെന്നാണ് നിങ്ങൾക്ക് തോന്നുന്നതെങ്കിൽ പറയട്ടെ, ഓർസൺ വെൽസിന് പോലും വിഗ്രഹഭഞ്ജകമായ തന്റെ ആദ്യചിത്രത്തിന്റെ പ്രമേയം തെരഞ്ഞെടു ക്കാനുള്ള കാര്യത്തിൽ ഒത്തുതീർപ്പ് ചെയ്യേണ്ടിവന്നിട്ടുണ്ട്. യഥാർത്ഥ ത്തിൽ, എന്റെ തന്നെ ആദ്യചിത്രമായി *പാഥേർ പാഞ്ചാലി* തെരഞ്ഞെടു ക്കാൻ കാരണം ഒരു പുതിയ സംവിധായകനെക്കുറിച്ച് ഉണ്ടാകാവുന്ന വിശ്വാസക്കുറവിനേക്കാൾ സുപ്രസിദ്ധമായ ഒരു ക്ലാസിക് കൃതിയെ ആസ്പദമാക്കിയ ചിത്രത്തിനെക്കുറിച്ചുള്ള ജനങ്ങളുടെ പ്രതീക്ഷ വലു തായിരിക്കുമെന്ന കണക്കുകൂട്ടലായിരുന്നു.

പ്രധാനകാര്യം ജനങ്ങളെ സിനിമാ തിയേറ്ററിനുള്ളിലേക്ക് വരാൻ പ്രേരിപ്പിക്കുക എന്നതാണ്. ബാക്കി ജോലി ചിത്രം നേരിട്ട് ചെയ്യേണ്ട താണ്. സാഹചര്യങ്ങളുടെ സമ്മർദ്ദത്താൽ സ്വയം മാറാനും പരിണാമ ത്തിന് വിധേയമാകാനും കഴിവുള്ള ഒരു ഗണമാണ് പ്രേക്ഷകർ എന്നുള്ള കാര്യവും ഓർത്തിരിക്കണം.

ഞാൻ നിങ്ങൾക്ക് ഒരു അപായസൂചന നല്കാൻ ആഗ്രഹിക്കുന്നു; നിങ്ങൾക്ക് പഠിക്കാൻ കഴിഞ്ഞ കാര്യങ്ങളും ലഭിച്ച ഉപദേശങ്ങളും എന്തു തന്നെ ആയിക്കൊള്ളട്ടെ. നിങ്ങളുടെ ജോലി അത്ര എളുപ്പമായിരിക്കുക യില്ല. ഒരു ചലച്ചിത്രകാരന്റെ പാതയിലെ കെണികളും ഗർത്തങ്ങളും നമ്മുടെ രാജ്യത്ത് അവ മറ്റെവിടെത്തേക്കാളും കൂടുതലാണ്, ഒഴിവാക്കുന്ന വിദ്യ ഒരു സ്കൂളിലും പഠിപ്പിക്കാൻ കഴിയുന്നതല്ല. നിങ്ങളിൽ ഡിപ്ലോമാ ചിത്രം നിർമ്മിച്ചവർക്ക് ഇതിനകം തന്നെ ഇത്തരം പ്രശ്നങ്ങൾ നേരി ടേണ്ടി വന്നിട്ടുണ്ടാകാം. അവയെ ആയിരം മടങ്ങായി ചിന്തിക്കൂ, എങ്കിൽ ഒരു പ്രൊഫഷണൽ ചലച്ചിത്രകാരന് നേരിടേണ്ടി വരുന്ന പ്രതിബന്ധ ങ്ങളെപ്പറ്റിയുള്ള ഏകദേശ ധാരണ നിങ്ങൾക്ക് ലഭിക്കും. അനുഭവത്തിൽ നിന്നും ഞാൻ പഠിച്ച പാഠം പ്രശ്നങ്ങളുടെ മുമ്പിൽ ഒരിക്കലും മന:സാ ന്നിദ്ധ്യം കൈവിടരുതെന്നും നിങ്ങളുടെ വിശ്വാസങ്ങൾക്കനുസരിച്ച് അന്ത്യംവരെയും മുന്നോട്ടു പോകണമെന്നുമുള്ളതാണ്. ആർക്കറിയാം വിജയം നിങ്ങളുടെ പക്ഷത്താകാം. അങ്ങനെ മുൻപ് സംഭവിച്ചിട്ടുണ്ട്. വീണ്ടും അങ്ങനെ സംഭവിക്കാതിരിക്കാൻ കാരണമൊന്നുമില്ല.

10
ക്യാമറയെപ്പറ്റി ചില ചിന്തകൾ

എല്ലാ കലാരൂപങ്ങൾക്കുമിടയിൽ സിനിമയിലാണ് സാങ്കേതികവിദ്യ യുടെ വികാസം - നേരിട്ടും സ്വാധീനം ചെലുത്തിയിട്ടുള്ളത്. ഇത് ഏറ്റവും കൂടുതൽ പ്രകടമായിട്ടുള്ളത് ഉപകരണങ്ങളുടെ കാര്യത്തിലാണ്, വിശേ ഷിച്ച് ക്യാമറയുടെയും അനുബന്ധങ്ങളുടെയും കാര്യത്തിൽ. നിശ്ശബ്ദ ചിത്രങ്ങളിലും ശബ്ദം വന്നതിന് ശേഷമുള്ള ആദ്യകാല വർഷങ്ങളിലും ഉപയോഗിച്ചിരുന്ന വലുപ്പമേറിയതും സങ്കീർണ്ണമായതും കൈകൊണ്ട് കറ ക്കുന്നതുമായ ഒരു യന്ത്രമായിരുന്ന ക്യാമറയെയും ഇന്നത്തെ ബഹുമുഖ ശേഷികളുള്ളതും കൊണ്ടു നടക്കാവുന്നതുമായ ക്യാമറകളെയും താര തമ്യപ്പെടുത്തി നോക്കുക. ലെൻസ്, ഫിൽട്ടർ തുടങ്ങിയ അനുബന്ധ ഉപ കരണങ്ങളുടെ കാര്യത്തിലെ വ്യത്യാസവും നോക്കുക. ഇതിന് പുറമെ ഫിലിം സ്റ്റോക്കിലുണ്ടായ പുരോഗതിയും കൂടിച്ചേരുമ്പോൾ ഇതിന് മുൻപുള്ള എല്ലാ കാലത്തേക്കാളും വൈപുല്യമാർന്ന ദൃശ്യശൈലികൾ ഇന്ന് ലഭ്യമായതിന്റെ കാരണം മനസ്സിലാകും.

1920 കളിയെയും 1930 കളിയെയും ചിത്രങ്ങൾ ഇപ്പോൾ നോക്കുമ്പോൾ നമുക്ക് മനസ്സിലാകും അന്നത്തെ സിനിമയിൽ രണ്ടുതരത്തിലുള്ള ദൃശ്യ നൈപുണികൾ മാത്രമാണ് സാദ്ധ്യമായിരുന്നത്. നേർമ്മയുള്ള തുണി കൊണ്ട് പ്രകാശത്തിന്റെ ചിതറൽ കൊണ്ടും സാധിച്ചിരുന്ന മൃദുപ്രകാശ ധാവള്യം നിറഞ്ഞ റൊമാന്റിക് ശൈലിയും കൃത്യതയുള്ള തെളിമയാർന്ന ബിംബങ്ങളിലൂടെ ആവിഷ്കരിക്കപ്പെട്ട ക്ലാസിക്കൽ ശൈലിയും അക്കാ ലത്തെ പരിമിതികൾ വച്ച് നോക്കുമ്പോൾ ഈ രണ്ട് ശൈലികളിലും ക്യാമ റാമാന്മാർ ഉജ്ജ്വലമായ നേട്ടങ്ങൾ കൈവരിച്ചതായി കാണാം.

ശബ്ദത്തിന്റെ ആഗമനത്തെ തുടർന്നുള്ള ആദ്യവർഷങ്ങളിൽ നിര വധി സാങ്കേതിക പുതുമകൾ ആവിഷ്കരിക്കപ്പെട്ടു. ഓർത്തോക്രോമാ

റ്റിക് ഫിലിം സ്റ്റോക്കിങ് പകരം പ്രകൃതിയിലെ നിറങ്ങൾ കൂടുതൽ യഥാ
തഥമായി പ്രതിഫലിപ്പിക്കുന്ന പാൻക്രോമാറ്റിക് ഫിലിം ഉപയോഗിക്കപ്പെ
ട്ടു. കൈകൊണ്ടു കറക്കുന്ന ഉപകരണങ്ങൾക്ക് പകരം ഇലക്ട്രിക് മോട്ടോ
റുകൾ ഉപയോഗിക്കുന്നവ നിലവിൽ വന്നു. ക്യാമറയുടെ വലുപ്പം നന്നേ
കുറഞ്ഞു, അത് കൊണ്ടുനടക്കുന്നത് എളുപ്പമായി. അതോടൊപ്പം സ്റ്റുഡി
യോകളിലെയും ലാബുകളിലെയും സൗകര്യങ്ങൾ പതിന്മടങ്ങ് മെച്ചപ്പെ
ട്ടു. ഇക്കാലത്ത് തന്നെയാണ് ഹോളിവുഡിലും മറ്റ് പലയിടങ്ങളിലും
'താര'സമ്പ്രദായം വികസിച്ചുവന്നത്. ഷൂട്ടിങ് കൂടുതലായി സ്റ്റുഡിയോ
കൾക്കകത്തേക്ക് ചുരുങ്ങി. നിശ്ശബ്ദ ചിത്രങ്ങളുടെ കാലത്തെ റൊമാന്റിക്
ശൈലിയുടെ നേരിട്ടുള്ള വികസനമെന്ന രീതിയിൽ ഫോട്ടോഗ്രാഫിയിലെ
'ഗ്ലാമർ' ശൈലി രൂപംകൊണ്ടു.

ചില അപവാദങ്ങളൊഴിച്ചാൽ ഈ അവസ്ഥ 1940 കളുടെ അന്ത്യം
വരെ നിലനിന്നു. രണ്ടാം ലോകമഹായുദ്ധം കൊണ്ടുവന്ന നൂതന സാങ്കേ
തിക ആവിഷ്കാരങ്ങൾ വീണ്ടും സിനിമയിൽ മാറ്റങ്ങൾ കൊണ്ടുവന്നു.
കഴിഞ്ഞ ഇരുപത്തഞ്ച് വർഷത്തിനിടയിൽ സാങ്കേതികവിദ്യയിലെ പുരോ
ഗതി വഴി ചലച്ചിത്രമാധ്യമം പടിഞ്ഞാറൻ രാജ്യങ്ങളിലും വിദൂരകിഴക്കൻ
രാജ്യങ്ങളിലും അത്യപൂർവ്വമായ മെയ്‌വഴക്കം കൈവരിച്ചിരിക്കുന്നു. ക്യാമ
റമാന്മാരുടെ സഹായത്തോടെ ചലച്ചിത്രകാരന്മാർക്ക് ഈ മെയ്‌വഴക്കം
പ്രയോഗപ്പെടുത്തിക്കൊണ്ട് തങ്ങളുടെ സംവേദനഭാഷ വിപുലപ്പെടു
ത്താനും അതുവഴി മാധ്യമത്തെത്തന്നെ സംപുഷ്ടമാക്കാനും കഴിഞ്ഞി
ട്ടുണ്ട്. ഇന്നത്തെ പ്രധാനപ്പെട്ട ചലച്ചിത്രകാരന്മാരുടെയെല്ലാം ചിത്രങ്ങൾ
അവയിലെ വ്യക്തിപരമായ വികാരങ്ങളുടെയും സാമൂഹികമായ സമീപ
നങ്ങളുടെയും അടിസ്ഥാനത്തിലെന്ന പോലെതന്നെ ഫോട്ടോഗ്രാഫിയിലെ
ശൈലീ വിന്യാസംകൊണ്ടും വേർതിരിച്ചറിയാൻ കഴിയുന്ന ക്ലാസിക്കൽ
ശൈലി തിരിച്ചുവന്നിരിക്കുന്നു; അതോടൊപ്പം ഒട്ടനവധി അനുബന്ധ
ശൈലികളും.

വിരോധാഭാസമെന്നു തോന്നാമെങ്കിലും പ്രായം ചെല്ലുന്തോറും മൂവി
ക്യാമറ കൂടുതൽ ചെറുപ്പമാകുകയാണ് ഉണ്ടായത്. ഇന്നത്തെ ക്യാമറ
മാന് നിരന്തരം അന്വേഷണം നടത്തുകയും ഊർജ്ജം സംഭരിക്കുകയും
ചെയ്തുകൊണ്ടല്ലാതെ മുന്നോട്ട് പോകാനാവില്ല. അയാൾ തന്റെ പഴയ
കാല മുൻവിധികൾ ഉപേക്ഷിക്കാനും പ്രശ്നങ്ങളോട് പുതുമയുള്ള മന
സ്സോടെ പ്രതികരിക്കാനും തയ്യാറാകണം. തീർച്ചയായും സംവിധായകന്
തന്നെ പുതിയ കാര്യങ്ങൾ പുതുമയുള്ള രീതികളിൽ പറയാനുണ്ടെങ്കിൽ
മാത്രം.

(1976)

11

എനിക്ക് അത് നിങ്ങളെ കാണിക്കാൻ കഴിഞ്ഞിരുന്നെങ്കിൽ

ഇന്ത്യൻ നിശ്ശബ്ദ സിനിമയെക്കുറിച്ചുള്ള എന്റെ ചുരുക്കം ചില ഓർമ്മകളിലൊന്ന് ബംഗാളിചിത്രമായ *കാൽ പരിണയ* (തകരുന്ന ദാമ്പത്യം)യിലെ ഒരു ദൃശ്യമാണ്. അടുത്തയിടെ വിവാഹം കഴിഞ്ഞ നായ കനും നായികയും (അതോ മോഹിനിയോ) കിടപ്പറയിലാണ്. ഒരു ക്ലോസ പ്പിൽ സ്ത്രീയുടെ കാൽ പുരുഷന്റേതിനെ തൊട്ടുരുമ്മുന്നു. എനിക്ക് പ്രായം ഒമ്പതേ ആയിരുന്നുള്ളൂ. എങ്കിലും ഞാൻ വിലക്കപ്പെട്ട പ്രദേശ ത്താണെന്ന് എനിക്ക് ബോധ്യമായി. ഇന്ത്യൻ മൃദുലൈംഗികചിത്രങ്ങളുടെ ഒരു ആദ്യമാതൃകയെന്നു പറയാവുന്ന ആ ചിത്രം കാണാനിട വന്നത് യാദൃച്ഛികമായാണ്. എന്റെ ഒരു അമ്മാവൻ 'ഗ്ലോബ്' തിയേറ്ററിൽ ജോണി വെയ്സ്മുള്ളറുടെ ആദ്യ ടാർസൻ ചിത്രം കാണിക്കാൻ കൊണ്ടുപോയ താണ്. അന്നത്തെ കാലത്ത് ബയോസ്കോപിൽ ചലച്ചിത്രം കാണാൻ പോകുന്നത് അപൂർവ്വമായതും ദീർഘനാളത്തെ കാത്തിരിപ്പിനൊടുവിൽ നടക്കുന്നതുമായ ഒരു സംഭവമാണ്. അന്ന് പക്ഷേ, സീറ്റെല്ലാം തീർന്നു പോയതിനാൽ വലിയ നിരാശയായി. എന്റെ മുഖത്തെ വിഷാദം കണ്ടിട്ട് അമ്മാവൻ നാന്നൂറ് വാര അകലെയുള്ള ആൽബിയോൺ തിയേറ്ററിൽ *കാൽ പരിണയ* കാണാൻ കൊണ്ടുപോവുകയായിരുന്നു. ആ അശ്ലീല കഥ പുരോഗമിക്കുന്തോറും എന്റെ അമ്മാവന് ആധി കൂടിക്കൂടിവന്നു. ഇടയ്ക്കിടയ്ക്ക് എന്നോട് 'വീട്ടിൽ പോകാം' എന്ന് പറയുമ്പോൾ ഞാൻ മിണ്ടാതെ ഇരുന്നു കളഞ്ഞു.

ഞങ്ങൾക്ക് ഏറെ ഇഷ്ടമുണ്ടായിരുന്ന സിനിമാശാല 'മദൻ' ആയിരു ന്നു. അവിടെയുണ്ടായിരുന്ന വുർലിറ്റ്സർ (കമ്പനിയുടെ) ഓർഗനിൽ നിന്നും വരുന്ന മധുര സംഗീതം പ്രോജക്ടിന്റെ ശബ്ദത്തെ മുക്കിക്കളയു ന്നതോടൊപ്പം സ്ക്രീനിലെ കഥയുടെ നാടകീയതയ്ക്ക് കൂടുതൽ മിഴി

വേകിയിരുന്നു. ഗ്ലോസും നല്ലതായിരുന്നു. അവിടെ ഓർഗൻ ഉണ്ടായിരു
ന്നില്ല, എന്നാൽ ഇടവേള സമയത്ത് സ്റ്റേജിൽ അരങ്ങേറിയിരുന്നു.
ഗ്ലോബിലും മദനിലും അതുപോലെ തന്നെ എൻഫിൻസ്റ്റണിലും പിക്ചർ
പാലസിലും എംപയറിലും ആദ്യമായി റിലീസ് ചെയ്ത പുതിയ വിദേശ
ചിത്രങ്ങളാണ് പ്രദർശിപ്പിച്ചിരുന്നത്. ഈ സിനിമാശാലകളെല്ലാം കൊൽക്ക
ത്തയിലെ ചലച്ചിത്രലോകത്തിന്റെ ഹൃദയഭാഗത്തുതന്നെയായിരുന്നു.
പ്രൗഢി വിളിച്ചോതുന്ന ആ സിനിമാ തിയേറ്ററുകളിൽ പ്രേക്ഷകരായി
എത്തിയിരുന്നത് നഗരത്തിലെ ഉയർന്ന വർഗ്ഗക്കാരാണ്.

മറുവശത്ത് ഇന്ത്യൻ ചിത്രങ്ങൾ കാണിച്ചിരുന്ന ആൽബിയോൺ
പോലുള്ള സിനിമാ കൊട്ടകകൾ അനാരോഗ്യകരമാംവിധം ഈർപ്പം നിറ
ഞ്ഞതും ജീർണ്ണിച്ചവയുമായിരുന്നു. മൂത്രപ്പുരയുടെ മുന്നിലൂടെ മൂക്ക്
പൊത്തിക്കൊണ്ട് ഓടിയാണ് ഹാളിനകത്ത് കയറിയിരുന്നത്. ഇരിക്കാ
നായി പരുപരുത്ത ഇളകിയ തടിക്കസേരകളാണ് ഉണ്ടായിരുന്നത്. അവിടെ
പ്രദർശിപ്പിക്കുന്ന സിനിമകൾ ഞങ്ങൾക്ക് കാണാൻ കൊള്ളാത്തതാ
ണെന്ന് മുതിർന്നവർ പറഞ്ഞിരുന്നു. ഞങ്ങൾ ഏത് സിനിമ കാണണ
മെന്ന് എപ്പോഴും തീരുമാനിച്ചിരുന്നത് മുതിർന്നവരായതുകൊണ്ട്
ഞങ്ങൾക്ക് കാണാൻ കിട്ടുന്നത് വിദേശചിത്രങ്ങളായിരിക്കും. മിക്കപ്പോഴും
അമേരിക്കൻ ചിത്രങ്ങൾ. അങ്ങനെ ഞങ്ങൾ ചാപ്ലിൻ, ബസ്റ്റർ കീറ്റൺ
ഹാരോൾഡ് ലോയ്ഡ്, ഡഗ്ലസ് ഫെയർബാങ്ക്സ്, ടോം മിക്സ് എന്നിവ
രുടെ ചിത്രങ്ങളും ടാർസനും ഇടയ്ക്കിടയ്ക്ക് അങ്കിൾ ടോംസ് ക്യൂബിൻ
പോലെ സാരോപദേശം കലർന്ന നാടകീയാംശമുള്ള ചില ചിത്രങ്ങളും
ആസ്വദിച്ച് കണ്ടുകൊണ്ട് വളർന്നു.

പിന്നീട് വർഷങ്ങൾക്ക് ശേഷം ഞങ്ങൾ രൂപം കൊടുത്ത ഫിലിം
സൊസൈറ്റി നിശ്ശബ്ദ സിനിമയിലെ ക്ലാസിക്കായ *പോതെംകിൻ* പ്രദർശി
പ്പിച്ചുകൊണ്ട്, പ്രവർത്തനം ആരംഭിച്ചപ്പോൾ നിശ്ശബ്ദ സിനിമയുടെ കാല
ഘട്ടത്തെപ്പറ്റി കൂടുതൽ അന്വേഷണം നടത്തണമെന്ന് ഞങ്ങൾക്ക് തോന്ന
ലുണ്ടായി. ദാദാ സാഹേബ് ഫാൽക്കേയുടെയും ഹരിശ്ചന്ദ്രയുടെയും
തുടക്കം മുതൽ ദീർഘവും ജീവസ്സുറ്റതുമായ ഒരു ചരിത്രം നിശ്ശബ്ദ സിനി
മയ്ക്ക് ഉണ്ടെന്ന് ഞങ്ങൾക്ക് അറിയാമായിരുന്നു. ചിത്രങ്ങളുടെയും സംവി
ധായകരുടെയും പേരുകൾ ഞങ്ങൾക്ക് അറിയാമായിരുന്നു, പക്ഷേ,
ചിത്രങ്ങളെക്കുറിച്ച് ഒന്നും അറിയില്ലായിരുന്നു. പഴയകാല ചലച്ചിത്രമാ
സികകളിൽ വന്നിട്ടുള്ള സ്റ്റിൽ ഫോട്ടോകളിൽനിന്നും പുരാണകഥകളെ
ആസ്പദമാക്കിയുള്ള ചിത്രനിർമ്മാണമാണ് കൂടുതലും ഉണ്ടായിരുന്ന
തെന്ന് മനസ്സിലാകും; ഇടയ്ക്കിടയ്ക്ക് ജനപ്രിയ നോവലുകളെ ഉപജീ
വിച്ച് ചില സാമൂഹ്യ ഡ്രാമകളും നിർമ്മിക്കപ്പെട്ടു. രണ്ട് ചാറ്റർജിമാരു
ടെയും ശരത്ചന്ദ്രയുടെയും ബങ്കിം ചന്ദ്രയുടെയും ധാരാളം കഥകൾ സിനി
മയിലാക്കപ്പെട്ടു. നായികമാരും നായകന്മാരും സമൃദ്ധമായി മേക്കപ്പ് ഉപ
യോഗിച്ചിരുന്നു. ജനപ്രിയനാടകത്തിന്റെ രംഗസംവിധാനം അതേപടി
പകർത്തുന്നതായിരുന്നു രീതി. ഫോട്ടോകളിലെ നിശ്ചലദൃശ്യങ്ങളിൽ

നിന്നുപോലും വ്യക്തമാകുന്ന ഒരു കാര്യം യഥാർത്ഥ ജീവിതത്തിന് പകരം അതിശയോക്തിപരമായ അഭിനയശൈലി സ്വീകരിക്കുക എന്നതായിരുന്നു പതിവെന്നാണ്.

ചിലപ്പോൾ ഈ ശൈലി വിദേശചിത്രങ്ങളിലും കണ്ടിട്ടുണ്ട്. തീഡാ ബേരാ (അമേരിക്കൻ നിശ്ശബ്ദ സിനിമയിലെ ഒരു അഭിനേത്രി)യുടെ കഥാ പാത്രങ്ങൾക്ക് ബംഗാളി ഡ്രാമയിൽ കാണാറുള്ള വിലാസവതികളോട് നല്ല സാമ്യം തോന്നാം. ചില ഹോളിവുഡ് സിനിമകളിലും കോപം വരു മ്പോൾ മൂക്ക് വിറപ്പിക്കുന്ന വില്ലന്മാരെ കണ്ടിട്ടുണ്ട്. എങ്കിലും അമേരിക്ക യിലെയും യൂറോപ്പിലെയും ഏറ്റവും മികച്ച നിശ്ശബ്ദ കാല ചിത്രങ്ങൾ കാണാനുള്ള അവസരം നമ്മുടെ പ്രേക്ഷകർക്ക് ലഭിച്ചിരുന്നു എന്ന് എനിക്ക് പറയാൻ കഴിയും. 1920 കളിൽ ഏതൊക്കെ തരത്തിലുള്ള ചിത്ര ങ്ങളാണ് നമ്മുടെ പ്രേക്ഷകരുടെ മുമ്പിൽ എത്തിയിരുന്നത് എന്ന് അന്വേ ഷിക്കാനായി ഞാൻ ഒരിക്കൽ നാഷണൽ ലൈബ്രറിയിൽ പോയിരുന്നു. 1927 ലെ ഏതോ ഒരു ദിവസത്തെ *ദി സ്റ്റേറ്റ്സ്മാൻ* പത്രത്തിന്റെ വിനോദ കോളത്തിൽ ഞാൻ കണ്ടത് അന്ന് കൊൽക്കത്തയിലെ സിനിമാപ്രേമി കൾക്ക് ആറു വിദേശചിത്രങ്ങളിൽ ഏത് വേണമെങ്കിലും തെരഞ്ഞെടു ക്കാൻ അവസരം ലഭിച്ചിരുന്നു എന്നാണ്. *മോന, വെറൈറ്റി, ദി ഗോൾഡ് റഷ്, അണ്ടർ വേൾഡ്, ദി ഫ്രെഷ്മാൻ, ബ്ലാക്ക് പൈററ്റ്* എന്നിവയായി രുന്നു ആ ചിത്രങ്ങൾ.

ഈ ചലച്ചിത്രങ്ങൾ നമ്മുടെ ചലച്ചിത്രകാരന്മാരുടെ ഇടയിൽ കാര്യ മായ എന്തെങ്കിലും സ്വാധീനം സൃഷ്ടിച്ചിരുന്നോ? സമീപ ചരിത്രകാല ഘട്ടത്തിൽ വളർന്നുവന്ന ഏകപുത്തൻ കലാരൂപമായ സിനിമയുടെ സാദ്ധ്യതകളെപ്പറ്റി തല പുകയ്ക്കുന്ന ഒരു ഇന്ത്യൻ ഗ്രിഫിത് ഇവിടെ ഉണ്ടായിരുന്നോ? അല്ലെങ്കിൽ ഐസൻസ്റ്റീനെ പോലെ ഒരു ഇന്ത്യൻ സൈദ്ധാന്തികൻ, ദോവ്ഷെങ്കോയെപ്പോലെയോ റോബർട്ട് ഫ്ളാഹർട്ടി യെയോ പോലെ ഒരു കവി, അഥവാ ഏൺസ്റ്റ് ലൂബിസ്ചിനെപ്പോലെ ദൃശ്യകോമഡിയുടെ സാദ്ധ്യതകളുടെ അന്വേഷകൻ?

എനിക്ക് ഈ ചോദ്യങ്ങൾക്ക് ഉത്തരം കിട്ടിയിട്ടില്ല. ബംഗാളി നിശ്ശബ്ദ ചിത്രങ്ങളുടെ പ്രിന്റുകൾക്ക് വേണ്ടി ഞങ്ങൾ ഏറെ അന്വേഷണം നട ത്തിയെങ്കിലും ഒന്നും ലഭിച്ചില്ല. 1940 കളിൽ ഉണ്ടായ രണ്ട് തീപിടുത്തങ്ങ ളിൽ കൊൽക്കത്തയിലെ രണ്ട് വലിയ ഫിലിം സംഭരണശാലകളിൽ സൂക്ഷിച്ചിരുന്ന എല്ലാ പ്രിന്റുകളും കത്തിനശിച്ചുപോയി എന്നാണ് പറയ പ്പെടുന്നത്. എളുപ്പം തീപിടിക്കുന്ന പദാർത്ഥത്തിലായിരുന്നു ആ പഴയ ഫിലിം സ്റ്റോക്ക്. ബന്ധപ്പെട്ട ഒരാൾക്കുപോലും സംവിധായകനോ നിർമ്മാ താവിനോ വിതരണക്കാരനോ പ്രദർശനശാലക്കാരനോ അവ ആധുനിക ഫിലിം സ്റ്റോക്കിലേക്ക് മാറ്റണമെന്ന ചിന്ത ഉണ്ടായില്ല. കാരണം വ്യക്ത മാണ്. ശബ്ദചിത്രങ്ങൾ വന്നതോടുകൂടി പഴയ മാധ്യമത്തെപ്പറ്റിയുള്ള എല്ലാ താല്പര്യവും അസ്തമിച്ചു.

എങ്കിലും ഞങ്ങൾ ശ്രമം ഉപേക്ഷിച്ചില്ല. നീണ്ട അന്വേഷണത്തിന്റെ

അവസാനം ബങ്കിം ചന്ദ്രന്റെ *കൃഷ്ണകാന്തന്റെ മരണപത്രം* എന്ന കൃതിയെ അടിസ്ഥാനമാക്കി 1930 ൽ നിർമ്മിച്ച ചിത്രത്തിന്റെ ഒരു പ്രിന്റ് കണ്ടുകിട്ടി. ഈ ഒരു പ്രിന്റ് മാത്രം എങ്ങനെ വംശഹത്യയിൽനിന്ന് രക്ഷപ്പെട്ടു എന്ന് ആർക്കും അറിയില്ല. ഭാവനയുടെ ഒരു സ്ഫുലിംഗമെങ്കിലും കാണാൻ കഴിഞ്ഞെങ്കിൽ, കലാകാരന്റെ മഹത്വം വിളിച്ചോതുന്ന ആർജ്ജവമുള്ള ഒരു നിമിഷമെങ്കിലും അനുഭവിക്കാൻ കഴിഞ്ഞെങ്കിൽ എന്നായിരുന്നു പ്രതീക്ഷ!

എന്നാൽ ഞങ്ങളുടെ മോഹം വളരെവേഗം തന്നെ പൂർണ്ണമായി തട്ടിയുടയ്ക്കപ്പെട്ടു. ഒന്നോ രണ്ടോ ഔട്ട്ഡോർ രംഗങ്ങളൊഴിച്ചാൽ ആ ചിത്രം മുഴുവൻ ചിത്രീകരിക്കപ്പെട്ടത് തുറന്ന ആകാശത്തിന് കീഴിൽ മൂന്ന് വശവും ചിലപ്പോൾ നാലുവശവും മറയ്ക്കപ്പെട്ട സെറ്റിനുള്ളിലായിരുന്നു. 'ആക്ഷൻ' നടക്കുന്ന സ്ഥലത്തിൽനിന്നും കുറച്ച് അകലെയായി നടുക്ക് സ്ഥിരമായി ക്യാമറ ഉറപ്പിച്ചുവച്ചിരുന്നു; കഥാപാത്രങ്ങൾ രണ്ടറ്റത്തും ഉറപ്പിച്ചുനിർത്തിയിരുന്ന ചിറകുകൾ പോലുള്ള വാതിലുകളിൽക്കൂടി വരുകയും പോവുകയും ചെയ്തുകൊണ്ടിരുന്നു. കഥ പറയുന്നതിന് ഉപയോഗിച്ച അസംഖ്യം ടൈറ്റിൽ കാർഡുകൾ ഇല്ലാതിരുന്നെങ്കിൽ,

ഇതിവൃത്തം നേരത്തെ അറിയാത്ത ആർക്കും ആര് ഏത് കഥാപാത്രം അവതരിപ്പിക്കുന്നു എന്നോ അവരെന്താണ് ചെയ്യുന്നതെന്നോ എന്തിനാണെന്നോ ഒന്നും മനസ്സിലാക്കാനാവാത്ത അവസ്ഥ.

എങ്കിലും ചില അപവാദങ്ങളുണ്ടെന്ന് എന്നെനിക്കറിയാമായിരുന്നു. ഉദാഹരണത്തിന് നടനും സംവിധായകനും കലാസംവിധായകുമായിരുന്ന ചാരുറോയി (ഇദ്ദേഹമാണ് *എ ത്രോ ഓഫ് ഡൈസ്* എന്ന ചിത്രത്തിൽ സീതാദേവിയുടെ ചുണ്ടുകളിൽത്തന്നെ അമർത്തി ചുംബിക്കുന്ന കൃഷ്ണവർണ്ണനായ നായകൻ)യുടെ ചിത്രത്തിൽനിന്നുള്ള ചില സ്റ്റില്ലുകളിൽനിന്ന് വളരെ പരിഷ്കൃതമായ ഒരു സമീപനം. എനിക്ക് കാണാൻ കഴിഞ്ഞിരുന്നു. അഭിനേതാക്കൾ ധാർഷ്ട്യം കുറഞ്ഞ മേക്കപ്പ് ഉപയോഗിക്കുകയും സെറ്റിലെ വസ്തുക്കളുടെ തെരഞ്ഞെടുപ്പിലും വിന്യാസത്തിലും കൂടുതൽ വകതിരിവ് കാണിക്കുകയും കുറച്ചുകൂടി വിശ്വസനീയമായ ലൈറ്റിങ് രീതി അവലംബിക്കുകയും ചെയ്തതായി തോന്നി. മറ്റൊരു തരത്തിൽ പറഞ്ഞാൽ യഥാർത്ഥ്യത്തിനോട് അടുക്കാനുള്ള ബോധപൂർവ്വമായ ഒരു താല്പര്യം പ്രകടമായിരുന്നു. ചാരുറോയിയെ എനിക്ക് കാണാൻ കഴിഞ്ഞപ്പോൾ അദ്ദേഹത്തിന് എൺപതിലധികം വയസ്സായിരുന്നു. ഞാൻ അദ്ദേഹത്തിന്റെ ചിത്രങ്ങളെപ്പറ്റി ചോദിച്ചു. എനിക്ക് അവ നിങ്ങളെ കാണിക്കാൻ കഴിഞ്ഞിരുന്നെങ്കിൽ എന്നായിരുന്നു അദ്ദേഹത്തിന്റെ മറുപടി

പിന്നീടൊരിക്കൽ, ഞാൻ *പാഥേർ പാഞ്ചാലി* നിർമ്മിച്ചതിന് ശേഷം ചാരുറോയിയുടെ അനുജൻ പ്രഫുല്ല റോയിയെ കണ്ടിരുന്നു. പ്രഫുല്ല നിശ്ശബ്ദ സിനിമാക്കാലത്ത് സംവിധായകനായി തുടങ്ങുകയും ശബ്ദചിത്രങ്ങൾ വന്നപ്പോൾ അത് തുടരുകയും 1950 കളിൽ ഒരു ചിത്രത്തിന്റെ വൻ സാമ്പത്തിക തകർച്ചയുടെ ഘട്ടം വരെ സിനിമാരംഗത്ത് ഉണ്ടായിരുന്ന

യാളുമാണ്. ഉച്ചത്തിലുള്ള പരുഷസ്വരത്തോടെ സംസാരിക്കുന്ന ആജ്ഞാ
നുബാഹുവായിരുന്ന അദ്ദേഹം സെറ്റിൽ ഒരു ഏകാധിപതിയായിരുന്നു
എന്നാണ് കേൾവി. എഴുപത്തഞ്ചു കഴിഞ്ഞ ദൃഢഗാത്രനായ അദ്ദേഹം
എന്റെ മുതുകത്ത് സ്നേഹത്തോടെ ഒരു തട്ടുതന്നുകൊണ്ട് പറഞ്ഞു. "നിന
ക്കറിയോ, ഞാൻ നിന്നെക്കാൾ മുപ്പത് വർഷം മുൻപേ ഒരു മുഴുവൻ സിനി
മയും ലൊക്കേഷനിൽ വച്ച് ചിത്രീകരിച്ചയാളാണ്. സ്വാഭാവികമായും
പ്രിന്റുകളൊന്നും അവശേഷിക്കാത്തതുകൊണ്ട് അദ്ദേഹത്തിന് ആ ചിത്രം
എന്നെ കാണിക്കാൻ കഴിഞ്ഞില്ല. പക്ഷേ, സ്റ്റില്ലുകളിൽ നിന്നു – അത്
പൊലീസും കള്ളനും കഥയായിരുന്നു – ലൊക്കേഷനിൽ വച്ച് ചിത്രീക
രിച്ചു എന്ന വാദം ശരിയാണെന്ന് തോന്നി.

ഇന്ത്യയിലെ പ്രമുഖ ചലച്ചിത്ര നിർമ്മാണ കേന്ദ്രങ്ങളിലൊന്നായ
കൊല്ക്കത്തയിലെ നിശ്ശബ്ദ ചിത്രങ്ങളുടെ ചരിത്രം ഒരിക്കലും വെളി
പ്പെടാത്ത ഗർത്തത്തിനുള്ളിലാണെന്നത് തികച്ചും പരിതാപകരമാണ്. മറ്റ്
സ്ഥലങ്ങളിലെ കാര്യം ഇങ്ങനെയല്ല എന്ന് ആത്മാർത്ഥമായി ആശിച്ചു
പോകുന്നു. അഗ്രഗ്രാമികളായ മഹാരാഷ്ട്രക്കാരുടെ സൃഷ്ടികളെ വീണ്ടും
വിലയിരുത്താൻ അവസരം ഉണ്ടാകുമെന്ന് പ്രതീക്ഷിക്കാം. ആദ്യമായി
നിർമ്മിക്കപ്പെട്ട് അമ്പത് വർഷത്തിന് ശേഷം *എ ത്രോ ഓഫ് ഡൈസ്*
എന്ന ചിത്രത്തിന്റെ പ്രിന്റ് ഇന്ന് കാണാൻ ലഭിക്കുന്നത് എത്ര അത്ഭുത
കരമായ അനുഭൂതിയാണ് നല്കുന്നത്. മനോഹരമായ പാൻക്രോമാറ്റിക്
ഫിലിമിൽ ഒരു ദിവസം മുൻപ് ചിത്രീകരിച്ചതു പോലെയാണ് തോന്നു
ക. ആയിരത്തൊന്നു രാവുകളും മഹാഭാരതം ചേർത്തുള്ള ഒരു മിശ്രിത
മാണ് കഥാതന്തു എന്നത് പ്രസക്തമല്ല. പ്രധാനപ്പെട്ട കാര്യം അതിന്റെ
നിർമ്മാതാക്കൾ ഇന്ത്യാക്കാരും ജർമ്മൻകാരും അത് സംരക്ഷിക്കേണ്ട
തിന്റെ ആവശ്യകത മനസ്സിലാക്കിയെന്നതാണ്. അതുകൊണ്ടാണല്ലോ
ഇന്ന് ആ ചിത്രം അതിന്റെ ചരിത്രപരമായ പശ്ചാത്തലത്തിൽ വീക്ഷി
ക്കാനായി നമുക്ക് കഴിഞ്ഞത്.

സമീപകാലത്തായി നിശ്ശബ്ദ ചിത്രങ്ങളെപ്പറ്റിയുള്ള താല്പര്യം വളരെ
വർദ്ധിച്ചുവരികയാണ്. അവയെ ഇപ്പോൾ കാണുന്നത്. 'തവള'യായി രൂപ
പരിണാമം സംഭവിക്കുന്നതിന് മുൻപുള്ള 'വാൽമാക്രി' ഘട്ടമായിട്ടല്ല;
സ്വന്തം നിലയിൽത്തന്നെ അസ്തിത്വമുള്ള വികസിത ജീവി വർഗ്ഗമായി
ട്ടാണ്. ജപ്പാനിലെ നിശ്ശബ്ദ ചിത്രകാലഘട്ടത്തിലേക്കുള്ള അന്വേഷണം
അപ്രതീക്ഷിതമായ മഹത് സൃഷ്ടികളെയാണ് പുറത്തുകൊണ്ടുവന്നത്.
നമ്മുടെ രാജ്യത്തെ സംഭരണശാലകളിൽ എവിടെയെങ്കിലും അത്തരം
ശബ്ദമില്ലാത്ത നിധികൾ ഒളിഞ്ഞുകിടപ്പുണ്ടെങ്കിൽ അവയെ തേടിപ്പിടിച്ച്
പുറത്തുകൊണ്ടുവരേണ്ടത് നമ്മുടെ കടമയാണ്.

(സിനിമ വിഷൻ, ജനുവരി 1980)

12

നവസിനിമയും ഞാനും

കഴിഞ്ഞ എട്ടുവർഷത്തിനിടയിൽ രാജ്യത്ത് ഉയർന്നുവന്ന ഒരു പറ്റം പ്രതിഭാധനരായ ചലച്ചിത്രകാരന്മാരുടെ നിര കാണുമ്പോൾ നവ ഇന്ത്യൻ സിനിമയെക്കുറിച്ച് സംസാരിക്കാൻ സമയമായി എന്നും തോന്നുന്നു. അഖി ലേന്ത്യാ സ്വഭാവമുള്ള വാണിജ്യ സിനിമാക്കാരുമായി താരതമ്യം ചെയ്യു മ്പോൾ ഈ പുതിയ ചലച്ചിത്രകാരന്മാർക്കുള്ള സവിശേഷത ഗൗരവമുള്ള, ഈ മണ്ണിൽ ആഴത്തിൽ വേരുകളുള്ള വിഷയങ്ങളോടുള്ള പ്രതിപത്തിയും മിതമായ സൗകര്യങ്ങൾ ഭാവനാപൂർണ്ണമായ രീതിയിൽ ഉപയോഗിച്ച് അത് പറയാനുള്ള കഴിവുമാണ്.

ഈ ചിത്രങ്ങളിൽ പലതും എനിക്ക് കാണാൻ കഴിഞ്ഞിട്ടില്ല. എന്നാൽ ഞാൻ കണ്ടു കഴിഞ്ഞ ദക്ഷിണേന്ത്യൻ ചിത്രങ്ങൾ – സംസ്കാര, കാഡ്, നിർമ്മാല്യം,ചോമന ദുഡി, ഘടശ്രാദ്ധ, കൊടിയേറ്റം, തമ്പ് എല്ലാം ഗ്രാമീണ പശ്ചാത്തലമുള്ളവയാണ്. ഇത് കൂടുതൽ നഗരകേന്ദ്രീകൃതമായ കഥകൾ പറയുന്ന മറ്റ് പ്രദേശങ്ങളിലെ നവസിനിമയുമായി ഇവയ്ക്കുള്ള വ്യത്യാസമാണ്. ഉദാഹരണത്തിന് ദമ്പതികളായ ചിനു-ജയ പട്‌വർധൻ നിർമ്മിച്ച 22 ജൂൺ 1897 എന്ന ചിത്രം തിലകന്റെ കാലഘട്ടത്തിൽ പൂനെ യിൽ നടന്ന ഒരു യഥാർത്ഥ രാഷ്ട്രീയ കൊലപാതകത്തെപ്പറ്റിയാണെങ്കിൽ ഗോവിന്ദ് നിഹലാനിയുടെ ആക്രോശ് ഒരു ആദിവാസി പെൺകുട്ടിയുടെ കൊലപാതകത്തെപ്പറ്റി അന്വേഷിക്കുന്ന ഒരു യുവ അഭിഭാഷകന്റെ വർത്ത മാനകാല അവസ്ഥ ചിത്രീകരിക്കുന്നു. ബോംബെയിൽ സയിദ് മിർസയും ബംഗാളിൽ ബുദ്ധദേവ് ദാസ് ഗുപ്തയും സമകാലീന നഗര ജീവിത വിഷ യങ്ങളോടാണ് താല്പര്യം കാണിക്കുന്നത്. മുസാഫർ അലി, സായ്പ രണ്ജ് പെ മുതലായവരുടെ ആദ്യം ചിത്രങ്ങളെപ്പറ്റി നല്ല അഭിപ്രായമാണ് കേൾക്കുന്നതെങ്കിലും അവയൊന്നും എനിക്ക് കാണാൻ കഴിഞ്ഞിട്ടില്ല.

പത്ത് വർഷം മുൻപ് ഒന്നുമില്ലാത്ത അവസ്ഥയിൽനിന്നും ഇന്ന് ഒരു ഡസൻ പേരുകളെങ്കിലും ഉയർന്നു വന്നിരിക്കുന്നു. തീർച്ചയായും ഇത് വളരുന്ന ഒരു പ്രവണതയാണ്. തികച്ചും സ്വാഗതാർഹവും.

ഈ ചിത്രങ്ങളൊന്നും മണികൗളിന്റെ ചിത്രങ്ങളെപ്പോലെ കഥാക ഥനരീതിയിൽ പുതുമയുള്ളതെന്ന അർത്ഥത്തിൽ പുതിയതാണെന്ന് പറ യാൻ കഴിയില്ലെന്ന് വ്യക്തമാക്കേണ്ടിയിരിക്കുന്നു. നമുക്ക് മുമ്പിലുള്ള പ്രേക്ഷകരുടെ നില പരിശോധിക്കുമ്പോൾ ഇത് ഒരു നല്ലകാര്യമായി തോന്നുന്നു. ഉള്ളടക്കത്തിന് പകരം ശൈലിയും രൂപത്തിലും കൂടുതൽ ശ്രദ്ധ കേന്ദ്രീകരിക്കുന്ന പ്രവണതയ്ക്ക് സംവേദനത്തിന്റെ കാര്യത്തിലും അതുകൊണ്ടുതന്നെ നിലനില്പിന്റെ കാര്യത്തിലും പ്രശ്നങ്ങൾ നേരി ടാനുണ്ട്. ബഹുഭൂരിപക്ഷം സിനിമകളും യഥാർത്ഥത്തെ പാടെ മറന്നു കൊണ്ട് ഏറ്റവും നിലവാരം കുറഞ്ഞയാളെ തൃപ്തിപ്പെടുത്താൻ യത്നി ക്കുമ്പോൾ അത്തരം രീതികളിൽനിന്നും വഴിമാറി നടക്കാനുള്ള ഏതു ശ്രമവും വിപ്ലവകരമാണ്, ശ്ലാഘിക്കപ്പെടേണ്ടതാണ്.

ദൗർഭാഗ്യത്തിൽ, ഇത്തരം ചിത്രങ്ങൾ കമ്പോളത്തിലെത്തിക്കുന്ന കാര്യം വരുമ്പോൾ പലവിധ പ്രശ്നങ്ങൾ നേരിടേണ്ടി വരുമെന്നത് തീർച്ച യാണ്. ഞാൻ നേരത്തെ പരാമർശിച്ച പല ചിത്രങ്ങളും സ്വകാര്യ പ്രദർശ നങ്ങളിലോ ചലച്ചിത്രമേളകളിലോ മാത്രമാണ് പ്രദർശിപ്പിച്ചിട്ടുള്ളത്. പുര സ്കാരങ്ങൾ നേടിയ *ശോധ്, സ്പർശ്, നീം അന്നപൂർണ്ണ* തുടങ്ങിയ ചിത്ര ങ്ങൾ പോലും തിയേറ്ററുകൾ കിട്ടാതെ പെട്ടിക്കകത്താണ്. പതിവുചിത്ര ങ്ങളിൽനിന്ന് വ്യത്യസ്തമായ ഈ ചിത്രങ്ങൾ പ്രദർശിപ്പിക്കുന്നതിലെ റിസ്ക് എടുക്കാൻ സിനിമാ തിയേറ്റർ ഉടമസ്ഥർ തയ്യാറല്ല. ഇവിടെയാണ് സർക്കാർ സഹായിക്കേണ്ടതും പ്രദർശനകേന്ദ്രങ്ങൾ ഉണ്ടാക്കേണ്ടതും. നവസംവിധായകർക്ക് തങ്ങളുടെ ചിത്രങ്ങളോട് പ്രേക്ഷകർ എങ്ങനെ പ്രതികരിക്കുന്നു എന്ന് അറിയാനുള്ള അവസരം ഉണ്ടാകണം. സംവേദ നമാണ് ലക്ഷ്യമെങ്കിൽ പണം മുടക്കി കാണാൻ വരുന്ന പ്രേക്ഷകനുമായി ബന്ധം സ്ഥാപിക്കണം. നിരൂപക പ്രശംസയോ ഒരു ചെറു ആസ്വാദകസ മൂഹത്തിന്റെ അംഗീകാരമോ ചലച്ചിത്രമേളകളിലെ പുരസ്കാരങ്ങളോ അല്ല ഒരു ചലച്ചിത്രകാരന് ഏറ്റവും കൂടുതൽ ഊർജ്ജം പകരുന്നത്. ആർക്കു വേണ്ടിയാണോ ചിത്രം നിർമ്മിക്കപ്പെട്ടത് ആ പൊതു സമൂഹത്താൽ ആ ചിത്രം അംഗീകരിക്കപ്പെടുമ്പോഴാണ്.

ചെലവു കുറഞ്ഞ ബജറ്റിലെടുക്കുന്ന ഒരു ചലച്ചിത്രത്തിന് പോലും ബഹുമുഖ വിഭവങ്ങളെ ആശ്രയിക്കുന്ന നാടകത്തിലെ ഏറ്റവും ഉൽക്കർഷേച്ഛ നിറഞ്ഞ സംരംഭത്തിനേക്കാൾ ചെലവ് കൂടും. അതിനാൽ നിർമ്മാണച്ചെലവ് കുറയ്ക്കുകയെന്നത് വളരെ പ്രധാനപ്പെട്ട കാര്യമായി ത്തീരുന്നു. അതിനാൽത്തന്നെ 16 എം എം ലേക്ക് മാറുന്നത് വളരെയ ധികം സഹായിക്കും. അടുത്തയിടെ ആക്രോശിന്റെ കാര്യത്തിൽ കണ്ട തുപോലെ 16 എം എം ഉം 35 എം എം ഉം തമ്മിലുള്ള വ്യത്യാസം തിരി ച്ചറിയാനാവാത്ത വിധം 16 എം എം എടുത്ത ചിത്രം ഗുണമേന്മ ചോരാതെ

ബ്ലോ അപ്പ് ചെയ്യുന്നതിനുള്ള സാങ്കേതിക സൗകര്യങ്ങൾ ഇന്ന് ലഭ്യമാണ്. സാധാരണ അളവിലും (35 എണ്ണം) കുറഞ്ഞ ഗേജിലുള്ള നിർമ്മാണം നടത്തുന്നതിനുള്ള സൗകര്യങ്ങൾ ഒരുക്കുന്നതിൽ സർക്കാരിന് എന്തൊക്കെ ചെയ്യാൻ കഴിയുമോ അത് ഏർപ്പെടുത്തുന്നത് സ്വാഗതാർഹ മായിരിക്കും.

ഓരോ പ്രദേശത്തെയും ഭാഷയിൽ തന്നെയായിരിക്കണം പ്രാദേശിക ചിത്രങ്ങൾ നിർമ്മിക്കപ്പെടേണ്ടത് എന്നാണ് എന്റെ ശക്തമായ അഭിപ്രായം ദക്ഷിണേന്ത്യയിൽ ഇങ്ങനെയാണ് പൊതുവെ കണ്ടുവരുന്നത്. ഇതിന്റെ സ്വാഭാവികമായ അനന്തരഫലം ചലച്ചിത്രകാരന്മാർക്ക് ഒരു ചെറിയ കമ്പോളത്തെ ആശ്രയിക്കേണ്ടി വരും എന്നതാണ്. ഈ കമ്പോളത്തിന്റെ വികാസം സാദ്ധ്യമാകുന്നതിന് ഇംഗ്ലീഷിൽ സബ്ടൈറ്റിൽ നടത്തുന്നതിന് സർക്കാർ വിദേശനാണ്യം അനുവദിക്കണം അല്ലെങ്കിൽ ഉയർന്ന നിലവാ രത്തിലുള്ള സബ് ടൈറ്റിലിങ് സൗകര്യങ്ങൾ രാജ്യത്തിനകത്ത് തന്നെ കൊണ്ടുവരാൻ സർക്കാർ തയ്യാറാകണം. ഈരംഗത്ത് എന്തെങ്കിലും സർക്കാർ അടിയന്തരമായി ചെയ്തേ പറ്റൂ. അന്യഭാഷാ ഡബ്ബിങ് എന്നത് സൗന്ദര്യശാസ്ത്രപരമായി സംതൃപ്തി തരുന്ന ഒന്നല്ല എന്നാണ് ഞാൻ കരുതുന്നതെങ്കിലും നഗരകേന്ദ്രീകൃതമായ പ്രേക്ഷകർക്ക് അപ്പുറത്തേക്ക് ചലച്ചിത്രം എത്തിച്ചേരണമെങ്കിൽ അതു ചെയ്യാതെ നിവൃത്തിയില്ല.

പാശ്ചാത്യലോകത്ത് ഇന്ത്യൻ കലയോടുള്ള വർദ്ധിച്ചു വരുന്ന ആഭി മുഖ്യം കണക്കിലെടുക്കുമ്പോൾ ശ്രദ്ധേയമായ ഒരു ഇന്ത്യൻ നവസിനിമ കൾക്ക് താമസിയാതെ തന്നെ ഒരു വിദേശ കമ്പോളം ലഭ്യമാകുമെന്ന് പ്രതീക്ഷിക്കാം. ഇത് സാമ്പത്തികമായ തിരിച്ചടികളെ പ്രതിരോധിക്കുന്ന തോടൊപ്പം ചിത്ര നിർമ്മാണത്തിന് നല്ല ഉത്തേജകമായി മാറാനിടയുണ്ട്.

എന്റെ ആദ്യ ചിത്രത്തിന് തന്നെ പാശ്ചാത്യരാജ്യങ്ങളിൽ വിജയം ലഭിച്ചില്ലായിരുന്നെങ്കിൽ എനിക്ക് ഒരു ചലച്ചിത്രകാരനായി നിലനില്ക്കാൻ കഴിയുമായിരുന്നില്ല എന്നാണെന്റെ വിശ്വാസം. അതിനെത്തുടർന്ന് എന്റെ മിക്ക ചിത്രങ്ങളുടെയും വരുമാനത്തിന്റെ നല്ല ഭാഗം വിദേശത്ത് നിന്നാണ് വന്നിട്ടുള്ളത്. ഇത് പതുക്കെ നടക്കുന്ന ഒരു പ്രക്രിയയാണ്. രാജ്യത്തിന കത്ത് ബോക്സാഫീസ് ഹിറ്റുകളിലൂടെ ആഴ്ചകൾക്കുള്ളിൽ മുടക്കുമു തൽ തിരിച്ചുപിടിക്കുന്ന രീതിയുമായി ഇതിനെ താരതമ്യപ്പെടുത്താനാ വില്ല. പൊതുജനത്തിന്റെ മനസ്സിൽ വാണിജ്യസിനിമ സൃഷ്ടിച്ചിട്ടുള്ള രക്ഷ പ്പെടാനാവാത്ത മാമൂൽ രീതികളുടെ സ്വാധീനംമൂലം അവയെ പരിഗണി ക്കാത്ത ഒരു ചലച്ചിത്രകാരന് പെട്ടെന്ന് കമ്പോളവിജയം കൈവരിക്കാ മെന്ന മോഹം ഉപേക്ഷിക്കാതെ വയ്യ. മാമൂൽ അനുസരിച്ചേുള്ള അസംബ ന്ധങ്ങളൊന്നും ഇല്ലാതിരുന്നിട്ടും *പാഥേർ പാഞ്ചാലിക്ക്* എല്ലാ വർഗ്ഗങ ളിലുംപെട്ട പ്രേക്ഷകരെ ആകർഷിക്കാൻ കഴിഞ്ഞത് അതിന്റെ അവഗ ണിക്കാനാവാത്ത മാനുഷിക ഭാഗംമൂലമാണെന്ന് എനിക്കുറപ്പുണ്ട്.

പാഥേർ പാഞ്ചാലി നിർമ്മിച്ചപ്പോൾ ഇന്ത്യയിൽ പുതുമയുള്ള തികച്ചും നൂതനമായ ഒന്നാണ് ആവിഷ്കരിക്കുന്നതെന്ന് എനിക്ക് ബോദ്ധ്യ

മുണ്ടായിരുന്നു. യഥാർത്ഥത്തിൽ പ്രേക്ഷകർക്ക് വേണ്ടതെന്താണെന്ന് ആദ്യമേതന്നെ തിരിച്ചറിഞ്ഞ് സുരക്ഷിതമായ ആ മാർഗ്ഗത്തിൽ തന്നെ ചരിച്ചുകൊണ്ടിരുന്നു. വിരസവും ആചാരനിഷ്ഠവും സങ്കരരൂപത്തി ലുള്ളതുമായ ബംഗാളി സിനിമകളാണ് എനിക്ക് പ്രേരകമായി മാറിയത്. എത്ര വിശാലവും ഫലഭൂയിഷ്ഠവുമായ മണ്ണാണ് ഉണ്ടായിരുന്നത്. എന്തെല്ലാം പ്രമേയങ്ങളും കഥകളുമാണ് സിനിമയാക്കപ്പെടാൻ കാത്തി രുന്നത്, എന്നാൽ നിർമ്മിക്കപ്പെട്ടിരുന്ന ചിത്രങ്ങൾ ഗുണസമ്പന്നമോ കേവലം തദ്ദേശീയമായ സ്വഭാവത്തിലുള്ളതു പോലുമായിരുന്നില്ല. 1930 കളിലും 1940 കളിലും ബംഗാളി സിനിമ മുന്നിട്ടു നിന്നിരുന്നു എന്നാണ് പൊതുവെ പറയാറുള്ളത്. പക്ഷേ, എന്റെ അന്വേഷണത്തിൽ ഈ വിശ്വാ സത്തെ ശരിവയ്ക്കുന്ന ഒരു തെളിവും കിട്ടിയിട്ടില്ല. തീർച്ചയായും ബംഗാ ളിൽ സിനിമയ്ക്ക് പറ്റിയ സമ്പന്നമായ ഒരു സാഹിത്യശേഖരമുണ്ടായി രുന്നു. അവയിൽ പലതും ഉപയോഗിക്കപ്പെടുന്നുമുണ്ടായിരുന്നു. വ്യാപ കമായി പരിഭാഷപ്പെടുത്തപ്പെട്ടതും ആരാധകരുള്ളതുമായ ശരത് ചന്ദ്രന്റെ കൃതികൾ ഒരു സ്വർണ്ണഖനി തന്നെയായിരുന്നു; അവ വീണ്ടും വീണ്ടും ചലച്ചിത്രങ്ങളാക്കപ്പെട്ടു. ഈ അനുരൂപങ്ങളുടെ വളർച്ച കണ്ടുതന്നെ അറി യേണ്ടതാണ്. ഇങ്ങനെയാണെങ്കിലും ശരത് ചന്ദ്രന്റെ കഥാപാത്രങ്ങളുടെ വിശ്വാസ്യതയും കഥകളുടെ ലളിതവും മനസ്സിനെ പിടിച്ചുലയ്ക്കുന്നതു മായ ഗുണവിശേഷവുമാണ് ബംഗാളി സിനിമ മുന്നിലാണെന്ന് കരുത പ്പെടാനുള്ള കാരണമെന്നാണ് ഞാൻ വിശ്വസിക്കുന്നത്.

ശബ്ദത്തിന്റെ ഉപയോഗം വന്നതോടെ ഏത് തരം ചിത്രത്തിലും ഏതു തരം സന്ദർഭത്തിലും ഗാനങ്ങൾ തിരുകിച്ചേർക്കുന്ന പ്രവണത മൂന്ന് പ്രധാ നപ്പെട്ട ചിത്ര നിർമ്മാണകേന്ദ്രങ്ങളിലും ഒരേ സമയം ബലപ്പെട്ടുവന്നു. പക്ഷേ, ബംഗാൾ സിനിമകളിൽ കൂടുതലും സാമൂഹ്യപ്രമേയങ്ങളെ ആസ്പദമാക്കി എടുത്തതാണെന്നതിനാൽ അവയിൽ അസ്ഥാനത്ത് ചേർക്കുന്ന ഗാനങ്ങൾ മദ്രാസിൽനിന്നുള്ള വിലക്ഷണമായ പലായസസ്വ ഭാവത്തിലുള്ള ചിത്രങ്ങളിലെ ഗാനരംഗങ്ങളേക്കാൾ മുഴച്ചു നില്ക്കുന്ന പ്രതീതി ഉളവാക്കി. അസ്വസ്ഥമാക്കുംവിധം കാലഹരണപ്പെട്ട ദേബകി ബോധിന്റെ *ചണ്ഡിദാസും വിദ്യാപതിയും* ഇപ്പോൾ കാണുമ്പോൾ അവ ഒരു കാലത്ത് വളരെ വാഴ്ത്തപ്പെട്ട ചിത്രങ്ങളായിരുന്നത് എങ്ങനെയെന്ന് മനസ്സിലാക്കാൻ പ്രയാസമാണ്. അതേസമയം കുറച്ചുവർഷങ്ങൾക്ക് ശേഷം നിർമ്മിക്കപ്പെട്ട *രാമശാസ്ത്രി* എന്ന ചിത്രം ഇപ്പോഴും അതിന്റെ പുതുമ നിലനിർത്തുന്നു. ശബ്ദ ചിത്രങ്ങളുടെ ആദ്യകാലഘട്ടത്തിൽത്തന്നെ മഹാരാഷ്ട്ര ബംഗാളി സിനിമയോട് ഒപ്പമെത്തുകയും അതിനെ മറികട ക്കുകയും ചെയ്തു എന്നാണ് എന്റെ തോന്നൽ. സഹോദരന്മാരായ നിതിൻ ബോസ് (ക്യാമറ) മുകൾ ബോസ് (സൗണ്ട്) എന്നിവരുടെ സാങ്കേതിക രംഗത്തെ സംഭാവനകളും ന്യൂ തിയേറ്റേഴ്സ് നിർമ്മിച്ച ഹിന്ദി ചിത്രങ്ങ ളുടെ രാജ്യവ്യാപകമായ ജനപ്രിയതയും ഒഴിച്ചു നിർത്തിയാൽ ബംഗാ ളിന്റെ ഔന്നത്യം തെളിയിക്കുന്ന ഒന്നും ലഭ്യമല്ല.

1940 കളില്‍ രണ്ടു പ്രമുഖ നോവലിസ്റ്റുകള്‍ തങ്ങളുടെ കഥകളെ ആസ്പദമാക്കി ചിത്രങ്ങള്‍ സംവിധാനം ചെയ്യാന്‍ മുന്നോട്ടു വന്നു; പ്രേമേന്ദ്ര മിത്രയും ശൈലജാനന്ദ മുഖര്‍ജിയും. നിര്‍ഭാഗ്യകരമെന്ന് പറ യട്ടെ അവരെയും ഭരിച്ചിരുന്ന വിശ്വാസം സിനിമ ഒരു ജനപ്രിയ മാധ്യമ മാണെന്നും അതില്‍ ഗൗരവപൂര്‍ണ്ണമായ ഒരു സമീപനം ആവശ്യമില്ലെ ന്നുമാണ്. അല്ലെങ്കില്‍ തങ്ങളുടെ തന്നെ മികച്ച കഥകളെ ഒഴിവാക്കി ക്കൊണ്ട് ജനപ്രിയമായ തട്ടിക്കൂട്ട് ചിത്രങ്ങളെടുക്കാന്‍ അവര്‍ തുനിഞ്ഞ തെന്തിനാണ്? ഭാവുകത്വമുള്ള എഴുത്തുകാരെന്ന നിലയില്‍ ഇടയ്ക്കെ ങ്കിലും അവരുടെ സൃഷ്ടികളില്‍ കടന്നുവന്ന ഇതിവൃത്തത്തിലെയും കഥാ പാത്രചിത്രീകരണത്തിലെയും പരിഷ്കൃതി സിനിമയുടെ സാങ്കേതിക വിഭ വങ്ങളുടെ ഉപയോഗത്തിലുള്ള കഴിവുകേട് കൊണ്ട് അട്ടിമറിക്കപ്പെട്ടു.

ന്യൂതിയേറ്റേഴ്സ് 1943 ല്‍ നിര്‍മ്മിച്ച ബിമല്‍റോയുടെ 'ഉദയേര്‍ പാഥെ' (ഹിന്ദിയില്‍ ഹംരാഗി) അക്കാലത്ത് ഇന്ത്യന്‍ സിനിമയിലെ ഒരു നാഴിക ക്കല്ലായി കരുതപ്പെട്ടിരുന്നു. പ്രമേയത്തിന്റെ സമകാലികത കൊണ്ടും അറി യപ്പെടാത്ത അമേറ്റര്‍ കലാകാരന്മാരെ മുഖ്യകഥാപാത്രങ്ങളായി അഭിന യിപ്പിച്ചതിലും അഭിനന്ദനീയമായ ധാര്‍മ്മിക നിലപാടിന്റെ കാര്യത്തിലും അത്ര വലുതെന്ന് പറഞ്ഞുകൂടെങ്കിലും ശരിയായ ദിശയിലുള്ള ഒരു ചുവ ടായിരുന്നു ആ ചിത്രം. ആ ചിത്രം വിജയിച്ചതിന് കാരണം മറ്റുപല സംവി ധായകരെയും അപേക്ഷിച്ച് തന്റെ കഥാകഥനരീതിയില്‍ നല്ല പിടിപാ ടുള്ള ഒരു മികച്ച സാങ്കേതിക വിദഗ്ദ്ധനായിരുന്നു ബിമല്‍ റോയി എന്ന താണ്. അതില്‍ സാധാരണ പോലെ ഗാനങ്ങളുണ്ടായിരുന്നു. സ്റ്റുഡിയോ കളെ ഓര്‍മ്മിപ്പിക്കുന്ന സെറ്റുകളുണ്ടായിരുന്നു. സംഭാഷണമാകട്ടെ പര ത്തിയും പരിഷ്കൃതമാക്കപ്പെട്ടതും. അതുകൊണ്ടുതന്നെ യാഥാര്‍ത്ഥ്യ പ്രതീതി കുറഞ്ഞതുമായിരുന്നു. ബിമല്‍ റോയിയുടെ ഏറ്റവും മികച്ച ചിത്രവും അന്നുവരെയുള്ള ഇന്ത്യന്‍ സിനിമയില്‍ ഒന്നാം സ്ഥാനത്തു വരു ന്നതുമായ ദേ ബീഗാസെമീന്‍ എന്ന ചിത്രം പോലും അതിഭാവുകത്വം നിറഞ്ഞ ഒരു അന്ത്യരംഗത്താലും ബീഹാറിലെ കര്‍ഷകര്‍ പാടുന്ന റഷ്യന്‍ മാതൃകയിലുള്ള ഒരു കോറസിനാലും ഒത്തുതീര്‍പ്പിന് വിധേയമായയതാ യിരുന്നു.

ഈ പശ്ചാത്തലത്തില്‍ പാഥേര്‍ പാഞ്ചാലി അതിന്റെ നിഷേധാത്മ കമായ ഗുണങ്ങള്‍ കൊണ്ടുതന്നെ വേറിട്ടു നില്‍ക്കുന്ന പുതുമയുള്ള ഒന്നായി മാറാതെ തരമില്ലായിരുന്നു. അതിന് രാജ്യത്തിനകത്ത് കിട്ടിയ നല്ല അംഗീകാരം എനിക്ക് നമ്മുടെ ചലച്ചിത്രകാരന്മാര്‍ അതുവരെ പരീ ക്ഷിക്കാത്ത മേഖലകളിലേക്ക് ഇറങ്ങാനുള്ള ഒരു പ്രചോദനമായി മാറി.

നിരവധി വര്‍ഷങ്ങളിലൂടെ ഞാന്‍ പല രൂപത്തിലുള്ളതും വ്യത്യസ്ത ങ്ങളായ പ്രമേയങ്ങള്‍ കൈകാര്യം ചെയ്യുന്നതുമായ ചിത്രങ്ങളെടുത്തു. എന്റെ സൃഷ്ടികള്‍ വളരെ വൈവിദ്ധ്യമുള്ളതായി തോന്നുണ്ടെങ്കില്‍ എന്റെ തന്നെ വ്യത്യസ്തങ്ങളായ താല്‍പര്യങ്ങളും ഒരേ ചാലില്‍ തന്നെ കുടു ങ്ങിപ്പോകതിരിക്കാനുള്ളതിന്റെ വ്യഗ്രതയുമാണ് അത് കാണിക്കുന്നത്.

ചിലിയാഖാന എന്ന ചിത്രമൊഴികെ എന്നെ ഗാഢമായി സ്പർശിക്കാത്ത ഒരു വിഷയവും ഞാൻ എടുത്തിട്ടില്ല. *ദേവി, ജൽസാഘർ, മഹാനഗർ, പ്രതിദ്ധനി, സീമാബദ്ധ, ജനആരണ്യ* തുടങ്ങിയ ചിത്രങ്ങളിലൂടെയെല്ലാം പുതിയ പാതകൾ തേടുകയാണെന്ന ബോദ്ധ്യം എനിക്കുണ്ടായിരുന്നു. *ചാരുലത, കാഞ്ചൻജംഗാ, അരമ്യേൻ ദിൻ രാത്രി, ശത്രഞ്ജ് കെ ചിലാഢി* എന്നീ ചിത്രങ്ങളിലെ കഥാകഥനരീതികൾ ഒട്ടും പരമ്പരാഗത മട്ടി ലുള്ളതായിരുന്നില്ല എന്നാണെന്റെ വിശ്വാസം.

ഒരു ചലച്ചിത്രകാരൻ എന്ന നിലയിൽ എന്റെ മുഖ്യവ്യഗ്രത എന്താ ണെന്ന് ചോദിച്ചാൽ ഞാൻ പറയുക ഒരു കഥയ്ക്ക് ജൈവികമായ ചേർച്ച കൊണ്ടു വരുന്നതിനുള്ള മാർഗ്ഗങ്ങൾ കണ്ടെത്തുകയയും വാർപ്പുരൂപങ്ങളും സ്ഥിരം സന്ദർഭങ്ങളും ഒഴിവാക്കിക്കൊണ്ട് ഒരു പ്രത്യേക പരിതസ്ഥിതി യിൽ നിയതമായ സംഭവങ്ങൾക്കുള്ളിൽ നിന്നുകൊണ്ട് മനുഷ്യസ്വഭാവ ത്തിന്റെയും ബന്ധങ്ങളുടെയും സത്യസന്ധമായ നിരീക്ഷണത്തിലൂടെ അതിനെ പൂരിപ്പിക്കുകയും അതേസമയം തന്നെ ലഭ്യമായ മനുഷ്യശേ ഷിയും സാങ്കേതിക വിഭവങ്ങളും വിവേകപൂർവ്വം ഉപയോഗപ്പെടുത്തി ക്കൊണ്ട് ദൃശ്യപരവും ശ്രവണപരവും വൈകാരികവുമായ താല്പര്യം നിലനിർത്തുക എന്നതാണ്. കേൾക്കുമ്പോൾ പൊങ്ങച്ചം നിറഞ്ഞതും കുടിക്കുഴഞ്ഞതുമായി തോന്നാമെങ്കിലും മറ്റൊരു രീതിയിൽ പറയാൻ എനിക്കറിഞ്ഞുകൂടാ. ഇത് ആണ്ടിറങ്ങുന്നതും അക്ഷയമായതും എന്നാൽ ഒട്ടും ലളിതവുമല്ലാത്ത കർമ്മമാണെന്ന് എനിക്കറിയാം. ഞാൻ ചിത്രങ്ങ ളെടുക്കുന്ന അത്രയും കാലം ഈ അന്വേഷണം ഞാൻ തുടരും. ഈ അന്വേഷണത്തിന്റെ മേഖലയിലാണ് ഒരു ചലച്ചിത്രകാരൻ എന്ന നില യിൽ എന്റെ മികച്ച നേട്ടങ്ങൾ കിടപ്പുള്ളത്. അവയൊന്നും നാഡീകേന്ദ്ര സ്ഥാനത്ത് തന്നെ തറയ്ക്കുന്ന രീതിയിലുള്ളതല്ലെന്ന് എനിക്കറിയാം. അതുകൊണ്ടുതന്നെ ഇവിടത്തെ പല നിരൂപകരും മിക്ക ചലച്ചിത്ര പ്രേമി കളും അവയൊന്നും ശ്രദ്ധിച്ചതായി തോന്നുന്നില്ല (എനിക്ക് പലപ്പോഴും ലഭിച്ച പ്രശംസകളും കുറ്റപ്പെടുത്തലുകളും ശരിയായ കാരണങ്ങളുടെ പേരിലായിരുന്നില്ല). ഇവിടെ എന്നു പറയുമ്പോൾ ഞാൻ എന്റെ സംസ്ഥാ നമായ പശ്ചിമബംഗാളിനെയാണ് ഉദ്ദേശിക്കുന്നത്. പുറത്താക്കട്ടെ, ഇന്ത്യ യിലെ മറ്റു പ്രദേശങ്ങളിൽ എന്റെ ചിത്രങ്ങൾ പ്രമുഖ നഗരങ്ങളിൽ പ്രദർശി പ്പിക്കാറേയില്ല, അഥവാ പ്രദർശിപ്പിക്കുകയാണെങ്കിൽത്തന്നെ ഞായറാഴ്ച രാവിലെയുള്ള സബ്ടൈറ്റിൽ പോലുമില്ലാത്ത രഹസ്യപ്രദർശനങ്ങളായി രിക്കും. അവിടെയെല്ലാം എന്റേത് ഒരു പേര് മാത്രമാണ്. കഴിഞ്ഞ ഇരുപ ത്തഞ്ച് വർഷങ്ങളായി അങ്ങനെ തന്നെയാണ്. ഇത് വിചിത്രമായ ഒരവ സ്ഥയായി എനിക്ക് തോന്നാറുണ്ട്.

(സിനിമ വിഷൻ ഇന്ത്യ. ജൂലൈ 1980)

13

പാശ്ചാത്യരുടെ കണ്ണുകളിൽക്കൂടി

ഞാൻ പാഥേർ പാഞ്ചാലിയുടെ ഷൂട്ടിങ് പകുതി പൂർത്തിയാക്കിയ സമയത്ത് ന്യൂയോർക്കിലെ മോഡേൺ ആർട്ട് മ്യൂസിയത്തിലെ മൺറോ വീലർ ഇന്ത്യൻ കലയെക്കുറിച്ചുള്ള ഒരു പ്രദർശനത്തിന് വേണ്ട വസ്തു ക്കൾ ശേഖരിക്കാൻ കൊല്ക്കത്തയിൽ വന്നു. പണം തീർന്നുപോയതി നാൽ ഞങ്ങളുടെ ഷൂട്ടിങ് ഇടയ്ക്കുവച്ച് മുടങ്ങി നില്ക്കുകയായിരുന്നു. ഇതാദ്യത്തെ തവണയല്ലതാനും അങ്ങനെ മുടക്കമുണ്ടാകുന്നത്. ഞാൻ എന്റെ പരസ്യക്കമ്പനിയിലെ ജോലിയിൽ തിരികെ പ്രവേശിച്ചിരുന്നു. ഞാൻ എന്റെ കമ്പനിയുമായി ഉണ്ടാക്കിയ ധാരണ, പണം കിട്ടുമ്പോൾ ഞാൻ ഷൂട്ടിങ്ങിനായി പോകുമെന്നും പണം തീരുമ്പോൾ ഞാൻ മടങ്ങി ഓഫീസിൽ ജോലിക്ക് കയറുമെന്നുമായിരുന്നു. വീലർ എന്റെ ഓഫീസിൽ വന്നു. ഞാൻ ഒരു ചലച്ചിത്രം നിർമ്മിച്ചുവരികയാണെന്ന് കേട്ടറിഞ്ഞ് അദ്ദേഹം അതിന്റെ സ്റ്റില്ലുകൾ കാണണമെന്ന് പറഞ്ഞു ഞാൻ അദ്ദേ ഹത്തെ ഒരു ഡസനോളം ഫോട്ടോകൾ കാണിച്ചു. "ഞങ്ങളുടെ പ്രദർശ നത്തിന് ഈ സിനിമ നല്കാൻ കഴിയുമെന്ന് താങ്കൾ കരുതുന്നുണ്ടോ? അദ്ദേഹം "ചോദിച്ചു."? അതായത് ഒരു വർഷത്തിനകം" അദ്ദേഹം കൂട്ടി ച്ചേർത്തു.

എനിക്കെന്റെ കാതുകളെ വിശ്വസിക്കാൻ കഴിഞ്ഞില്ല. ചിത്ര നിർമ്മാ ണത്തിനിടയിൽ ഇടയ്ക്കിടയ്ക്കുണ്ടായ മുടക്കങ്ങളും വൻതിരിച്ചടികളും നേരിട്ടപ്പോഴെല്ലാം എല്ലാം അവസാനിപ്പിച്ച് പ്രോജക്ട് തന്നെ വേണ്ടെന്ന് വയ്ക്കാതിരിക്കാൻ എന്നെ പ്രേരിപ്പിച്ച ഘടകം എന്നെങ്കിലും ഈ ചിത്രം പൂർത്തിയാക്കി പാശ്ചാത്യ പ്രേക്ഷകർക്ക് മുമ്പിൽ പ്രദർശിപ്പിക്കാൻ കഴി യുമെന്ന പ്രതീക്ഷയായിരുന്നു. ഇപ്പോൾ എന്റെ ലക്ഷ്യം ഞാൻ അർഹി ക്കുന്നതിലും വേഗത്തിൽ സാദ്ധ്യമാകുമെന്ന സ്ഥിതി കൈവന്നിരിക്കുന്ന

തായി തോന്നി.

പക്ഷേ, എന്തുകൊണ്ടാണ് പാശ്ചാത്യ പ്രേക്ഷകരുടെ മുമ്പിൽ ചിത്രം എത്തിക്കണമെന്നത് പ്രാധാന്യമുള്ളതായി തോന്നിയത്? പാശ്ചാത്യനാടുകളിലെ ചിത്രങ്ങളുടെ ഉന്നതനിലവാരം കണക്കിലെടുക്കുമ്പോൾ (അന്ന് ജാപ്പനീസ് സിനിമയെക്കുറിച്ച് ഒന്നും അറിയാമായിരുന്നില്ല) അവിടെ ഉയർന്ന നിലയിലുള്ള ആസ്വാദനശേഷി ഉണ്ടാകുമെന്ന പ്രതീക്ഷ സ്വാഭാവികമായിരുന്നു. ഇന്ത്യയിൽ പാട്ടുകളും നൃത്തങ്ങളും നിറഞ്ഞ ധാരാളം ചിത്രങ്ങൾ നിർമ്മിക്കപ്പെടുന്നുണ്ടെന്ന് ലോകത്തെല്ലാം അറിയപ്പെട്ടിരുന്നു. എന്നാൽ സിനിമാചരിത്രത്തെക്കുറിച്ചുള്ള തടിയൻ പുസ്തകങ്ങളിലൊന്നും ഇന്ത്യൻ സിനിമയെക്കുറിച്ച് അരപ്പേജിൽ കൂടുതൽ പരാമർശിച്ചു കണ്ടിട്ടില്ല. ഈ പുസ്തകങ്ങൾ രചിക്കപ്പെട്ടിരുന്ന പാശ്ചാത്യ രാജ്യങ്ങളിൽ ഇന്ത്യൻ ചിത്രങ്ങൾ അപൂർവ്വമായിമാത്രമേ എത്തിയിരുന്നുള്ളൂ എന്നത് തന്നെ കാരണം.

ഇന്ത്യയിലെ ചലച്ചിത്രനിർമ്മാണത്തിന്റെ പത്തുശതമാനം ഞാൻ പ്രവർത്തിച്ചിരുന്ന ബംഗാളിൽ നിന്നായിരുന്നു. ബംഗാളിന്റേത് ഒരു ചെറിയ കമ്പോളമായിരുന്നു. അത് സാഹിത്യപാരമ്പര്യത്തിൽ അഭിമാനം കൊണ്ടിരുന്ന സ്ഥലമാണ്. അവിടെ ഗാന-നൃത്ത പ്രധാനമായ ചിത്രങ്ങൾ അധികം നിർമ്മിച്ചിരുന്നില്ല. കൂടുതലും ജനപ്രിയ ബംഗാളി നോവലുകളെ ആധാരമാക്കിയ ഉത്സാഹരഹിതമായ മരവിച്ച ചിത്രങ്ങളാണ് ഉണ്ടാക്കിയിരുന്നത്. വർഷങ്ങളായുള്ള സിനിമാരീതികൾ കോരിക്കൊടുത്ത് വളർത്തിയ പ്രേക്ഷകസമൂഹമാകട്ടെ വീണ്ടെടുക്കാനാവാത്ത വിധം ഭാവശൂന്യതയുള്ളതായി മാറിയിരുന്നു. നഗരത്തിലെ സംസ്കൃതചിത്തന്മാർക്ക് ധാരാളം വിദേശ ചിത്രങ്ങൾ അമേരിക്കൻ ചിത്രങ്ങൾ- കാണാൻ അവസരം ലഭിച്ചിരുന്നതുകൊണ്ട് കൂടുതൽ ഗ്രഹണശേഷിയുള്ളവരെന്ന് അവകാശപ്പെടാൻ കഴിയുമായിരുന്നു. പക്ഷേ, അവരുടെ എണ്ണം വളരെ പരിമിതമായിരുന്നതിനാൽ ഗൗരവപൂർവ്വം സിനിമയെടുക്കുന്ന ഒരു ചലച്ചിത്രകാരന് അവരെ മാത്രം ആശ്രയിച്ചുനില്ക്കാൻ കഴിയുമായിരുന്നില്ല. നിരൂപകരുടെ കാര്യമെടുത്താൽ ഇന്ത്യയിൽ ചലച്ചിത്രനിരുപണം എന്നുവെച്ചാൽ ചിത്രത്തിന്റെ ഇതിവൃത്തം വള്ളിപുള്ളി വിടാതെ പകർത്തിവയ്ക്കുകയും ചിത്രനിർമ്മാണത്തിൽ ഏർപ്പെട്ടവരുടെ മേൽ അങ്ങുമിങ്ങുമായി പ്രശംസയും അധിക്ഷേപവും ചൊരിയുകയുണ്ടെന്നതായിരുന്നു സമ്പ്രദായം. ചലച്ചിത്രകാരന്മാരാകട്ടെ പൊതുജനമാകട്ടെ അവരുടെ എഴുത്തിനെ കാര്യമായി പരിഗണിച്ചിരുന്നില്ല.

അക്കാലത്ത് പ്രചരിപ്പിക്കപ്പെട്ടിരുന്ന വഞ്ചനാപരമായ ഒരു ചിന്താഗതി (ഈ നിരൂപകരിൽ ചിലർ തന്നെയായിരിക്കണം അതിന്റെ ഉപജ്ഞാതാക്കൾ) സിനിമ സാങ്കേതികപുരോഗതി നേടിയ പാശ്ചാത്യ ലോകത്തിന്റെ കണ്ടുപിടുത്തമാണെന്നതിനാൽ നമ്മുടെ എളിയ പരിഭ്രമങ്ങളെ കർശനമായ മാനദണ്ഡങ്ങൾ ഉപയോഗിച്ച് അളക്കരുതെന്നതായിരുന്നു. അതായത് പാശ്ചാത്യർക്ക് അളവറ്റ പണമുണ്ട് നമുക്ക് പരിമിതമായ വിഭ

വങ്ങളേയുള്ളൂ എന്നതായിരുന്നു വാദത്തിന്റെ പോക്ക്.

യാഥാർത്ഥ്യം പറഞ്ഞാൽ ലോകത്തുള്ള എല്ലാ ചലച്ചിത്രകാരന്മാരും ഒരേ കരുക്കളാണ്. ഒരേ സാങ്കേതികവിദ്യയാണ് പ്രയോഗിച്ചിട്ടുള്ളത്. കുടിൽ വ്യവസായത്തിന്റെ നിയമങ്ങൾ ഇവിടെ ബാധകമാക്കാൻ കഴിയി ല്ല. നമുക്ക് വീട്ടിലിരുന്ന് ചക്രം കറക്കി നൂൽ നൂൽക്കാൻ കഴിയും. എന്നാൽ സെല്ലുലോയിഡിൽ ഏറ്റവും ലളിതമായ നൂൽ നൂൽക്കുന്നതിന് പോലും സിനിമാ വ്യവസായത്തിന്റെ വൻകിട യന്ത്രം പൂർണ്ണമായി പ്രവർത്തിച്ചേ മതിയാകൂ. നമുക്ക് വിഭവങ്ങൾ കുറവായിരുന്നില്ല. നമുക്ക് ധാരാളം ഉപ കരണങ്ങളും നടീനടന്മാരും കഴിവുള്ള സാങ്കേതിക വിദഗ്ദ്ധരും ഉണ്ടാ യിരുന്നു. നമുക്ക് സാഹിത്യത്തിന്റെ പാരമ്പര്യം ഉണ്ടായിരുന്നു. നമുക്ക് കഥകൾ ഉണ്ടായിരുന്നു, കഥകളാൽ പറ്റിയ പ്രമേയങ്ങളുണ്ടായിരുന്നു. എന്നാൽ നമുക്കില്ലാതെ പോയത് ലഭ്യമായവ നല്ല രീതിയിൽ ഉപയോഗി ക്കാൻ കഴിവുള്ള മനസ്സുകളായിരുന്നു.

അപ്പോൾ അതാണ് തെളിയിക്കാൻ ഉണ്ടായിരുന്നത്. ഇന്ത്യൻ സിനി മയ്ക്ക് പ്രായപൂർത്തിയായെന്ന് തെളിയിക്കണമായിരുന്നു. പാശ്ചാത്യ ലോകത്തിന്റെ ഗുണനിലവാര മാനദണ്ഡങ്ങളിൽനിന്ന് അകന്ന് ഒറ്റപ്പെട്ടു നില്ക്കുന്ന അവസ്ഥയോട് വിട പറയേണ്ട സമയമായിരുന്നു. മൺറോ വീലറുടെ സന്ദർശനത്തിന് ശേഷം ജോൺ ഹൂസ്റ്റൺ കൊല്ക്കത്തയിൽ വന്നു. *ദി മാൻ ഹൂവുഡ്സി കിങ്* എന്ന ചിത്രത്തിന്റെ ചിത്രീകരണം നട ത്താനുള്ള സാദ്ധ്യതകൾ തേടിയാണ് ഹൂസ്റ്റൺ ഇന്ത്യയിൽ വന്നത്. വീല റുടെ സുഹൃത്തായ അദ്ദേഹത്തോട് എന്റെ ചിത്രത്തിന്റെ നിർമ്മാണ ത്തിന്റെ അവസ്ഥ അറിഞ്ഞുവരുന്നു. പറ്റുമെങ്കിൽ കുറച്ചു ഭാഗം കാണണ മെന്നും വീലർ ആവശ്യപ്പെട്ടിരുന്നു. അനുമാനം ശരിയായിരുന്നോ എന്ന് ഒരു വിദഗ്ദ്ധനെക്കൊണ്ട് പരിശോധിപ്പിക്കാൻ അദ്ദേഹം ആഗ്രഹിച്ചിരുന്നു എന്നതിന് സംശയമില്ല.

ഞാൻ ഹൂസ്റ്റണെ പത്തു മിനിട്ടുള്ള ശബ്ദമില്ലാത്ത റഫ് കട്ട് കാണിച്ചു. അപുവും ദുർഗ്ഗയും ആദ്യമായി തീവണ്ടി കാണുന്ന ഭാഗമാണ് തെരഞ്ഞെ ടുത്ത്. 'മനോഹരമായ ആത്മാർത്ഥതയുള്ള ചലച്ചിത്ര നിർമ്മാണത്തിന്റെ ലക്ഷണം' എന്നായിരുന്നു ഹൂസ്റ്റൺ പറഞ്ഞ അഭിപ്രായം. പക്ഷേ, ലക്ഷ്യ മില്ലാതെ അലഞ്ഞു തിരിയുന്ന ദൃശ്യങ്ങൾ ദീർഘനേരം കാണിക്കുന്ന തിന്റെ അപകടത്തെപ്പറ്റി അദ്ദേഹം മുന്നറിയിപ്പു നല്കി. (രണ്ടു കുട്ടികളും തീവണ്ടി കാണുന്നതിനുമുമ്പെ ചെയ്യുന്നത് അതാണല്ലോ.) "പ്രേക്ഷകർ അക്ഷമരായിത്തീരും." അദ്ദേഹം കൂട്ടിച്ചേർത്തു. "എന്തെങ്കിലും സംഭവി ക്കുന്നതിന് മുൻപെ ഒരുപാട് നേരം കാത്തിരിക്കേണ്ടി വരുന്നത് അവർക്ക് ഇഷ്ടപ്പെടുകയില്ല." പക്ഷേ, അദ്ദേഹം വീലർക്ക് നല്ല റിപ്പോർട്ട് തന്നെ നല്കി.

മ്യൂസിയംകാർ നിശ്ചയിച്ച തീയതിക്കകം ചിത്രം പൂർത്തിയാക്കാനുള്ള പരിശ്രമം ഒരു ഭഗീരഥപ്രയത്നമായി മാറി. എന്റെ എഡിറ്ററും ഞാനും അവസാനമായപ്പോഴേക്കും വളരെ മോശമായ അവസ്ഥയിലായിത്തീർന്നു.

പക്ഷേ, ഞങ്ങൾക്ക് പൂർത്തിയാക്കാൻ കഴിഞ്ഞു. ചിത്രത്തിന്റെ ആഗോള പ്രീമിയർ എന്ന നിലയിലാണ് മ്യൂസിയം പ്രദർശനത്തിന്റെ പ്രഖ്യാപനം നടത്തിയത്. തെരഞ്ഞെടുക്കപ്പെട്ട ഒരു പ്രേക്ഷകസംഘത്തിന് മുന്നിലാ യിരിക്കും. അവരിൽ ഗിഷ് സഹോദരിമാരും ഉണ്ടാകും എന്ന് എന്നോട് പറഞ്ഞിരുന്നു. പ്രിന്റിന് സബ് ടൈറ്റിലുകൾ ചേർത്തിരുന്നില്ല. അവസാ നമായി അയക്കുന്നതിന് മുൻപേ ഒരിക്കൽക്കൂടി നോക്കാനും എനിക്ക് അവസരം കിട്ടിയില്ല. ഒരു നല്ല ചിത്രമാണ് ഉണ്ടാക്കിയതെന്നാണ് ഞാൻ വിശ്വസിച്ചിരുന്നത്: പക്ഷേ, മ്യൂസിയത്തിൽനിന്നും വിവരം ലഭിക്കുന്നതും കാത്തുകൊണ്ടിരുന്നപ്പോൾ എന്റെ മനസ്സിൽ സംശയങ്ങൾ മുളപൊട്ടി. അകലെയുള്ള ഒരു ഇന്ത്യൻ ഗ്രാമത്തിലെ ദാരിദ്ര്യത്തിന്റെ നിറം മങ്ങിയ കഥയിൽ ഒരു പാശ്ചാത്യ പ്രേക്ഷകസമൂഹത്തിന് താല്പര്യം തോന്നേണ്ട കാര്യമെന്താണ്? ജനങ്ങളുമായോ സ്ഥലവുമായോ പ്രശ്നങ്ങളുമായോ ഭാഷയുമായോ യാതൊരു മുൻപരിചയവുമില്ലാത്ത എങ്ങനെ പ്രേക്ഷകരെ പങ്കുചേർക്കാൻ കഴിയും? അങ്ങനെ ഒരു കൂടിച്ചേരലില്ലെങ്കിൽ എങ്ങനെ ചിത്രം വിജയിക്കും? ഇതുവരെ ഇന്ത്യൻ ചിത്രങ്ങളേതെങ്കിലും പാശ്ചാത്യ പ്രേക്ഷകരുടെ മുൻപിൽ വിജയിച്ചിട്ടുണ്ടോ? വിശേഷിച്ച് വർണ്ണശബളിമ യുടേതായ എല്ലാ ആകർഷണീയതകളും ഒഴിവാക്കിയ ഒരു ചിത്രം? പുലി കളില്ല, മഹാരാജാക്കന്മാരില്ല, സന്ന്യാസിമാരില്ല, പാമ്പാട്ടികളില്ല, നൃത്ത ക്കാരികളില്ല...

കൂടുതൽ ചിന്തിക്കുന്തോറും എത്ര നിരാശാജനകമായ അവസ്ഥയാ ണെന്ന് എനിക്ക് മനസ്സിലായി. സ്പെഷ്യലൈസേഷൻ മേഖലകളൊഴി ച്ചാൽ പാശ്ചാത്യർക്ക് ഇന്ത്യയിൽ എന്തെങ്കിലും താല്പര്യമുണ്ടെന്ന് തെളി യിക്കുന്ന ഒന്നും ഉണ്ടായിരുന്നില്ല. വിനോദസഞ്ചാരികളെ താജ്മഹലും അതുപോലെ തന്നെ ബനാറസിലെ മരിച്ചവരെ ദഹിപ്പിക്കുന്ന ഘട്ടുകളും ആകർഷിക്കുന്നുണ്ടെന്നത് ശരിതന്നെ. പക്ഷേ, അതോടെ തീർന്നു എല്ലാം. കലയിലും സംഗീതത്തിലും സാഹിത്യത്തിലും പുരാതനവും സമ്പന്ന വുമായ പാരമ്പര്യങ്ങളുള്ള വിശാലമായ ഒരു ഉപഭൂഖണ്ഡം മുഴുവൻ അവഗ ണിക്കപ്പെട്ടു കിടക്കുന്നു.

ഈ താല്പര്യരാഹിത്യം ഒരിക്കൽ ഈ രാജ്യം ഭരിച്ച ബ്രിട്ടനെപ്പോ ലെതന്നെ, മറ്റു പാശ്ചാത്യരാജ്യങ്ങൾക്കും ബാധകമാണെന്നത് അതിശ യകരമാണ്. പക്ഷേ, യാഥാർത്ഥ്യവുമാണ്. ശരിക്കു പറഞ്ഞാൽ കോളനി വല്ക്കരിക്കപ്പെട്ടവർ പതുക്കെപതുക്കെ അധീശശക്തികളുടെ കാര്യങ്ങ ളിൽ വലുതായ താല്പര്യം പ്രകടിപ്പിച്ചുതുടങ്ങി. എന്നാൽ തിരിച്ചിങ്ങോട്ട് അങ്ങനെ ഉണ്ടായിട്ടില്ല. തീർച്ചയായും ചില അപവാദങ്ങൾ ഇല്ലെന്നില്ല. ഈസ്റ്റ്ഇന്ത്യക്കമ്പനിയുടെ കാലത്തും ബ്രിട്ടീഷ് രാജ് കാലത്തും യാത്രി കരും സിവിൽ സർവ്വീസ് ഉദ്യോഗസ്ഥന്മാരും, പട്ടാളക്കാരും, മിഷനറി മാരും മറ്റും ഇന്ത്യയെക്കുറിച്ചുള്ള അവരുടെ ധാരണകൾ അവതരിപ്പിച്ചി ട്ടുണ്ട്. ഈ ഓർമ്മക്കുറിപ്പുകളിൽ ചിലതിലെങ്കിലും ഈ രാജ്യത്തെയും ജനങ്ങളെയുംപറ്റിയുള്ള സത്യസന്ധമായ ഉൾക്കാഴ്ച തെളിഞ്ഞുകാണാം.

ബോട്ടിലും ഒറ്റക്കുതിരവണ്ടിയിലും പല്ലക്കിലും കയറിയുള്ള മന്ദഗതിയി
ലുള്ള ആ യാത്രകളിൽ ഈ സഞ്ചാരികൾക്ക് നാട്ടിൻപുറങ്ങളിലെ ജീവിതം
അടുത്തുകാണാൻ അവസരം ലഭിച്ചിരുന്നിരിക്കാം. റെയിൽവേ വന്നതോടെ
വേഗതയും സ്വകാര്യതയും കൂടുകയും ചെയ്തു. വാക്കുകളിലും ചിത്ര
ങ്ങളിലും വരഞ്ഞിട്ട ഈ കുറിപ്പുകളെല്ലാം വ്യക്തിപരമായ താല്പര്യത്തോ
ടൊപ്പം സാമ്രാജ്യത്തിലുള്ള അഭിമാനം കൂടി പ്രതിഫലിപ്പിക്കുന്നതായി
രുന്നു. ഈ താല്പര്യത്തിന്റെ എത്ര ശതമാനം ബ്രിട്ടീഷ് ദ്വീപുവാസി
കളെ സ്പർശിച്ചിട്ടുണ്ടെന്ന കാര്യവും ഈ സ്മരണകളിൽ കൂടി നഷ്ട
പ്പെട്ട വിവരങ്ങൾക്ക് എത്രമാത്രം അവരുടെ ബോധമണ്ഡലത്തിലേക്ക്
പ്രവേശനം കിട്ടിയിട്ടുണ്ടെന്നുള്ള കാര്യവും തർക്കവിഷയമാണ്. എന്താ
യാലും ഇന്ത്യൻ സാമൂഹ്യ ചരിത്രം പഠിക്കുന്നവരല്ലാതെ ആരെങ്കിലും
ഈ സ്മരണകൾ ഇപ്പോൾ വായിക്കുന്നുണ്ടോ? സൊഫാണി, ഡി ഓയ്ലി,
ഹോഡ്ജസ്, ഡാനിയേൽ സഹോദരന്മാർ തുടങ്ങിയവരുടെ പെയിന്റിങ്ങു
കളെയും വാട്ടർ കളർ ചിത്രങ്ങളെയുംപറ്റി എത്രപേർക്ക് ഇന്നറിയാം?

ഇന്ത്യാ ചരിത്രത്തെക്കുറിച്ച് ബ്രിട്ടീഷ് സ്കൂൾ വിദ്യാർത്ഥികൾക്കുള്ള
ജ്ഞാനം എത്ര അപൂർണ്ണവും മുൻവിധികൾ നിറഞ്ഞതുമാണെങ്കിൽ മറു
വശത്തുള്ളത് ഗ്രേ പ്രയർസ് സ്കൂളിലെ നാലാം തരത്തിലെ 'ഹരിജം
സെത് റാം സിംഗി'നെപ്പോലുള്ള ബീഭത്സമായ വാർപ്പുമാതൃകകളാണ്.
എല്ലാ ബ്രിട്ടീഷ് സ്കൂൾ വിദ്യാർത്ഥികളുടെയും വേദപുസ്തകമായിരുന്നു
വാരികയിലെ താളുകളിൽ എം ജെ ആർ എസ് (ഇങ്കി എന്നു വിളിക്കപ്പെ
ടുന്ന) പ്രസംഗിക്കുന്നു. () അന്തിമ വിക്ടോറിയൻ, എഡ്വേർഡിയൻ കാല
ഘട്ടത്തിലെ നോവലെഴുത്തുകാർ ചിലപ്പോൾ ഇന്ത്യയുടെ വർണ്ണശബ
ളവും ദുഷ്ടത നിറഞ്ഞതുമായ വശങ്ങൾ അവരുടെ നിഗൂഢ രഹസ്യകഥ
കളിലും സാഹസിക കഥകളിലും ഉപയോഗിച്ചിട്ടുണ്ട്. ഏറ്റവും പ്രസിദ്ധ
മായ ഉദാഹരണം *ദി മൂൺസ്റ്റോൺ* ആണ് (വിൽക്കി കോളിൻസിന്റെ അപ
സർപ്പക നോവൽ 1868) തീർച്ചയായും അനേകം കരങ്ങളുള്ള ഹിന്ദു ദേവ
തയുടെ വിഗ്രഹത്തിന്റെ നെറ്റിയിലുള്ള രത്നം ദീർഘകാലം നിലനിന്ന
ഒരു ഭാവനയായിരുന്നു. ജോർജിയൻ കാലഘട്ടം വരെ അത് സാഹസിക
കഥകളിൽ വീണ്ടും വീണ്ടും കടന്നുവന്നിരുന്നു. കോനാൻ ഡോയ്ലും
ജൂൾ വേർണെയും പ്രചോദനത്തിന് വേണ്ടി ഒന്നിലധികം തവണ ഇന്ത്യ
യിലേക്ക് തിരിഞ്ഞിട്ടുണ്ട്. *ദി സൈൻ ഓഫ് ഫോർ* (കോനാൻ ഡോയ്ൽ)
എന്ന കൃതിയിൽ ബാർത ലോമ്യു ഷോൾടോ കൊല്ലപ്പെടുന്നത് ആൻഡ
മാനിലെ വിഷം പുരട്ടിയ ശരം തറച്ചിട്ടാണ്. ക്യാപ്റ്റൻ നീമോ ബ്രിട്ടീഷു
കാരാൽ അധികാരത്തിൽനിന്നും നിഷ്കാസിതനാകപ്പെട്ട ഒരു മുൻമഹാ
രാജാവാണെന്നാണ് വെളിപ്പെടുന്നത്. ഈ കഥകളും ഈ ഇനത്തിൽപ്പെട്ട
മറ്റു കൃതികളും വസ്തുതാപരമായ ചിത്രീകരണങ്ങളേക്കാൾ ഏറെ വായി
ക്കപ്പെട്ടിരുന്നെങ്കിലും 'ഹരിജം സെത് റാംസിംഗിനെ'പ്പോലെതന്നെ ഇന്ത്യ
യെക്കുറിച്ച് മനസ്സിലാക്കാൻ ഒട്ടും പര്യാപ്തമായിരുന്നില്ല. പാശ്ചാത്യർക്ക്
ഇന്ത്യൻ സാഹിത്യത്തിന്റെ കുറച്ചധികം ഭാഗമെങ്കിലും തർജ്ജുമയിലൂടെ

ലഭ്യമായിരുന്നെങ്കിൽ എന്തെങ്കിലും പ്രതീക്ഷയ്ക്ക് വകയുണ്ടായിരുന്നു. പക്ഷേ, ഒരിക്കലും അങ്ങനെ ഉണ്ടായിട്ടില്ല. ഈ നൂറ്റാണ്ടിന്റെ ആരംഭകാലത്ത് ടാഗോർ പാശ്ചാത്യലോകത്ത് കുറച്ചുകാലത്ത് ആരാധകരെ നേടിയിരുന്നു. പക്ഷേ, വിവർത്തനങ്ങളുടെ ലഭ്യതക്കുറവ് കൊണ്ടുതന്നെ ഇതധികകാലം നീണ്ടുനിന്നില്ല. ആർ കെ നാരായണനെപ്പോലെ ഇംഗ്ലീഷിൽ എഴുതുന്ന ഇന്ത്യൻ എഴുത്തുകാരിൽ വായിക്കപ്പെടുകയും അംഗീകരിക്കപ്പെടുകയും ചെയ്യുന്നവർ ഇന്ത്യയുടെ ചില വശങ്ങൾ പ്രകാശിപ്പിക്കുന്നുണ്ടെങ്കിലും വ്യാപകമായ അജ്ഞാനം മാറ്റുന്നതിന് ഇത് ഒട്ടും പര്യാപ്തമല്ല. അല്ലെങ്കിൽ പോൾ സ്കോട്ടിനെപ്പോലെ പ്രമുഖനായ ഒരെഴുത്തുകാരൻ ഇന്ത്യൻ പേരുകൾ തെറ്റിക്കുന്നത് എന്തുകൊണ്ടാണ്? *ദി ജുവൽ ഇൻ ദി ക്രൗൺ* എന്ന കൃതിയിലെ മിസ്റ്റർ സുബാഷ് ചന്ദ്രഗുപ്ത സെൻ വടക്കേ ഇന്ത്യക്കാരനാണെന്ന് പറയുന്നത് മിസ്റ്റർ ഗോട്ട്ഫ്രീഡ് ഡോണാൾഡ് മക് ഫ്രെഞ്ചുകാരനാണെന്ന് പറയുന്നത് പോലെയിരിക്കും, അതേ നോവലിലെ ദർവാസസിങ്ങിന്റെ പേരു കേട്ടാൽ മിസ്റ്റർ ഫ്രെണ്ട്ഡോർ സ്മിത്ത് എന്ന് പരിഭാഷപ്പെടുത്താൻ തോന്നും. വായനക്കാരുടെ മുഖത്തേക്കെറിയുന്ന ഇത്തരം പ്രമാദങ്ങൾ തെളിയിക്കുന്നത് പാശ്ചാത്യലോകത്തെ എഴുത്തുകാരെ സംബന്ധിച്ചിടത്തോളം ഇന്ത്യയെക്കുറിച്ചു പറയുന്ന വസ്തുതകൾ ശരിയായിരിക്കണമെന്ന ഒരു നിർബ്ബന്ധവുമില്ല എന്ന ദുഃഖകരമായ സ്ഥിതിയാണ്. തന്റെ ഇൻസ്പെക്ടർ ഘോട്ടേ നോവലുകളിൽ എച്ച് ആർ എഫ് കീറ്റിങ് ഇന്ത്യയെക്കുറിച്ച് പറയുന്ന കാര്യങ്ങൾ വസ്തുതാപരമായിരിക്കണമെന്ന് നിഷ്കർഷ പുലർത്തുന്ന എഴുത്തുകാരനാണ്. പക്ഷേ, ഒരു രാജ്യത്തെക്കുറിച്ചറിയാൻ ഡിറ്റക്ടീവ് നോവലുകളിലെ കഥാപാത്രങ്ങൾക്ക് പുറകെ പോകണമെന്ന് ആർക്കാണ് തോന്നലുണ്ടാവുക, അവ എത്ര നല്ലതാണെങ്കിലും?

നിശ്ചയമായും ഇന്ത്യയെക്കുറിച്ച് ഇംഗ്ലീഷുകാർ എഴുതിയ നോവലുകളിൽ ഏറ്റവും വൈകാരികത പുലർത്തുന്ന ഒന്നാണ് *എ പാസേജ് ടു ഇന്ത്യ* പക്ഷേ, ഫോസ്റ്റർക്കു പോലും ഇന്ത്യൻ മനസ്സിന്റെ വിശാലലോകത്തെക്കുറിച്ച് വലിയ ഗ്രാഹ്യമുണ്ടായിരുന്നില്ല. ടെന്നീസ് ക്ലബ്ബിൽ വച്ച് മിസ്സിസ് മൂർ, മിസ് ക്വെസ്റ്റെഡ് എന്നീ ഇംഗ്ലീഷുകാരികളും ബംഗാളി ദമ്പതികളുമായി കണ്ടുമുട്ടുന്ന ഒരുരംഗമുണ്ട്. ഇന്ത്യയെപ്പറ്റി കൂടുതൽ അറിയാൻ ആഗ്രഹമുള്ള മിസ്സിസ് മൂർ അവർ ബംഗാളികളെ സന്ദർശിക്കാൻ ഒരുദിവസം വരട്ടെയെന്ന് ചോദിക്കുന്നു. ബംഗാളി ദമ്പതിമാർ അത് സമ്മതിക്കുകയും വ്യാഴാഴ്ച രാവിലെ അവരെ വിളിക്കാനായി വണ്ടി അയക്കാമെന്നുപറയുകയും ചെയ്തു. വ്യാഴാഴ്ച വന്നിട്ടും വണ്ടി ഒരിക്കലും വന്നുചേർന്നില്ല. ഇംഗ്ലീഷ് വനിതകൾ സമാധാനിക്കുന്നത് തങ്ങളെന്തെങ്കിലും വിഡ്ഢിത്തം കാണിച്ചതായിരിക്കുമെന്നും അതിൽ ബംഗാളികൾക്ക് നീരസം കാണുമെന്നുമാണ്.

ഈ സംഭവവിവരണം സൂചിപ്പിക്കുന്നത് ഫോസ്റ്റർക്ക് തന്നെ അത്തരത്തിലുള്ള അനുഭവമെന്തെങ്കിലും ഉണ്ടായിക്കാണുമെന്നും മിസ്സിസ് മൂറി

നെയും മിസ് ക്വെസ്റ്റെഡിനെയും പോലെ അദ്ദേഹവും വിഷണ്ണനായി
രിക്കാം എന്നുമാണ്. എന്നാൽ ഒരു ഇന്ത്യക്കാരനെ സംബന്ധിച്ചിടത്തോളം
ഇതിൽ ഒരു രഹസ്യവും ഇല്ല. ഭാഷയുടെ പ്രശ്നവുമായി ബന്ധപ്പെട്ട്
ആംഗ്ലോ ഇന്ത്യൻ ബന്ധങ്ങളിൽ ഉണ്ടാകുന്ന സാധാരണ സംഭവവികാ
സമാണിത്. മൂന്ന് വനിതകളും തമ്മിലുള്ള സംഭാഷണത്തിൽ നിന്നും വെളി
പ്പെടുന്ന കാര്യം മിസ്സിസ് ഭട്ടാചാർഡിക്ക് ഇംഗ്ലീഷിൽ കാര്യമായ പിടിപാ
ടില്ല എന്നാണ്. ഇംഗ്ലീഷ് വനിതകൾ സന്ദർശിക്കാൻ വന്നാൽ ആതിഥേയ
എന്ന നിലയിൽ താനായിരിക്കും കൂടുതൽ സംസാരിക്കേണ്ടി വരിക. ഇത്
പ്രയാസമുള്ള കാര്യമായതിനാൽ ഭട്ടാചാർജി കുടുംബം വണ്ടി അയച്ചു
കൊടുക്കാൻ ഉദ്ദേശിച്ചിരുന്നേ ഇല്ല. എങ്കിലും അവർ അയക്കുമെന്ന് പറ
ഞ്ഞു. കാരണം ഇല്ലെങ്കിൽ അവർക്ക് അതിനുള്ള കാരണം വിശദീകരി
ക്കാനായി കൂടുതൽ വാക്കുകൾ തേടേണ്ടി വരുമായിരുന്നു. അപ്പോൾ
അവർക്ക് തെരഞ്ഞെടുക്കേണ്ടിയിരുന്നത് സുജനമര്യാദയില്ലാത്തവരാക
ണമോ അല്ലെങ്കിൽ ബുദ്ധിയില്ലാത്തവരായി തോന്നിക്കണമോ എന്നതാ
യിരുന്നു. ബ്രിട്ടീഷ് ഇന്ത്യയിലെ ഒരു ഇന്ത്യക്കാരൻ ആദ്യത്തേത് തെര
ഞ്ഞെടുക്കാൻ എളുപ്പമാണ്. കാരണം അതുവഴി രണ്ട് മദാമ്മമാരുമായി
കൂടുതൽ സംസാരിക്കേണ്ടി വരുന്നതിലെ ബുദ്ധിമുട്ടുകൾ ഒഴിവാക്കാം.

ഇന്ത്യക്കാരെക്കുറിച്ച് എഴുതുമ്പോൾ അതിന് മുൻപും പിൻപുമുള്ള
മറ്റ് പാശ്ചാത്യ സാഹിത്യകാരന്മാരേക്കാൾ കില്ലിങ് യാഥാർത്ഥ്യത്തോട്
കൂടുതൽ അടുത്തു നില്ക്കുന്നയാളാണ്. അനുഗൃഹീതനായ ഒരു ഇന്ത്യൻ
എഴുത്തുകാരൻ എഴുതുന്നതുപോലെ തന്നെ തോന്നിപ്പിക്കും 'ദി മിറക്കിൾ
ഓഫ് പുരൺ ഭഗത്' ഒരു ബംഗാളി ബാബുയിസങ്ങളോട് കൂടിയ കഥാ
പാത്രത്തെ പാശ്ചാത്യർ ആവിഷ്കരിച്ചതിൽ ഏറ്റവും മികച്ചു നില്ക്കുന്ന
താണ് ഹരിചന്ദർ മുഖർജി. ഇന്ത്യയിലെ നാടോടിക്കഥകളും യക്ഷിക്കഥ
കളും പലരും പരിഭാഷപ്പെടുത്തിയിട്ടുണ്ടെങ്കിലും അവയൊന്നും പാശ്ചാ
ത്യലോകത്ത് ആലിബാബയെയും സിൻബാദിനെയും അലാവുദ്ദീനെയും
പോലെ സ്ഥാനം പിടിച്ചില്ല. ഈ സാഹചര്യത്തിൽ കിപ്ലിങ്ങിന്റെ മനോ
ഹരമായ മോഗ്ലി കഥകളാണ് ഇന്ത്യൻ നാടോടിക്കഥകളെന്ന പേരിൽ
ലബ്ധപ്രതിഷ്ഠ നേടിയത്.

ഇങ്ങനെയാണെങ്കിലും കിപ്ലിങ്ങിന്റെ കഥകൾക്ക് എല്ലാം നിഗൂഢത
കളും അനാവരണം ചെയ്യാൻ കഴിഞ്ഞെന്ന് കരുതാൻ പറ്റില്ല. വലുപ്പം
കൊണ്ടും സങ്കീർണ്ണതകൊണ്ടും ബഹുതല ഘടനകൊണ്ടും ഇന്ത്യ ഒന്നോ
അരഡസനോ ഒരു ഡസനോ എഴുത്തുകാരെക്കൊണ്ട് മാത്രം ആവിഷ്ക
രിക്കപ്പെടാവുന്നതിലും അപ്പുറമാണ്. ഇന്ത്യക്കാരന്റെ ഇംഗ്ലീഷിലുള്ള പരി
ജ്ഞാനം വിരലിലെണ്ണാവുന്ന പുസ്തകങ്ങളിൽനിന്നും ഉണ്ടായതല്ല. മറിച്ച്
കോമിക്കുകളും ഒരണ ചവറുകളും മുതൽ ഷേക്സ്പിയറും ക്ലാസിക്
കൃതികളും ഉൾപ്പെടെ പ്രദാനം ചെയ്തതാണ്. ഇംഗ്ലീഷ് പഠനം ഒരു സാമ്രാ
ജ്യത്വ നയമെന്ന രീതിയിൽ തന്നെ മുകളിൽനിന്നും അടിച്ചേല്പിച്ചതാ
ണ്. ജോലിസംബന്ധമായും അക്കാദമികവുമായ ലക്ഷ്യങ്ങൾ നിറവേറ്റു

നതോടൊപ്പം അത് സ്വന്തം നിലയിലുള്ള അന്വേഷണമായി വളർന്നുവ
ന്നു. പലപ്പോഴും ഈ അന്വേഷണം ബ്രിട്ടീഷുകാരുമായി നേരിട്ടുള്ള
സമ്പർക്കത്തിന്റെ ഭാഗമായി വന്നതല്ല. ശരാശരി ഇന്ത്യാക്കാരനെ സംബ
ന്ധിച്ചിടത്തോളം ബ്രിട്ടീഷുകാർ അടുക്കാൻ കഴിയാത്തവരും അദൃശ്യരു
മായിരുന്നു. അവർക്ക് ഒരു ഇംഗ്ലീഷുകാരനെ അടുത്തു കാണാൻ കഴിയു
ന്നത് കുതിരപ്പുറത്ത് കയറി തന്റെ വടി ചുഴറ്റി ഭയന്നുവിറയ്ക്കുന്ന ഇന്ത്യൻ
ഫുട്ബോൾ കാണികളെ നിയന്ത്രിക്കുന്ന ടോമിയുടെ രൂപത്തിലായിരി
ക്കും. എന്നാൽ സാമ്രാജ്യത്വമെന്ന അസ്തിത്വം പല ആഘാതങ്ങൾ അവ
രുടെ മനസ്സിൽ ഉണ്ടാക്കിയിരുന്നെങ്കിലും ഇംഗ്ലീഷ് പഠിക്കുന്നതിനും അതു
വഴി ഒരു അന്യസംസ്കാരത്തിന്റെ വാതിൽ തുറന്നുകിട്ടുന്നതിനും ഇത്
തടസ്സമായില്ല എന്നതാണ് പ്രധാനപ്പെട്ട കാര്യം.

എന്നാൽ പുസ്തകത്തിൽനിന്നും ബ്രിട്ടനെപ്പറ്റി പഠിക്കുന്നതിൽ ചില
അപകടങ്ങളുണ്ടായിരുന്നു. പി ജി വോഡ്ഹൗസിനെ വായിച്ച ഞാൻ കരു
തിയത് ഇംഗ്ലണ്ടിലെ എല്ലാ വീടുകളിലും ബട്ലർമാരെ നിയമിച്ചിട്ടുണ്ടെ
ന്നായിരുന്നു. ഷെർലക് ഹോംസ് കഥകൾ വായിച്ച് ലണ്ടൻ എപ്പോഴും
അഭേദ്യമായ മൂടൽമഞ്ഞിൽ മുങ്ങിയ നഗരമാണെന്നായിരുന്നു എന്റെ
ധാരണ. ആ നഗരത്തിലേക്ക് നടത്തിയ മുപ്പതിലധികം യാത്രകളിൽ ഒരി
ക്കൽപ്പോലും ലണ്ടനിലെ മൂടൽമഞ്ഞ് എനിക്ക് കാണാൻ ഇടവന്നിട്ടില്ല.
അനേകം വർഷങ്ങളും പരന്ന വായനയും കഴിഞ്ഞപ്പോഴാണ് കഷണ
ങ്ങൾ കൂട്ടിച്ചേർത്ത് യാഥാർത്ഥ്യത്തോട് അടുത്തു നില്ക്കുന്ന ഒരുചിത്രം
രൂപപ്പെടാൻ തുടങ്ങിയത്.

ഇംഗ്ലീഷുകാർക്ക് അത്തരത്തിൽ ഇന്ത്യയോട് അടുക്കാനുള്ള ഒരു
വഴിയും ഉണ്ടായിരുന്നില്ല. ഇന്ത്യക്കകത്ത് പോലും കമ്പനിയുടെ ആദ്യ
കാലങ്ങളിൽ ഭരിക്കുന്നവരും ഭരണീയരും തമ്മിൽ ചില സമ്പർക്കങ്ങ
ളൊക്കെ ഉണ്ടായിരുന്നു. ഇംഗ്ലീഷുകാർ ഹുക്ക വലിക്കാൻ തുടങ്ങി. നൃത്ത
പരിപാടികൾ നടത്തി, ഇന്ത്യൻ ഭാഷകൾ പഠിച്ചു. ബ്രിട്ടനിൽ നിന്നു വരുന്ന
ഉദ്യോഗസ്ഥർ ഇന്ത്യയിൽ കാലുകുത്തുന്നതിന് മുൻപെ ഒരു ഇന്ത്യൻ ഭാഷ
പഠിച്ചിരിക്കണമെന്നായിരുന്നു ചട്ടം. പത്തൊൻപതാം നൂറ്റാണ്ടിൽ
ഇതെല്ലാം പതുക്കെപതുക്കെ മാറി വരികയും 'ശിപായി'കളുമായുള്ള
പ്രശ്നങ്ങൾ തുടങ്ങിയതോടെ രണ്ടു സമുദായങ്ങളും തമ്മിലുള്ള വിടവ്
വർദ്ധിക്കുകയും എല്ലാ സാമൂഹ്യ ബന്ധങ്ങളും അവസാനിക്കുകയും
ചെയ്തു. പിന്നീട് ഇന്ത്യയെ അറിയാനുള്ള താല്പര്യം മിസ്സിസ് മൂറിനെയും
മിസ് കെസ്റ്റെഡിനെയും പോലുള്ള നല്ല മനസ്കരായ സഞ്ചാരികൾക്ക്
മാത്രമുള്ളതായിത്തീർന്നു. സ്വാതന്ത്ര്യത്തെ തുടർന്നുള്ള തിരിച്ചുപോക്ക്
ഉണ്ടാകുന്നതുവരെ ബ്രിട്ടീഷുകാർ ഇന്ത്യയിൽ അവരുടെ തനതായ ശീല
ങ്ങൾ കാത്തുസൂക്ഷിച്ചുകൊണ്ട് അവർ കെട്ടിപ്പൊക്കിയ ലോകത്ത്
ജീവിച്ചു പോരിക മാത്രം ചെയ്തു. സ്വന്തം വീട്ടിൽനിന്നും അകലെയുള്ള
വീട്. അവരുടെ ദ്വീപിൽനിന്നും അകലെ, പക്ഷേ, ഒറ്റതിരിഞ്ഞു ജീവിതം.
ഇന്ത്യയിൽ തന്നെയുള്ള ബ്രിട്ടീഷുകാരുടെ കാര്യമിതാണെങ്കിൽ,

അവരുടെ നാട്ടിലുള്ളവരെപ്പറ്റി കൂടുതൽ പ്രതീക്ഷ പുലർത്തിയിട്ടു കാര്യ മുണ്ടോ? ഈ അന്യസംസ്കാരത്തെക്കുറിച്ച് ഒരു പരിചയവുമില്ലാത്ത അതിനെ മനസ്സിലാക്കേണ്ട കാര്യത്തിൽ ഒരു നിർബ്ബന്ധപ്രേരണയുമി ല്ലാത്ത മറ്റു പാശ്ചാത്യ രാജ്യങ്ങളുടെ കാര്യത്തിലും ഇതു തന്നെയല്ലേ സ്ഥിതി? ഇതിന്റെ പരിണത ഫലമെന്താണെന്ന് വെച്ചാൽ സ്മരണക്കുറി പ്പുകാരും ഇന്തോ ഈജിപ്റ്റുകളും ചരിത്രകാരന്മാരും പരിശ്രമം നടത്തി യിട്ടും പാശ്ചാത്യ ലോകത്തിന് ഇന്ത്യ എല്ലായ്പ്പോഴും അസ്പഷ്ടമായ ഒരു സത്തയായി നിലകൊണ്ടു, സ്വയം വെളിപ്പെടാൻ മടികാണിക്കുന്ന വിശാലമായ ഒരു അരൂപി.

പാശ്ചാത്യ ലോകത്തുനിന്നും ഇന്ത്യയെക്കുറിച്ച് വന്ന അപൂർവ്വം ചല ച്ചിത്രങ്ങൾ ഈ തോന്നലിനെ ബലവത്താക്കാനേ സഹായിച്ചിട്ടുള്ളൂ. പാശ്ചാത്യർക്കായിരുന്നു പ്രാമുഖ്യം. അപൂർവ്വം ഇന്ത്യാക്കാർ (തിരശ്ശീല യിൽ) ഓടി നീങ്ങി, വർണ്ണശബലിമ പകർന്നു, വാർപ്പുമാതൃകകളെക്കുറി ച്ചുള്ള മുൻധാരണകൾ ലംഘിക്കാതെ രാമമോൺ നോവാറോയുടെ *സൺ ഓഫ് ഇന്ത്യ*യിൽ സിവ് തലപ്പാവ് ധരിച്ച ഒരു ഹിന്ദു ബ്രാഹ്മണന് കരിം എന്ന മുസ്ലീം പേരാണ് നല്കിയിരിക്കുന്നതെന്നത് മങ്ങിയ ഭൂതകാല ത്തിലെ ഒരു പേയ്ബാധയായി കരുതാമെങ്കിൽ, *ദി റെയിൻസ് കേം* എന്ന ചിത്രത്തിൽ സൗമ്യനായ ബ്രാഹ്മണൻ മിസ്റ്റർ ബാനർജി മഴദേവനെ തൃപ്തിപ്പെടുത്താനായി മുട്ടിൽനിന്ന് കൈകൂപ്പി അസ്പഷ്ടജല്പനം നട ത്തുന്നതിനെപ്പറ്റി എന്ത് പറയാനാണ്? പീറ്റർ സെല്ലേഴ്സ് ബ്രാൻഡിൽപ്പെട്ട ഇന്ത്യൻ പാത്രങ്ങൾ രസകരമായി ആവിഷ്കരിക്കപ്പെട്ടതാണെങ്കിലും പഴയ ഹരിജുംസെത്റാം സിങ്ങിന്റെ മറ്റൊരു പതിപ്പുമാത്രമാണ്, ചിരിക്കാൻ മാത്രം കൊള്ളാം. മറ്റൊന്നുമില്ല. ഒരിക്കൽക്കൂടി പഴയ നോവ ലുകളിലെപ്പോലെ അജ്ഞത ഒരലങ്കാരമായി ലജ്ജയില്ലാതെ പ്രദർശിപ്പി ക്കപ്പെടുന്നു. പശുക്കൾ വിശുദ്ധരാകുകയും ദൈവം ലിംഗമായി പ്രത്യ ക്ഷപ്പെടുകയും ചെയ്യുന്ന ഒരു രാജ്യത്തെപ്പറ്റി എന്തു പറഞ്ഞാലും സത്യ മെന്ന് കരുതിക്കോളൂ എന്നാണ് ധാരണ.

ദി റിവർ എന്ന ചിത്രത്തിൽ റെൻവാർ ഇന്ത്യയുടെ, അഥവാ ബംഗാൾ നദീതീരത്തിന്റെയെങ്കിലും ദൃശ്യങ്ങളും ശബ്ദങ്ങളും ഭാവങ്ങളും മനോ ഹരമായി ആവിഷ്കരിച്ചിട്ടുണ്ട്. പക്ഷേ, ഇതും പ്രാഥമികമായി ഇന്ത്യയിലെ ബ്രിട്ടീഷുകാരുടെ കഥയാണ്. ഒരു അമേരിക്കൻ പട്ടാളക്കാരന്റെ സാന്നിദ്ധ്യം സൂചിപ്പിക്കുന്നത് 1940 കളുടെ മദ്ധ്യത്തിൽ നടക്കുന്ന കഥ യാണെന്നാണ്. വളരെ ശക്തമായ രാഷ്ട്രീയ പ്രക്ഷോഭങ്ങൾ നടക്കുന്ന കാലഘട്ടം. എന്നാൽ റെൻവാറിന്റെ പ്രസന്നവും കാവ്യാത്മകവുമായ കഥന രീതിയും റൂമെർ ഗോഡെനും റെൻഹറും ചേർന്നെഴുതിയ തിരക്ക ഥയും അത്തരം ഘടകങ്ങളെ പാടെ മാറ്റിനിർത്തുന്നു. സിനിമ മുഴുവൻ നിറഞ്ഞു നില്ക്കുന്നത് ഒരു മുത്തശ്ശിക്കഥയിലേതു പോലുള്ള അയ ഥാർത്ഥമായ അന്തരീക്ഷമാണ്; അതുമൂലം ഒരു സാമൂഹിക രേഖ എന്ന രീതിയിലുള്ള മൂല്യം അതിന് നഷ്ടപ്പെടും.

പാഥേർ പാഞ്ചാലിയെക്കുറിച്ചുള്ള എന്റെ ആശങ്കകൾ അസ്ഥാനത്താ ണെന്ന് തെളിയിക്കപ്പെട്ടു. എനിക്ക് മൺറോ വീലർ ആദ്യം അയച്ച ടെല ഗ്രാമിൽ 'ഹൃദയസ്പർശിയായ ഫോട്ടോഗ്രാഫിയുടെ വിജയം' എന്നെഴു തിയിരുന്നതുകണ്ട് എന്റെ സംശയങ്ങൾക്ക് ആക്കം കൂടിയിരുന്നെങ്കിലും ഉടനെ ലഭിച്ച ഒരു കത്തിൽ— വീലറിൽ നിന്നല്ല - നിന്നും മ്യൂസിയത്തിലെ പ്രദർശനത്തിൽ ചിത്രം നന്നായി സ്വീകരിക്കപ്പെട്ടു എന്ന് എനിക്ക് മന സ്സിലായി.

1958 സെപ്തംബറിൽ ന്യൂയോർക്കിലെ ഫിഫ്ത് അവെന്യു പ്ലേ ഹൗസിൽ *പാഥേർ പാഞ്ചാലി*യുടെ അമേരിക്കയിലെ പ്രീമിയർ നടക്കു മ്പോൾ ഞാൻ ആ ലോബിയിൽ ഉണ്ടായിരുന്നു. തിയേറ്റർ തുറന്ന് പുറ ത്തേക്ക് ഒഴുകുന്നവരുടെ കണ്ണ് നിറഞ്ഞിരിക്കുന്നതും അവർ അസ്വസ്ഥ ചിത്തരായിരിക്കുന്നതും ഞാൻ കണ്ടു. ഒരു മണിക്കൂർ കഴിഞ്ഞപ്പോൾ രാത്രിയുടെ അന്ത്യയാമങ്ങളിൽ *ന്യൂയോർക്ക് ടൈംസി*ന്റെ പ്രഭാത പതിപ്പ് വന്നു. അതിൽ എന്റെ ചിത്രത്തെക്കുറിച്ചുള്ള ബോസ്ലി ക്രോവ്തെറുടെ നിരൂപണം ഉണ്ടായിരുന്നു. *പാഥേർ പാഞ്ചാലി* ക്രോവ്തെറെ സ്പർശിച്ച തേയില്ലത്രേ. ശരിക്കു പറഞ്ഞാൽ അദ്ദേഹം എഴുതിയത് ഈ ചിത്രം പൂർണ്ണ വൈദഗ്ധ്യമില്ലാത്ത ഒരാളുടേതാണെന്നും ഹോളിവുഡിലാണ ങ്കിൽ ഇത് റഫ്കട്ട് പോലും കടക്കുമായിരുന്നില്ല. എന്നുമായിരുന്നു. പിന്നീട് അദ്ദേഹത്തിന് തെറ്റുപറ്റിയെന്ന് ചൂണ്ടിക്കാണിച്ചുകൊണ്ട് നിരവധി കത്തു കൾ വരാൻ തുടങ്ങിയപ്പോൾ അദ്ദേഹത്തിന് വീണ്ടുവിചാരം ഉണ്ടായി. ചിത്രം എട്ടാഴ്ച ഓടി.

എന്നാൽ എനിക്കറിയാമായിരുന്നു ക്രോവ്നെർ പറഞ്ഞത് പൂർണ്ണ മായും തെറ്റല്ലെന്ന്. ശിൽപവൈരുദ്ധ്യത്തിന്റെ കാര്യം നോക്കിയാൽ ആ ചിത്രം പല പിശകുകളും നിറഞ്ഞതായിരുന്നു. അല്ലാതെയാകാൻ തര മില്ല. ഞങ്ങൾ അത് ഒരു സ്വീകെൻസിന് പുറകെ മറ്റൊന്ന് എന്ന രീതി യിലാണ് ചിത്രീകരിച്ചത്. ഒരുതരത്തിൽ ചെയ്തു പഠിക്കുകയായിരുന്നു. ആദ്യ ഭാഗങ്ങൾ കണ്ടാൽ മനസ്സിലാകും ഞങ്ങൾ ഈ മാധ്യമം കൈകാര്യം ചെയ്യുന്നതിൽ തപ്പിത്തടഞ്ഞാണ് നീങ്ങിയിരുന്നതെന്ന്. പല ഷോട്ടുകൾക്കും നീളം കൂടുതലായിരുന്നു. അസ്ഥാനത്തുള്ള കട്ടുകളാ ണുണ്ടായിരുന്നത്. വേഗത മുറിഞ്ഞു പോയിരുന്നു. ക്യാമറ ശരിയായ സ്ഥാനത്തല്ല പലപ്പോഴും വച്ചിരുന്നത്. എന്നിങ്ങനെ. രണ്ടാം ഭാഗം കുറ ച്ചുകൂടി കെട്ടുറപ്പുള്ളതായിരുന്നു. അതാകാം അതിന്റെ വ്യാപകമായ വിജ യത്തിന് കാരണം - വൈകാരികാംശം സംക്രമിപ്പിക്കുന്ന കാര്യത്തിൽ വിജയിച്ചിരുന്നു. ഒരു പാശ്ചാത്യ പ്രേക്ഷകസമൂഹത്തിന്റെ ഇടയിൽ പോലും.

എങ്ങനെയാണ് ഈ വിജയം പാശ്ചാത്യലോകത്തെ പ്രേക്ഷകരുടെ കാര്യത്തിൽ, അപൂർവ്വം ചില അപവാദങ്ങളൊഴിച്ചാൽ പൊതുവെ ഇന്ത്യ യെക്കുറിച്ചുള്ള അജ്ഞതയും കൂടുതൽ അറിയണമെന്ന താല്പര്യമില്ലാ യ്മയുമായി പൊരുത്തപ്പെടുക? എന്താണ് ഒരു പാശ്ചാത്യ പ്രേക്ഷകൻ

ഒരു ചലച്ചിത്രത്തിൽ ആദ്യമായി മനസ്സിലാക്കാൻ ശ്രമിക്കുക? ശരിക്കു പറഞ്ഞാൽ എന്താണ് ഏത് പ്രേക്ഷകനും ഒരു ചലച്ചിത്രത്തിൽനിന്നും ഗ്രഹിക്കാൻ ശ്രമിക്കുക? തീർച്ചയായും അതിന്റെ കഥ തന്നെ. ഏത് സ്ഥല ത്തായാലും ആർക്കായാലും ഒരു കഥ മനസ്സിലാക്കാൻ പ്രയാസമില്ല. അത് എല്ലാ സംസ്കാരങ്ങൾക്കുമുള്ള ഒരു പൊതുവിശേഷമാണ്. എസ്കിമോ മുതൽ ഹോട്ടെൻട്ടോട്ട് വരെ. എന്താണ് *പാഥേർ പാഞ്ചാലിയുടെ* കഥാ സാരം? ഒരു ദരിദ്ര കുടുംബം കഷ്ടപ്പാടുകൾക്കെതിരെ തോല്ക്കുന്ന ഒരു സമരത്തിലേർപ്പെടുന്നു. സ്വന്തം വീടും അടുക്കളയും ഉപേക്ഷിച്ച് അനി ശ്ചിതമായ ഒരു ഭാവിയിലേക്ക് യാത്രയാകുന്നു. ലളിതവും സാർവ്വത്രിക വുമായ ഒരു സന്ദർഭവും അതിൽ തെളിഞ്ഞുകിടക്കുന്ന സംഘർഷം വിരൽചൂണ്ടുന്ന ഒരു തിരക്കഥയുടെ സാദ്ധ്യതയും.

പാഥേർ പാഞ്ചാലി എന്ന നോവൽ പരന്നുകിടക്കുന്ന ഒരു കുടുംബ കഥയായിരുന്നു. അതിലെ മന്ദഗതിയിലുള്ള സംഭവപരമ്പരകളുടെ അനാ വരണം ഒരു ബംഗാളി ഗ്രാമത്തിലെ ജീവിതത്തിന്റെ താളവും വേഗവും പ്രതിഫലിപ്പിക്കുന്നതായിരുന്നു. ഇക്കാര്യത്തിൽ അത് യൂറോപ്യൻ മാതൃ കകളെ അനുകരിച്ച് എഴുതപ്പെട്ട പത്തൊമ്പതാം നൂറ്റാണ്ടിലെ ആദ്യകാല ബംഗാളി നോവലുകളുടെ ഒതുക്കമുള്ള ശൈലിയിൽനിന്നും വേറിട്ടു നില്ക്കുന്നതായിരുന്നു. അതിനെ പകർത്താൻ ശ്രമിച്ചപ്പോൾ മൂലകൃതി യിലെ മന്ദതാളത്തിനൊപ്പം ഒരു സാധാരണകഥാചിത്രത്തിന്റെ ആവശ്യ ങ്ങൾക്കനുസരിച്ചുള്ള പിരിമുറുക്കം കൂട്ടിച്ചേർക്കാൻ പരിശ്രമിച്ചു. സംഭവ ങ്ങൾ വിട്ടുകളയുകയും ക്രമം മാറ്റുകയും കഥാപാത്രങ്ങൾ തന്നെ ഉപേ ക്ഷിക്കുകയും (മൂലകൃതിയിൽ മൂന്നെണ്ണമുണ്ടായിരുന്നു. ചലച്ചിത്രത്തിൽ അത് മുപ്പതായി) ചെയ്യേണ്ടിവന്നു. കഥയുടെ പുരോഗതി ഒരു വളഞ്ഞ വരയിലെന്നപോലെ ഉയർന്നുപൊങ്ങിയും പിന്നെ താഴ്ന്നും വരുന്ന വിരുദ്ധ സംഭവങ്ങളുടെ നൈരന്തര്യത്തിലൂടെയാക്കി മാറ്റി.

ബലമുള്ള ഒരു നാടകീയ ഘടനയുടെ അഭാവത്തിൽ വൈരുദ്ധ്യം പ്രധാനപ്പെട്ട സംഗതിയായിരുന്നു. കൂടാതെ ചിത്രത്തിൽ ഒരു കഥ പറ യുന്നു എന്ന തോന്നലുണ്ടാക്കാൻ ഞാൻ കാര്യകാരണ ബന്ധം സൃഷ്ടിച്ചു. നോവലിൽ രണ്ടു മരണങ്ങൾക്ക് കിഴവിയായ അമ്മാവിയു ടെയും ദുർഗ്ഗയുടെയും അതിന് മുൻപുള്ള എന്തെങ്കിലും കാര്യങ്ങളുമായി ബന്ധമുള്ളതായി സൂചനകളില്ല. എന്നാൽ ചിത്രത്തിലാകട്ടെ അമ്മായി യുടെ മരണം അവരുടെ സഹോദരഭാര്യയുടെ ക്രൂരതയുടെ ഫലമായി രുന്നു എന്നു കാണാം. അതുപോലെ ദുർഗ്ഗ മരിക്കുന്നത് മൺസൂൺ മഴ യിൽ എല്ലാം മറന്ന് കുളിക്കുന്നതിന്റെ ഫലമായുണ്ടായ ന്യൂമോണിയ മൂല മാണ്. അങ്ങനെ പലതും. ഇങ്ങനെ രൂപപ്പെട്ടുവന്ന കഥാഗതി വളരെ ലളി തവും എല്ലാ തരക്കാർക്കും പെട്ടെന്ന് ഗ്രഹിക്കാവുന്നതുമായിരുന്നു.

അടുത്ത ഘട്ടം ഇതിൽ മജ്ജയും മാംസവും നിറയ്ക്കുക എന്നതാ യിരുന്നു. പരിചിതമായ ലക്ഷണങ്ങൾക്ക് മുകളിലൂടെ സംഭാഷണത്തി ലൂടെയും പെരുമാറ്റത്തിലൂടെയും ശീലങ്ങളിലൂടെയും ആചാരങ്ങളിലൂ

ടെയും മാമൂലുകളിലൂടെയും വിശദാംശങ്ങൾ കൂട്ടിച്ചേർക്കുക. ഇതുവഴി കഥയെ ഒരു പ്രത്യേക സംസ്കാരത്തിനുള്ളിലെ കാലത്തിലും സ്ഥല ത്തിലും പ്രതിഷ്ഠിച്ചു. യാഥാർത്ഥ്യപ്രതീതിയുള്ള ലൊക്കേഷനുകളിൽ നടത്തിയ ഷൂട്ടിങ്ങിലൂടെയും ആലങ്കാരികതയില്ലാത്ത ഫോട്ടോഗ്രാഫിശൈ ലിയിലൂടെയും ഇതിനെ കൂടുതൽ ബലപ്പെടുത്തി.

ഒരുപാട് വിശദാംശങ്ങളുണ്ടെങ്കിലും ചിത്രത്തിന് ലളിതമായ ഒരു ഘടന ഉണ്ടായിരുന്നു. അതിനാൽ ഒരു പാശ്ചാത്യപ്രേക്ഷകന് അടിസ്ഥാന കഥാതന്തുവിലും ബന്ധങ്ങളിലും മുറുകെ പിടിച്ചുകൊണ്ട് സമനില കൈവിടാതെ സൂക്ഷിക്കാനാകുമായിരുന്നു. അതോടൊപ്പം പുതിയ വിവ രങ്ങളും പുതിയ മുദ്രണങ്ങളും അയാളുടെ മുൻധാരണകളെ മാറ്റിമറി ക്കുകയോ സ്ഥിരപ്പെടുത്തുകയോ താല്പര്യവും വിരക്തിയും അത്ഭുതവും വിശ്വാസവും അവിശ്വസനീയതയും മാറിമാറി സൃഷ്ടിച്ചുകൊണ്ട് അവബോ ധത്തെ ചോദ്യം ചെയ്തുകൊണ്ടിരുന്നു. ആ രോഗബാധിതയായ അമ്മായി അപ്പോൾ വലിച്ചുകൊണ്ടുവന്ന ഉണങ്ങിയ തെങ്ങോല കൊണ്ട് ഇനി എന്തുചെയ്യും? എന്താണ് താൻ കുഴിച്ചിട്ട തൈയുടെ മുമ്പിൽ നിലത്തിരു ന്നുകൊണ്ട് ദുർഗ്ഗ വിനോദകവിത പോലെ എന്തോ ചൊല്ലിക്കൊണ്ടിരു ന്നത്? എന്താണ് നാലുകൈകളും ആനയുടെ തലയുമുള്ള ആ വിഗ്രഹം പ്രതിനിധീകരിക്കുന്നത്? ബംഗാളിലെ ഒരു ഗ്രാമത്തിലെ വിവാഹത്തിന് 'ടിപ്പെറാറി' സംഗീതം ആലപിക്കുന്ന ഒരു വാദ്യസംഘമോ? എത്ര വികടം.

മനസ്സിൽ പതിയുന്ന ഈ ചിത്രങ്ങളുടെ നൂലാമാലകൾക്കിടയിൽ അയാളുടെ സഹാനുഭൂതി ഉണർത്താൻ കഴിഞ്ഞാൽ ചിത്രം അയാൾക്ക് ഇഷ്ടപ്പെടും. അയാൾക്ക് വിശ്വാസം തോന്നിയ ഒരുകഥയെന്ന രീതിയി ലെങ്കിലും അതോടൊപ്പം ചലച്ചിത്രത്തെ ഒരു കലാസൃഷ്ടിയാക്കുന്ന സ്വഭാവഗുണങ്ങളുമായി സംവദിക്കാൻ അയാൾക്ക് കഴിഞ്ഞാൽ.

തീർച്ചയായും ഒരു പ്രേക്ഷകസമൂഹത്തെ തികച്ചും അന്യമായ ഒരു സംസ്കാരത്തെ പരിചയപ്പെടുത്തുന്ന സ്വാഭാവികമായ ചില അടയാള ങ്ങളില്ലാതില്ല. ഉദാഹരണത്തിന് ഒരു അമേരിക്കൻ വനിതയ്ക്ക് ഇന്ത്യാ ക്കാർ വെറും കൈകൾ ഉപയോഗിച്ച് ആഹാരം കഴിക്കുന്ന കാഴ്ച വളരെ ജുഗുപ്സാവഹമായി തോന്നിയതിനാൽ കഥയിലെ രണ്ടാമത്തെ ഭക്ഷണ രംഗം തുടങ്ങിയതോടെ അയാൾ തിയേറ്റർ വിട്ട് പുറത്തേക്കിറങ്ങുകയയു ണ്ടായി. അത്തരം മനംമറിച്ചിൽ അത്ര സാധാരണമല്ല. വിശദാംശങ്ങൾ ചിന്താക്കുഴപ്പമുണ്ടാക്കിയാലോ മനോവികാരങ്ങൾ വ്രണപ്പെടുത്തിയാലോ തലയ്ക്കു മുകളിലൂടെ പോയാലോ എപ്പോഴും കഥയിലെ മാനുഷിക ഘട കത്തെ ആശ്രയിക്കാനുള്ള അവസരമുണ്ട്.

അപുർ സൻസാറിൽ അപു ഒരു സുഹൃത്തിന്റെ സഹോദരിയുടെ വിവാഹത്തിൽ പങ്കെടുക്കുകയാണ് വരൻ (അത് ബന്ധുക്കൾ നിശ്ചയിച്ച കല്യാണമായിരുന്നു) വന്നപ്പോൾ അയാൾക്ക് തലയ്ക്ക് സ്ഥിരതയില്ലാ ത്തവനാണെന്ന് മനസ്സിലാക്കിയ വധുവിന്റെ അമ്മ മകളെ വിവാഹം ചെയ്തു കൊടുക്കാൻ വിസമ്മതിക്കുന്നു. വിവാഹ കർമ്മം ഉപേക്ഷിക്കുന്ന

നിലയിലെത്തി. നിശ്ചയിച്ച മുഹൂർത്തത്തിൽ വിവാഹം നടന്നില്ലെങ്കിൽ
വധു ശപിക്കപ്പെട്ടവളാകുകയും പിന്നീട് അവൾ ശേഷകാലം മുഴുവൻ
വിവാഹം കഴിക്കാതെ ജീവിക്കേണ്ടിവരികയും ചെയ്യും. അപു വിവാഹ
ത്തിന് സമ്മതിക്കുന്നതോടുകൂടി അവസാന നിമിഷം പ്രതിസന്ധി ഒഴി
വാകുന്നു. യാഥാസ്ഥിതിക ഹൈന്ദവ ആചാരങ്ങളെപ്പറ്റി വലിയ അറി
വൊന്നുമില്ലാത്ത ഒരു പാശ്ചാത്യ പ്രേക്ഷകന് ഈ സംഭവപരമ്പര മൊത്തം
വിചിത്രമായി തോന്നും. പക്ഷേ, അപുവിന് തന്നെ അങ്ങനെ തോന്നു
ന്നതുകൊണ്ടും അനുകമ്പ കൊണ്ട് മാത്രം അയാൾ അതിന് തയ്യാറാക്കു
കയും ചെയ്തതിനാൽ ധാർമ്മികതയുടെ പേരിൽ അത് അംഗീകരിക്കാൻ
പ്രേക്ഷകൻ തയ്യാറാവുന്നു; പ്രത്യക്ഷത്തിൽത്തന്നെ അയുക്തിപരമായ
ഒരു ആചാരത്തിന്റെ നന്മതിന്മകളെപ്പറ്റി ആഴത്തിൽ എത്തിക്കാനുള്ള അവ
സരം അയാൾക്ക് ലഭിക്കുന്നില്ലെങ്കിൽക്കൂടി.

ഒരു അന്യ സംസ്കാരത്തിൽ നിന്നുള്ള ചിത്രം കാണേണ്ടി വരു
മ്പോൾ തന്നിൽ ഒരു പ്രതികരണവും സൃഷ്ടിക്കുന്ന വിശദാംശങ്ങൾ വന്നു
നിറയുന്ന അവസ്ഥയുണ്ടായാൽ പ്രേക്ഷകന് ആകെ പ്രതീക്ഷിക്കാവുന്ന
ഒര പൊതു സമീപനം ധാർമ്മികതയുടേതാണ്. നന്മയും തിന്മയും ശരിയും
തെറ്റും തുടങ്ങിയ പൊതു സങ്കല്പങ്ങളുടെ കാര്യത്തിൽ വിവിധ സംസ്കാ
രങ്ങൾ തമ്മിൽ വലിയ അന്തരം കാണാറില്ല. മനുഷ്യന്റെ പെരുമാറ്റവും
ഏറക്കുറെ പരിചിതവും പ്രവചിക്കാവുന്നതുമായ ക്രമത്തിലുള്ളതായിരി
ക്കും. ഹിറ്റ്ലറുടെ ജർമ്മനിയിൽ സംഭവിച്ചതുപോലെ അസാമാന്യമായ
സന്ദർഭങ്ങൾ ഈ പെരുമാറ്റത്തെ സ്വാധീനിക്കാം. പക്ഷേ, സന്ദർഭം വിശ
ദമാക്കിയാൽ പ്രേക്ഷകന് അത് സഹ്യമായിത്തോന്നാതിരിക്കില്ല. പ്രേക്ഷ
കന് യാതൊരു ഗ്രാഹ്യവുമില്ലാത്ത വിധത്തിലുള്ള സാമൂഹികവും ചരി
ത്രപരവുമായ ഘടകങ്ങളിലൂടെ വികസിക്കുന്ന രീതിയാണ് കഥയ്ക്കുള്ള
തെങ്കിൽ മാത്രമേ മറിച്ച് സംഭവിക്കാനിടയുള്ളൂ.

'ദേവി' കാണുമ്പോൾ അതിനോട് പൂർണ്ണമായും നീതി പുലർത്ത
ണമെന്ന് ആഗ്രഹിക്കുന്ന പാശ്ചാത്യ നിരൂപകർ ചിത്രത്തെ സമീപിക്കു
ന്നതിന് മുൻപ് കാര്യമായ ഗൃഹപാഠം നടത്തേണ്ടിവരും. അമ്മ ദൈവത്തെ
ആരാധിക്കുന്ന വിശ്വാസരീതിയെക്കുറിച്ച് വായിച്ചു മനസ്സിലാക്കേണ്ടിവരും.
ബംഗാളിൽ പത്തൊമ്പതാം നൂറ്റാണ്ടിലുണ്ടായ നവോത്ഥാനത്തെക്കുറിച്ചും
അത് യാഥാസ്ഥിതിക ഹൈന്ദവ സമൂഹത്തിന്റെ മൂല്യങ്ങളിൽ സൃഷ്ടിച്ച
ആഘാതത്തെപ്പറ്റിയും മനസ്സിലാക്കണം. ഒരു ഉപരിവർഗ്ഗ കുടുംബത്തിലെ
ഹിന്ദു വധുവിന്റെ സ്ഥാനമെന്താണെന്നും ഒരേ കുടുംബത്തിലെ അച്ഛനും
മകനും തമ്മിലുള്ള ബന്ധമെന്താണെന്നും പഠിക്കണം. ഇതിവൃത്തത്തിന്റെ
വളവുകളും തിരിവുകളുമെല്ലാം ഇവയിൽ ഒന്നോ അതിലധികമോ ഘട
കങ്ങളെ ആശ്രയിച്ചാണ് മുന്നോട്ട് പോയിട്ടുള്ളത്. ശരിയായ ഗൃഹപാഠം
ചെയ്യാത്ത പാശ്ചാത്യ നിരൂപകൻ തനിക്ക് അന്യമായ ഒരു മൂല്യവ്യവ
സ്ഥയുടെ ഒഴുക്കുകളിൽനിന്നും ചുഴികളിൽ നിന്നും രക്ഷപ്പെടുത്താനായി
യുക്തിവാദിയായ മകൻ മുന്നോട്ട് വരുമെന്ന് പ്രതീക്ഷിച്ചുനില്ക്കും; ഇവി

ടെയും മകന്റെ അന്തിമമായ നിസ്സഹായാവസ്ഥയോട് സഹതപിക്കണമെ
ങ്കിൽ അയാൾക്ക് പത്തൊമ്പതാം നൂറ്റാണ്ടിലെ ബംഗാളിലെ ഹൈന്ദവ
യാഥാസ്ഥിതികതയുടെ നീരാളിപ്പിടുത്തത്തെക്കുറിച്ച് അവബോധമുണ്ടാ
കണം. ഇന്ത്യയിൽ 'ദേവി'ക്കെതിരെ വ്യാപകമായി വന്ന വിമർശനം അത്
ഹൈന്ദവമതത്തെ ആക്രമിക്കുന്നു എന്നായിരുന്നു; എന്നാൽ അത്
യഥാർത്ഥത്തിൽ ആക്രമിച്ചത് മതഭ്രാന്തിനെയായിരുന്നു. ഇന്ത്യയിൽ ഗൗര
വപൂർണ്ണമായി സിനിമയെടുക്കുന്നവർക്ക് നേരിടേണ്ടി വരുന്ന നിരവധി
പ്രതിബന്ധങ്ങളുടെ ഒരു നിദർശനമാണിത്. ചാരുലത പോലെയുള്ള ഒരു
ചിത്രത്തിൽ പത്തൊമ്പതാം നൂറ്റാണ്ടിലെ പുരോഗമനവാദികളായ ഉപരി
വർഗ്ഗ കുടുംബപശ്ചാത്തലവും കഥാപാത്രങ്ങൾ തമ്മിലുള്ള ബന്ധവും
സംഘർഷത്തിലേർപ്പെടുന്ന വികാരങ്ങളുടെ ലോകവും ഇതിവൃത്ത
ത്തിന്റെ വികാസവും സമാപ്തിയും എല്ലാം പാശ്ചാത്യപ്രേക്ഷകന് പരി
ചിതമായ ഒരു ക്രമത്തിലുള്ളതാണ്. പാശ്ചാത്യമാതൃകയിലുള്ള ഒരു
കൊട്ടാരത്തിലാണ് കഥ നടക്കുന്നത്, വിക്ടോറിയൻ രംഗസജ്ജീകരണ
മാണുള്ളത്, സംഭാഷണമാകട്ടെ പാശ്ചാത്യസാഹിത്യത്തെയും രാഷ്ട്രീയ
ത്തെയുംകുറിച്ചുള്ള പരാമർശങ്ങൾ നിറഞ്ഞതാണ്. പക്ഷേ, പുറംമോടി
യിലുള്ള ഈ പരിചിതത്വത്തോടൊപ്പം ചിത്രത്തിൽ അടിമുടിയുള്ള മറ്റ്
വിശദാംശങ്ങളെപ്പറ്റി അയാൾക്ക് ഒരുപിടിയും കിട്ടുകയില്ല. ഗാനങ്ങളുടെ
ശകലങ്ങൾ, സാഹിത്യസംബന്ധിയായ പരോക്ഷസൂചനകൾ, വീട്ടിനു
ള്ളിലെ വിശദാംശങ്ങൾ ചാരുവും അവളുടെ പ്രിയപ്പെട്ടവനായ അമലും
തമ്മിൽ ഒരു സീനോളം നീണ്ടു നില്ക്കുന്ന അനുപ്രാസ സംഭാഷണം
(സബ്ടൈറ്റിൽ ചെയ്യുന്നയാൾക്ക് വളരെ ബുദ്ധിമുട്ട് നിറഞ്ഞ ഒരു ഭാഗ
മായി ഇത്) എല്ലാം കൂടി ചിത്രത്തിന് നല്കിയ സാന്ദ്രത ഇതിവൃത്ത
ത്തിലും കഥാപാത്രങ്ങളിലും കഥയുടെ ധാർമ്മികവും തത്ത്വചിന്താപര
വുമായ അന്തർദ്ധാരകളിലും ബിംബങ്ങളുടെ പുറകിലുള്ള അർത്ഥങ്ങ
ളെപ്പറ്റിയുമുള്ള വിചാരങ്ങളിൽ മുഴുകിയ പാശ്ചാത്യപ്രേക്ഷകന് മനസ്സി
ലാക്കാൻ പ്രയാസമാണ്.

ഉദാഹരണമായി, ചിത്രത്തിന്റെ ആദ്യഭാഗത്ത് ചാരുലത
ബുക്ക്ഷെൽഫിൽനിന്നും ഒരു പുസ്തകം എടുക്കുന്നതായി കാണിക്കു
ന്നത്. പേജുകൾ മറിച്ചുകൊണ്ട് അവൾ അലസമായി നടക്കുമ്പോൾ ഒരു
മൂളിപ്പാട്ട് പാടുന്നുണ്ട്. അവൾ ആ കാലഘട്ടത്തിലെ ഏറ്റവും ജനപ്രിയ
നായ ബംഗാളി നോവലിസ്റ്റിന്റെ പേര് ഒരു സംഗീത ആശയമായി മാറ്റി
യെന്ന കാര്യം ഒരു ബംഗാളിക്ക് മാത്രമേ മനസ്സിലാകൂ. പിന്നീട് അവളുടെ
ഭർത്യസഹോദരനായ അമൽ അതേ എഴുത്തുകാരന്റെ സുപ്രസിദ്ധമായ
ഒരു വരി ചൊല്ലിക്കൊണ്ട് ഒരു മഴ സമയത്ത് നാടകീയമായി പ്രവേശിക്കു
ന്നുണ്ട്. കഥയുടെ അനന്തര ഗതിയിൽ നിർണ്ണായകമായ ഈ രണ്ട് കഥാ
പാത്രങ്ങൾ തമ്മിലുള്ള അടുപ്പത്തിന്റെ കണ്ണിയായ ഘടകത്തെ സബ്
ടൈറ്റിലുകളിൽ കൂടി വിനിമയം ചെയ്യുക അസാധ്യമാണ്. ചാരുലത
പാശ്ചാത്യലോകത്ത് വളരെ ആദരിക്കപ്പെട്ടിട്ടുണ്ട്. എന്റെ മറ്റു ചലച്ചിത്ര

ങ്ങൾക്കും ആദരവ് ലഭിച്ചിട്ടുണ്ട്. പക്ഷേ, ഈ ആദരവ് അവർക്ക് പ്രതിക രിക്കാൻ സാധിക്കുന്ന വശങ്ങളെ ആസ്പദമാക്കി മാത്രമുള്ളതായിരുന്നു, അതിന് പറ്റാത്ത അംശങ്ങൾ പരിഗണിക്കപ്പെട്ടിരുന്നില്ല.

എന്റെ ചിത്രങ്ങളിൽ ആദരവ് നേടിയവ പോലും വളരെ മന്ദഗതിയി ലുള്ളതാണെന്ന് പാശ്ചാത്യ നിരൂപകർ അഭിപ്രായപ്പെട്ടിട്ടുണ്ട്. തീർച്ച യായും അവ പലപ്പോഴും മന്ദഗതിയിലുള്ളതാണ്; ഇതിന് പല കാരണങ്ങ ളുണ്ട്. എന്റെ ആദ്യ രണ്ട് ചിത്രങ്ങളായ *പാഥേർ പാഞ്ചാലിയും അപരാ ജിതായും* അവയുടെ പ്രമേയം കൊണ്ടുതന്നെ മന്ദഗതിയിലാകാതെ തര മില്ല. അപകടസാധ്യത മനസ്സിലാക്കിക്കൊണ്ട് തന്നെയാണ് ഞാൻ പ്രവർത്തിച്ചത്. എന്നാൽ എനിക്ക് അറിയില്ലായിരുന്ന കാര്യം ആ മന്ദ ഗതി എങ്ങനെ പ്രേക്ഷകന്റെ മനസ്സിന് ഭാരമാകാതെയും ബോറടിപ്പിക്കാ തെയും നിലനിർത്തിക്കൊണ്ടു പോകാമെന്നായിരുന്നു. വിഷയം താല്പ ര്യമുളവാക്കുന്നതാണെങ്കിൽ ഒരു ചിത്രത്തിന് മന്ദഗതിയുണ്ടെങ്കിൽ പോലും പ്രേക്ഷകനെ പിടിച്ചുനിർത്താൻ സഹായിക്കുന്ന ചില മാർഗ്ഗങ്ങ ളാണ് (എ) എഡിറ്റിങ്ങിലെ കൃത്യത, അതായത് ദൃശ്യങ്ങൾ സ്വയം വിനി മയം ചെയ്യുന്നതിന് ആവശ്യമുള്ളതിൽ കൂടുതൽ ഒരു നിമിഷം പോലും നീട്ടാതിരിക്കുക, (ബി) മന്ദഗതിയുടെ കഠിനത കുറയ്ക്കാൻ സഹായി ക്കുന്ന ഭാവദ്യോതകമായ ശബ്ദരേഖ. ഒരു രംഗത്തോടൊപ്പമുള്ള ശബ്ദരേഖ ഓഫാക്കിയാൽ അത് യഥാർത്ഥത്തിൽ ഉള്ളതിൽ കൂടുതൽ മന്ദഗതിയി ലാണെന്നു തോന്നും, കാരണം അത് ഉള്ള വിവരത്തെ മറച്ചുവെക്കുന്നു, അതിനാൽത്തന്നെ അർത്ഥം പൂർണ്ണമാകെ വരുന്നു. *പാഥേർ പാഞ്ചാലിയും അപരാജിതോയും* നിശ്ചിതതീയതിക്കകം പൂർത്തിയാക്കാനായി. എഡി റ്റിങ് സമയത്ത് ധിറുതി കൂട്ടേണ്ടിവന്നിരുന്നു. അതുകൊണ്ടുതന്നെ രണ്ടിനും തൃപ്തികരമല്ലാത്ത ശബ്ദരേഖകളാണുണ്ടായിരുന്നത്. വേഗത യിലുള്ള മുടന്തലും നിശ്ശബ്ദതയുടെ നീണ്ട ഇടവേളകളും രണ്ടാമത്തെ ചിത്രത്തെയാണ് കൂടുതൽ ബാധിച്ചത്, കാരണം അതിൽ ആദ്യത്തെ ചിത്ര ത്തേക്കാൾ ഉപകഥകൾ കൂടുതലും മനുഷ്യനെന്ന അസംസ്കൃതവസ്തു കുറഞ്ഞ തോതിലുമായിരുന്നു.

എന്റെ മറ്റു ചിത്രങ്ങളെടുത്താൽ അവ മിക്കതും പ്രാഥമികമായും മനുഷ്യബന്ധങ്ങളെപ്പറ്റിയുള്ളതാണ്. കഥാപാത്രങ്ങൾക്ക് വിശ്വാസ്യത നല്കാനും അവരുടെ പരസ്പര പ്രവർത്തനം കൂടുതൽ രസകരമാക്കാനും കൂടുതൽ ഫിലിം വേണം. വേഗതാളം മനശ്ശാസ്ത്രപരമായ അന്വേഷണ ത്തിനുള്ള എല്ലാ സാധ്യതകളും അടച്ചുകളയും. മറിച്ച് മന്ദഗതി അനുഭ വപ്പെടുന്നതിന് കാരണം ഒരു വാക്കോ ആംഗ്യമോ സൂചനയോ ബിംബമോ ദ്യോതിപ്പിക്കുന്ന സവിശേഷമായ അർത്ഥം മനസ്സിലാക്കപ്പെടാതെ പോവു കയും അതിനാൽ അത് അധികപ്പറ്റായി തോന്നുന്നതോ ആകാം. അധിക പ്പറ്റുപോലെ തോന്നുന്ന അത്തരം ദൃശ്യങ്ങൾ തുടർച്ചയായി വന്നാൽ മന്ദ ഗതി അനുഭവപ്പെടാനും അനാവശ്യമായി സമയം കളയുന്നതായി തോന്നാനും ഇടയാകും.

ഒരു പാശ്ചാത്യ പ്രേക്ഷകനെ സംബന്ധിച്ചിടത്തോളം ഇന്നത്തെ നഗര ജീവിതത്തെ ചിത്രീകരിക്കുന്ന എന്റെ ചിത്രങ്ങൾ അത്ര മന്ദഗതിയിലുള്ളതായി അനുഭവപ്പെടാനിടയില്ല. കാരണം നഗര ജീവിതം തന്നെ വേഗതയേറിയതാണ്. മറ്റൊന്ന് പ്രേക്ഷകന് സംസ്കാരങ്ങളുടെ അന്തരം മൂലമുള്ള പ്രതിബന്ധങ്ങൾ കുറവായിരിക്കും എന്നതാണ്. ജീവിതശൈലി, വസ്ത്രവിധാനം, വാസ്തുശില്പം ചുറ്റുപാടുകൾ തുടങ്ങിയ ഭൗതികാംശങ്ങൾ മാത്രമല്ല പ്രമേയങ്ങൾ തന്നെ തങ്ങളുടെ നാട്ടിനോട് അടുത്തു നില്ക്കുന്നതായി തോന്നാം. തൊഴിലില്ലായ്മ, അഴിമതി, മത്സരം, തൊഴിലെടുക്കുന്ന സ്ത്രീകളുടെ പ്രശ്നങ്ങൾ ഇവയെല്ലാം ആഗോള സ്വഭാവമുള്ള പ്രമേയങ്ങളാണല്ലോ. കൊല്ക്കത്തയിൽ ഈ പ്രശ്നങ്ങൾ അഭിമുഖീകരിക്കുന്ന യുവാക്കന്മാരും യുവതികളും പാശ്ചാത്യലോകത്തെ ഏതു വൻനഗരത്തിലെ യുവാക്കളെപ്പോലെ തന്നെയായിരിക്കും പെരുമാറ്റത്തിൽ.

അഭ്യസ്തവിദ്യനായ ബംഗാളിയുടെ സംസാരം പോലും പലപ്പോഴും ഇംഗ്ലീഷ് പദങ്ങളും പ്രയോഗങ്ങളും കലർന്നതായിരിക്കും. ഇത് പാശ്ചാത്യ നിരൂപകർക്കും പലപ്പോഴും അലട്ടാറുണ്ട്; സാമ്രാജ്യത്വത്തിന്റെ ദൗർഭാഗ്യകരമായ ഒരു അവശേഷിപ്പായി അതിനെ അവർ കരുതുകയും ചെയ്യാം. അത് ശരിയാണെങ്കിൽപ്പോലും അകാരണം തന്നെ സിനിമയിൽ അവ ഉപയോഗിക്കുന്നതിന് ന്യായീകരണമാണ്. ഇത്തരം പല പ്രയോഗങ്ങളും വിനിമയം ചെയ്യുന്ന വികാരങ്ങളും അർത്ഥഭേദങ്ങളും ധനിപ്പിക്കാൻ ബംഗാളിയിൽ തുല്യപദങ്ങളില്ല എന്നതാണ് വാസ്തവം, 'Blase passe' തുടങ്ങിയ പദങ്ങൾക്ക് ഇംഗ്ലീഷിൽ കൃത്യമായ സമാനപദങ്ങളില്ലാത്തതു പോലെ. ചിലപ്പോൾ 'കാഞ്ചൻ ജംഗ'യിലെപ്പോലെ വിവിധ കഥാപാത്രങ്ങൾ പാശ്ചാത്യവല്ക്കരിക്കപ്പെട്ടിരിക്കുന്നതിന്റെ അളവിലെ വ്യത്യാസം എത്രയാണെന്ന കാര്യം സൂചിപ്പിക്കുന്നതിന് ചിത്രത്തിൽ ശ്രമിക്കുന്നുമുണ്ടാകും. അവരുടെ സംസാരത്തിൽ എത്രതവണ ഇംഗ്ലീഷ് കടന്നുവരുന്നു എന്നതിൽ വ്യത്യാസമുണ്ടാകും. ഇംഗ്ലീഷ് ഉപയോഗിക്കുന്നതിൽ നിന്നു വിട്ടുനില്ക്കുന്ന ആളുടെ പശ്ചാത്തലവും വളർന്നുവന്ന സാഹചര്യവും അങ്ങനെ ചെയ്യാത്ത ഒരാളിൽനിന്നും വ്യത്യാസമുള്ളതാകാമെന്ന് സൂചിപ്പിക്കുന്നു.

ഇന്ത്യൻ ഭാഷകളിൽ തത്തുല്യപദങ്ങളില്ലാത്ത 'സോറി', 'താങ്ക്യൂ' എന്നിവയുടെ ഉപയോഗം ഇംഗ്ലീഷുകാരുടെ പെരുമാറ്റമര്യാദകൾ അനുസരിച്ചുകൊണ്ട് തുടങ്ങിയതായിരിക്കണം. ഇപ്പോൾ പാശ്ചാത്യവല്ക്കരിക്കപ്പെട്ട ഇന്ത്യാക്കാരുടെ ഒരു ശീലമായിത്തന്നെ അതു മാറിയിരിക്കുന്നു. അവ ഉപയോഗിക്കാത്തവർ ഇപ്പോഴും പകരം പഴയ രീതിയിൽ ആംഗ്യങ്ങൾ കാണിക്കുന്നു. ഒരു സഹായം സ്വീകരിച്ചതായി അറിയിക്കാൻ ഒരു പുഞ്ചിരിയും ഒരു തലകുലുക്കലും: ആരെയെങ്കിലും വേദനിപ്പിച്ചാൽ ഉടനെ വേദനയും ഖേദവും കലർന്ന ഒരു നോട്ടവും നാക്കുകൊണ്ട് ഒരു ശബ്ദവും ഇവ രണ്ടും അവയുടെ തത്തുല്യ യാന്ത്രിക ഇംഗ്ലീഷ് പ്രയോഗങ്ങളെ അപേക്ഷിച്ച് കൂടുതൽ ഹൃദയത്തിൽനിന്നും വരുന്നതാണ്.

ക്ലാസിക്കൽ (പൗരാണിക പാരമ്പര്യം പിന്തുടർന്നത്) ഹ്യൂമാനിസ്റ്റ് (മാനവികം) എന്നീ വിശേഷങ്ങളാണ് പാശ്ചാത്യ നിരൂപകർ എന്റെ ചിത്ര ങ്ങൾക്ക് നല്കാറുള്ളത്. അവ സാധാരണ അഭിനന്ദന സൂചകമായി പറ യാറുള്ളതാണ്. എന്നാൽ ഇത് ചിലപ്പോഴെങ്കിലും പഴഞ്ചൻ മട്ടിലുള്ളതെന്ന് സൂചിപ്പിക്കാനായി ഉപയോഗിക്കുന്ന മൃദുപദമായിത്തോന്നിയിട്ടുണ്ട്; അതാ യത് എന്റെ ചിത്രങ്ങളിൽ പുതുമയില്ല എന്നാണ് ആക്ഷേപം.

'ക്ലാസിക്കൽ' എന്നതു സൂചിപ്പിക്കുന്നത് സംഭവങ്ങൾ ആദിമദ്ധ്യാ ന്തബന്ധത്തോടെ ക്രമം തെറ്റാതെ അവതരിപ്പിക്കുകയും വികാരത്തിന്റെ മേൽ ഒരു കടിഞ്ഞാൺ ഉണ്ടായിരിക്കുകയും തോന്നിയപോലെ അവ്യ വസ്ഥ ഉണ്ടാക്കാനുള്ള ശ്രമം ഒഴിവാക്കുന്നതുമാണെങ്കിൽ ആ വിശേഷണം എനിക്ക് ചാർത്തുന്നതിൽ എനിക്ക് സന്തോഷമേയുള്ളൂ. അത്തരം ഗുണ ങ്ങൾ എന്റെ സ്വഭാവത്തിന്റെ പ്രതിഫലനമെന്നതിലുപരി ഞാൻ പറയു ന്നത് സംവേദനം ചെയ്യുന്നതിനും അവ എനിക്കാവശ്യമാണ്.

എന്റെ എല്ലാ ചിത്രങ്ങളും എന്റെ സ്വന്തം ബംഗാളി പ്രേക്ഷകസമൂ ഹത്തെ മനസ്സിൽ കണ്ടുകൊണ്ടാണ് ഞാൻ നിർമ്മിച്ചിട്ടുള്ളത്. എന്റെ ഒരു ചിത്രം പാശ്ചാത്യരുടെ മുൻപിലെത്താൻ കുറഞ്ഞത് മൂന്നുവർഷമെങ്കിലും എടുക്കുമെന്നതിനാൽ (ജൽസാഗർ പാരീസിലെത്താൻ ഇരുപത്തിനാലു വർഷമെടുത്തു) എന്റെ ആദ്യ പ്രേക്ഷകർ ബംഗാളിൽ തന്നെയാണുള്ള ത്. ഈ പ്രേക്ഷകർ വർഷങ്ങളിലൂടെ കൂടുതൽ ഗ്രാഹ്യശക്തിയുള്ളവ രായി മാറിയിട്ടുണ്ട്. അതിനാൽ ജനപ്രിയ ബംഗാളി സിനിമയിലെ മൂന്ന് മുഖ്യ ഘടകങ്ങളായ പാട്ടുകൾ അതിവൈകാരികത, വാക്കുകളുടെ ധാരാ ളിത്തം എന്നിവ ഒഴിവാക്കാൻ എനിക്ക് കഴിഞ്ഞിട്ടുണ്ട്. ചലച്ചിത്രങ്ങൾ ഇഷ്ടപ്പെടുന്നതിനേക്കാൾ കൂടുതൽ നാടകത്തെ സ്നേഹിക്കുന്ന ബംഗാ ളികൾ വാക്കുകളെ അവയ്ക്കു വേണ്ടിതന്നെ ഇഷ്ടപ്പെടുന്നവരാണ്. എന്നാൽ ഇപ്പോൾ വലിയെരു വിഭാഗം പ്രേക്ഷകർ കേൾക്കുന്നതോ ടൊപ്പം അവരുടെ കണ്ണുകളും മനസ്സുകളും ഉപയോഗിക്കാൻ തയ്യാറായി ട്ടുണ്ട്. ഈ ഒരു പ്രേക്ഷകസമൂഹമാണ് ഗൗരവമേറിയ സിനിമ കൊണ്ടുന ടക്കാവുന്ന ഒരു പ്രവൃത്തിയാക്കി മാറ്റിയിട്ടുള്ളത്, അവരെ പിടിച്ചുനിർ ത്താൻ ശേഷിയുള്ള കഥ പറയാൻ അതിനാവുന്നുണ്ടെങ്കിൽ ജനപ്രിയ ഘടകങ്ങളെല്ലാം ഒഴിവാക്കുകയും മനസ്സിലാക്കുന്ന രീതിയിൽ ഒരു കഥ പറയാതിരിക്കുകയും ചെയ്യുന്ന ഒരു സംവിധായകൻ സ്വന്തം ശവക്കുഴി തോണ്ടുകയായിരിക്കും.

പക്ഷേ, ഒരു കഥ പറയുക എന്നത് അതിൽത്തന്നെ ഒരു പഴഞ്ചൻ ഏർപ്പാടാണെന്ന് എനിക്ക് തോന്നുന്നില്ല. ഒരു ഇതിവൃത്തമെന്നത് ഒരു ഗൂഢപദ്ധതിയായാൽ, കൃത്രിമത്വം നിറഞ്ഞതായാൽ അത് പഴഞ്ചൻ രീതി യാകും. എന്നാൽ അത് കഥാപാത്രങ്ങളിൽക്കൂടി വികസിച്ചുവരികയും സ്ഥലകാലങ്ങളിൽ അതിനെ പ്രതിഷ്ഠിക്കുന്ന വിശദാംശങ്ങൾ വഴി പൂർണ്ണത കൈവരിക്കുകയും, അതിന് പുറമെ സിനിമയ്ക്ക് മാത്രം സാധി ക്കുന്ന അനന്യമായ ഗുണവിശേഷങ്ങളുള്ള ഇഴയടുപ്പം അതിൽ തെളി

യുകയും ചെയ്താൽ പിന്നെ അത് പഴഞ്ചൻ രീതിയെന്നത് പറഞ്ഞുകൂടാ; അതിനെ ക്ലാസിക്കൽ എന്ന് വിശേഷിപ്പിക്കുന്നതുപോലും ശരിയല്ല. പ്രധാ നപ്പെട്ട സംഗതി അതിന്റെ ആദ്യം മുതൽ അവസാനം വരെയുള്ള പുരോ ഗതിയെ അടയാളപ്പെടുത്തുന്ന ഭാവുകത്വമാണ്. മനുഷ്യപ്രേരണകളെപ്പ റ്റിയും മനുഷ്യ സ്വഭാവത്തെപ്പറ്റിയുള്ള അന്വേഷണത്തിന് അടിസ്ഥാന മായി നില്ക്കുന്ന ഭാവുകത്വവും ധാർമ്മിക നിലപാടുമാണ്- ചുരുക്കത്തിൽ മാനവികതയാണ്.

കാലാതീതം എന്ന് ആരെങ്കിലും എന്റെ ചിത്രങ്ങളെ വിശേഷിപ്പി ച്ചാൽ ഞാൻ കൂടുതൽ സന്തോഷിക്കും. ബാക്കിന്റെ സംഗീതം കാലാതീ തമാണ്. അതുപോലെതന്നെ മസാക്കിയോ. ബസ്റ്റർ കീറ്റണും അതു പോലെ തന്നെ. ഇന്ത്യയിലെയും ഈജിപ്തിലെയും ശില്പകല, അജന്ത യിലെ ചുവർചിത്രങ്ങൾ, ചൈനീസ് പെയിന്റിങ്, ജപ്പാൻകാരുടെ തടി യിലെ കൊത്തുപണികൾ, എട്രസ്കരുടെ പാത്രങ്ങൾ, ബെനിനിലെ വെങ്കലത്തളികകൾ, ലസ്കോയിലെ കുതിര, അൽട്ടാമിറയിലെ കാട്ടുപോ ത്ത്. എല്ലാം കാലാതീതമാണ്.

തീർച്ചയായും ഇന്നത്തെ ഒരു സംഗീതജ്ഞൻ ബാക്കിനെയോ മൊസാർട്ടിനെയോ പോലെ സംഗീതം ഉണ്ടാക്കുന്നത് കാലത്തിന് യോജി ച്ചതായിരിക്കില്ല. എന്നാൽ എല്ലാ ചലച്ചിത്രകാരന്മാരും സമകാലീനരാകാൻ വേണ്ടി ഴാങ്-ലൂക് ഗോദാർദിന്റെയോ ഴാങ്-മാരിസ്ട്രോബിന്റെയോ ശൈലികൾ ഉപയോഗിക്കാൻ തുടങ്ങിയാൽ അവരെല്ലാവരും പണിയില്ലാ ത്തവരാവുകയും സിനിമാശാലകളിൽ ആരും കയറാതാകുകയും ചെയ്യും. ചിത്രങ്ങൾ നിർമ്മിക്കാൻ വൻ ബജറ്റുകളും ഒരു വലിയ വ്യവസായത്തിന്റെ വിഭവങ്ങളും വേണ്ടി വരുന്നിടത്തോളം കാലം, തങ്ങളുടെ സർഗ്ഗാത്മകത സാക്ഷാല്ക്കരിക്കാൻ വേണ്ടി പണം മുടക്കുന്ന വ്യക്തിയോടോ കമ്പനി യോടോ ചലച്ചിത്രകാരന്മാർക്ക് ഉത്തരവാദിത്വം ഉണ്ടായിരിക്കുന്നിട ത്തോളം കാലം ഒരു വലിയ വിഭാഗം പ്രേക്ഷകരിലേക്ക് ചിത്രം എത്തി ക്കേണ്ടതിന്റെ ആവശ്യകത നിലനില്ക്കും.

പുതുമയെക്കുറിച്ചു പറയുമ്പോൾ എല്ലാ കലാകാരന്മാരും പുതുമ സൃഷ്ടിക്കുന്നവരോട് കടപ്പാടുള്ളവരായിരിക്കും. ആ പുതുമയിൽനിന്നും പങ്കുപറ്റുന്നവരുമായിരിക്കും. ഗോദാർദിൽ നിന്നാണ് ഫേയ്ഡുകളും ഡിസ്സോൾവുകളും ഒഴിവാക്കാനുള്ള ധൈര്യം എനിക്ക് കിട്ടിയത്. ത്രുഫോ യിൽ നിന്നാണ് ഫ്രീസ് പഠിച്ചത്. എന്നാൽ എല്ലാ പുതുമയും ബാഹ്യമാ യതല്ല. ഒരു ചിത്രത്തിന്റെ ഇഴയടുപ്പത്തിലും മജ്ജാതന്തുവിലും ഉൾച്ചേർന്ന വിവേചിച്ചറിയാനാവാത്ത വിധം സൂക്ഷ്മമായ തരത്തിലുള്ള പുതുമയുണ്ട്. ഒരുചിത്രം അതിന്റെ പുതുമകളെല്ലാം പുറമെ പ്രദർശിപ്പിച്ചു നില്ക്കുക യല്ല. *ലാ റെഗ് ലെ ദുജ്യൂ* (The Rulesn of the Game - 1939) എന്ന ചിത്രമെടുക്കാം. മാനവികം? ക്ലാസിക്കൽ? അവാന്ത്- ഗാർദ്? സമകാലീനം? ഇതിനൊരു വിശേഷണക്കുറിപ്പ് നല്കാൻ ഞാൻ വെല്ലുവിളിക്കുന്നു. അത്തരം പുതുമയാണ് ഞാൻ ഇഷ്ടപ്പെടുന്നത്.

എനിക്ക് പാശ്ചാത്യ ക്ലാസിക്കൽ സംഗീതത്തോടുള്ള കടപ്പാട് ഞാൻ രേഖപ്പെടുത്തിയിട്ടുള്ളതാണ് എങ്കിലും എന്റെ ചിത്രങ്ങളിൽ എവിടെയൊ ക്കെയാണ് ആ കടപ്പാട് കാണാൻ പറ്റുന്നതെന്ന് കൃത്യമായി ചൂണ്ടിക്കാ ണിക്കാൻ കഴിയില്ല. സിനിമയ്ക്ക് സംഗീതത്തോട് സ്വാഭാവികമായ ഒരു അടുപ്പമുണ്ട്. എന്തുകൊണ്ടെന്നാൽ രണ്ടും കാലത്തിലുള്ള നിശ്ചിത മാത്യ കകളായിട്ടാണ് പ്രത്യക്ഷപ്പെടുന്നത്. പക്ഷേ, ചലച്ചിത്രം അതിന്റെ പ്രതി പാദ്യവിഷയവുമായി ബന്ധപ്പെട്ടിരിക്കുന്നു, എന്നാൽ സംഗീതം (ഉപകര ണസംഗീത രൂപത്തിലെങ്കിലും) അങ്ങനെയല്ല. മൊസാർട്ട് എന്നിൽ ചെലു ത്തിയ സ്വാധീനത്തെക്കുറിച്ച് ഞാൻ പറയുമ്പോൾ ഉദ്ദേശിക്കുന്നത് അദ്ദേ ഹത്തിന്റെ ഓപ്പറകളെപ്പറ്റിയാണ്, ഒരു കൂട്ടം കഥാപാത്രങ്ങൾക്കും സംഘം ചേർന്നു നടത്തുന്ന പ്രകടനങ്ങൾക്കിടയിൽ ഓരോരുത്തരുടെയും വ്യക്തിത്വം നിലനിർത്തുന്ന അദ്ദേഹത്തിന്റെ അത്ഭുതകരമായ പ്രതിഭയെ പ്പറ്റിയാണ്, 'ഡോൺ ജിയോവാനി'യിലെ ലേപൊറെല്ലോയുടെ വിക്കലോ ടെയുള്ള ഭയവും അന്ത്യവിധിക്ക് മുന്നിലുള്ള ഡോണിന്റെ വീരവാദവും പ്രതിമാരംഗത്ത് കമാൻഡാറ്റോരുടെ ഇടതടവില്ലാതെയുള്ള ആലാപനവും എല്ലാം അനേകം ഉദാഹരണങ്ങളിൽ ചിലതു മാത്രം. ചലച്ചിത്രങ്ങളിൽ അത്തരം സംഘപ്രകടനങ്ങളുടെ സാദ്ധ്യത എന്നെ മോഹിപ്പിക്കാറുണ്ട്. 'അറേബ്യൻ ദിൻ രാത്രി'യിലെ ഓർമ്മകളിൽ അത്തരം ഒരു പരിശ്രമമാ യിരുന്നു. കളി തന്നെയാണ് ഏറ്റവും താണ സ്വരം (bass), അതിന്റെ മുക ളിലാണ് ആറു കഥാപാത്രങ്ങൾ. വാക്കും നോക്കും ആംഗ്യവും ഉപയോ ഗിച്ച് അവരവരുടെ വ്യക്തിപരമായ പാത്രങ്ങൾ അവതരിപ്പിക്കുന്നത്.

ഇത്തരത്തിൽ *ചാരുലത*യിൽ നാലു ശബ്ദങ്ങൾ ഉപയോഗിക്കുന്ന മറ്റൊരു രംഗമുണ്ട് അമലിന്റെ അപ്രതീക്ഷിതമായ വഞ്ചന ചാരുവിന്റെ വേഗത കൂട്ടുന്നു, അവളുടെ മനസ്സിൽക്കൂടി ഞെട്ടൽ, അവിശ്വസീയത, തിളച്ചുമറിയുന്ന ദേഷ്യം, കരൾ പിളർക്കുന്ന വേദന തുടങ്ങിയ വിവിധ വികാരങ്ങൾ കടന്നുപോകുന്നു.

അവൾ വളരെ ബുദ്ധിമുട്ടി സമനില വീണ്ടെടുക്കുന്നു, അപ്പോൾ അവ ളുടെ ഭർത്താവ് നടന്നതൊന്നുമറിയാതെ കയറിവന്ന് രാഷ്ട്രീയം പറയാൻ തുടങ്ങുന്നു. അതേസമയം സ്വാർത്ഥനായ അമൽ തന്റെ ആദ്യ സാഹിത്യ കൃതിയുടെ വിജയത്തിൽ അമഗ്നനായി ചാരുവിന്റെ മുറിവിൽ ഉപ്പുതേ യ്ക്കുന്നതുപോലെ സഹതാപമേതുമില്ലാതെ ആഹ്ലാദിക്കുന്നു - ഇതെല്ലാം ചാരുവിന്റെ ശുദ്ധയും കൃത്രിമമില്ലാത്തവളുമായ നാത്തൂൻ മന്ദചിന്താകു ലമായ അകൽച്ചയോടുകൂടി വീക്ഷിച്ചുകൊണ്ടു നില്ക്കുന്നു. ഈ രംഗ ത്താണ് വരാൻ പോകുന്ന ദുരന്തത്തിന്റെ സ്വരം ആദ്യമായി കേൾക്കു ന്നത്; ആ ദുരന്ത സ്വരമാണ് പിന്നെ ആ രംഗത്തെ ഒരു ഉത്തോലകം പോലെ പിടിച്ചുനിർത്തുന്നത്.

എന്റെ പാശ്ചാത്യ നിരൂപകരുടെ നിരീക്ഷണങ്ങളിലൂടെ എന്റെ ചിത്ര ങ്ങളിലെ പാശ്ചാത്യ സ്വഭാവവിശേഷങ്ങളെപ്പറ്റി എനിക്ക് നല്ല അവബോ ധമുണ്ടായിട്ടുണ്ട്. അവ നിരന്തരം എന്റെ ശ്രദ്ധയിൽ കൊണ്ടുവരപ്പെട്ടിട്ടു

ള്ളതുകൊണ്ട് എനിക്ക് പെട്ടെന്ന് അവയെന്താണെന്ന് പറയാൻ പറ്റും:
വിരോധാഭാസം, പരത്തി പറയാതിരിക്കൽ, നർമ്മം, തുറന്ന കഥാന്ത്യങ്ങൾ,
കഥാപാത്രസൂചകമായ സംഗീതത്തിന്റെ ഉപയോഗം ഒഴുകുന്ന ക്യാമറ
തുടങ്ങിയ പലരും ഈ ഘടകങ്ങളൊന്നും ഞാൻ ഒരിക്കലും ബോധ
പൂർവ്വം ഉപയോഗിക്കുന്നതല്ല. അതായത് ഞാൻ സ്വയം ചിന്തിക്കാറില്ല
ഈരംഗത്ത് നമുക്ക് ബ്രിട്ടീഷുകാരെ അനുകരിച്ച് പരത്തിപ്പറയൽ ഒഴി
വാക്കി സൂക്ഷ്മമായ പ്രസ്താവനയാകാം എന്ന്. അവയെല്ലാം അബോ
ധപൂർവ്വമായി പ്രതിപാദ്യവിഷയത്തിന്റെ ആവശ്യമനുസരിച്ച് ഉപയോഗി
ക്കപ്പെടുന്നതാണ്. ഞാൻ എപ്പോഴും ശ്രമിക്കുന്നത് ഒരു കഥ ഏറ്റവും നല്ല
മാർഗ്ഗത്തിൽ അതേസമയം കലയെന്ന രീതിയിലും പ്രേക്ഷകരിലേക്ക് ഇത്
വിനിമയം ചെയ്യപ്പെടണമെന്നുള്ള ആവശ്യം നിറവേറ്റുന്ന തരത്തിലും പറ
യാനാണ്. ഒരു ചലച്ചിത്രകാരനെന്ന നിലയിൽ മറ്റേതൊരാളും ചെയ്യുന്നത്
തന്നെ. പക്ഷേ, ഇന്ത്യയുടെ പരിതസ്ഥിതിയിൽ ചിലപ്പോൾ കൂടുതൽ അപ
കടസാദ്ധ്യതയുള്ള കാര്യമാണെന്നും മാത്രം. പാശ്ചാത്യ പ്രേക്ഷകനെ
തികച്ചും തദ്ദേശീയമായ ഘടകങ്ങൾ അലോസരപ്പെടുത്തുന്നതുപോലെ
പാശ്ചാത്യഘടകങ്ങൾ ഇന്ത്യൻ പ്രേക്ഷക്കനയും അലട്ടാറുണ്ട്. *കാഞ്ചൻജം
ഗയിലെ* പ്രകടമായ വൈകാരികാംശം കൂടുതൽ പാശ്ചാത്യവല്ക്കരിക്ക
പ്പെട്ടു എന്ന തോന്നലിനാൽ മിക്ക ഇന്ത്യൻ പ്രേക്ഷകർക്കും അത് ഇഷ്ട
പ്പെട്ടില്ല. അറേബ്യൻ ദിൻ രാത്രി ഉയർത്തിയ അഭിപ്രായങ്ങളുടെ ചില
ഉദാഹരണങ്ങൾ ഈ ചിത്രം എന്താണ് പറയാൻ ശ്രമിക്കുന്നത്? എന്താണ്
സന്ദേശം? എന്തുകൊണ്ട് സംവിധായകൻ കൂടുതൽ വ്യക്തമായി കാര്യ
ങ്ങൾ പറയുന്നില്ല? യഥാർത്ഥത്തിൽ ആ ചിത്രം പലകാര്യങ്ങളും പറയു
ന്നുണ്ട്, പക്ഷേ, എപ്പോഴും വാക്കുകളിൽ കൂടിയല്ലെന്ന് മാത്രം; തീർച്ച
യായും വാചാടോപപ്രകടനത്തിൽ കൂടിയല്ല. പക്ഷേ, ആർക്കാണ് ഒരു
ചലച്ചിത്രത്തിലെ വരികൾക്കിടയിൽക്കൂടി വായിക്കാൻ താല്പര്യം?

    ഈ പറഞ്ഞ ചിത്രങ്ങളിലും എന്റെ മറ്റു ചിത്രങ്ങളുമെല്ലാം താൻ
യത്നിച്ചിട്ടുള്ളത് നിശ്ചയമായും ഒരു സംയോജനത്തിന് വേണ്ടിയാണ്.
പക്ഷേ, ആ ഒരു കാഴ്ചപ്പാടിൽക്കൂടി അതിനെ കാണണമെങ്കിൽ രണ്ടു
സംസ്കാരങ്ങളെ അടുത്തറിയാവുന്ന ഒരാൾക്കേ കഴിയൂ. ഈ ചിത്രങ്ങ
ളിലുള്ള സംയോഗത്തിന്റെയും വിയോഗത്തിന്റെയും തുല്യ നിലയിലുള്ള
അംശങ്ങൾ തിരിച്ചറിയുന്ന ഒരാൾക്ക് മരങ്ങൾക്കൊപ്പം കാട് കൂടി
കാണാൻ കഴിവുള്ള ഒരാൾക്ക് ഇന്ത്യൻ ചലച്ചിത്രങ്ങൾ ആസ്വദിക്കുന്ന
തിൽ തന്നെ ഇന്ത്യാക്കാർക്ക് സാംസ്കാരികമായ പ്രതിരോധങ്ങൾ ഉണ്ടാ
കാമെന്നത് അടുത്തയിടെ മാത്രമാണ് നമ്മുടെ രാജ്യത്ത് തിരിച്ചറിഞ്ഞു
തുടങ്ങിയത്. ഇന്ത്യൻ സിനിമയിലുണ്ടായ ഇതിന് മുൻപ് കാര്യമായ
ചലച്ചിത്രനിർമ്മാണം ഇല്ലാതിരുന്ന പ്രദേശങ്ങളിൽനിന്നുപോലും ചെറു
പ്പക്കാരും പ്രതീക്ഷ നല്കുന്നവരുമായ ഒരു പറ്റം ചലച്ചിത്രകാരന്മാർ
ഉയർന്നുവന്നിട്ടുണ്ട്. കേരളം, കർണ്ണാടകം, ആന്ധ്രാ, തമിഴ്നാട് തുടങ്ങിയ
പ്രദേശങ്ങളിൽനിന്ന് ചിത്രങ്ങൾ കാണുന്ന ഒരു ബംഗാളിയുടെ അവസ്ഥ

ആ ചിത്രങ്ങളെ അഭിമുഖീകരിക്കുന്ന ഒരു പാശ്ചാത്യ പ്രേക്ഷകന്റേതിൽ നിന്നും വളരെ വ്യത്യസ്തമല്ല. ഇന്ത്യയുടെ വിശാലമായ സാംസ്കാരിക ക്രമത്തിന്റെ അടിയിലുള്ള പെരുമാറ്റത്തിലും ശീലങ്ങളിലും ആചാരങ്ങ ളിലും വസ്ത്രത്തിലും ഭൂപ്രകൃതിയിലും ഭാഷയിലും എല്ലാമുള്ള ആയിര ക്കണക്കിന് വൈജാത്യങ്ങൾ യൂറോപ്പിലെയോ അമേരിക്കയിലെയോ ഒരു ശരാശരി പ്രേക്ഷകനേക്കാൾ ഒരു ബംഗാളിക്ക് ഈ ചിത്രങ്ങളിലേക്കുള്ള വാതിൽ പെട്ടെന്ന് തുറന്നുകിട്ടാൻ പ്രയാസമുണ്ടാകും. അപരിചിതമായ ഒരു ഭാഷയുടെ ശബ്ദം പോലും പരിഭ്രമം ഉളവാക്കിയേക്കാം. ജാപ്പനീസ് മുരൾച്ച കേൾക്കുമ്പോൾ ഒരു മോശം ജാപ്പനീസ് സിനിമകാണുന്നവരുടെ ഇടയിൽ അമർത്തിയ ഒരു ചിരി ഉണർത്തിയേക്കാം; അവിടെ ഒസുവിന്റെ സിനിമ കാണുന്ന സമയത്തുള്ളതുപോലെ ഏറ്റവും നല്ല പെരുമാറ്റം ഉണ്ടാ കണമെന്നില്ല. അനേകം ഉപസംസ്കാരങ്ങളുടെ സംഭ്രമിപ്പിക്കുന്ന വിധ ത്തിലുള്ള വ്യത്യാസങ്ങൾ അഭിമുഖീകരിക്കുന്ന പാശ്ചാത്യ നിരൂപകരുടെ അവസ്ഥ ഒട്ടും അസൂയാവഹമല്ല.

ഇത് വിധി നിർണ്ണയത്തിൽ ചില ഗൗരവമുള്ള പാകപ്പിഴകൾ സംഭ വിക്കുന്നതിന് ഇത് പലപ്പോഴും ഇടയാക്കിയിട്ടുണ്ട്. ദക്ഷിണേന്ത്യൻ പുരാണ ചിത്രമായ *സീതാ കല്യാണത്തിന്* ലഭിച്ച സാർവത്രികമായ പ്രശം സയെത്തുടർന്ന് അന്താരാഷ്ട്ര ചലച്ചിത്രമേള ശൃംഖലയിൽ ആ ചിത്രം ക്ഷണിക്കപ്പെടുകയും അവിടെയും അതിന് പ്രശംസകിട്ടുകയും ചെയ്തു. എന്നാൽ എന്റെ അമ്പതുവർഷത്തെ സിനിമ കാണലിനിടയിൽ ഇതിലും മോശമായതും അതിരില്ലാത്ത അതിഭാവുകത്വത്തിൽ നിദർശനവുമായ ഒരു ചിത്രം ഞാൻ കണ്ടിട്ടില്ല. രണ്ടു മഹത്തായ ഹൈന്ദവ ഇതിഹാസങ്ങളോ ന്നിൽനിന്നും എടുത്ത ഒരു സംഭവത്തെ ആസ്പദമാക്കിയ ഒരു സാംസ്കാ രിക സങ്കര സൃഷ്ടിയായ ഈ ചിത്രത്തിന്റെ അകത്തളങ്ങളിൽ പേർഷ്യൻ കാർപ്പറ്റുകളും മുഗൾ തൂക്കുവിളക്കുകളും കോമിക്കുകളെ അനുസ്മരി പ്പിക്കുന്ന ചുവർ പെയിന്റിങ്ങുകളും നിറച്ചിരിക്കുന്നു; ക്ലാസിക്കൽ കർണ്ണാ ട്ടിക് സംഗീതമെന്ന ഭാവേന ശബ്ദരേഖയിൽ നിറച്ചിരിക്കുന്നത് ബോംബെ സിനിമകളിലെപ്പോലെ ഉച്ചസ്ഥായിയിലുള്ള ചലച്ചിത്രഗാനങ്ങളാണ്; ശബ്ദ ചിത്രങ്ങളുടെ ആരംഭകാലത്ത് തന്നെ ക്ലീഷെകളായി മാറിയ ക്യാമറകൊണ്ടുള്ള കൗശലങ്ങൾ കഥാഗതിയിൽ ഇടയ്ക്കിടെ നിറച്ചിരി ക്കുന്നു; എല്ലാം കൂടി ഒരു ചോക്കലേറ്റ് പെട്ടിയിലുള്ളതുപോലെ വിവിധ വർണ്ണങ്ങൾ വാരിവിതറി അവസാനിപ്പിക്കുന്നു; ചുരുക്കത്തിൽ *സീതാക ല്യാണം* അനുപമമായ ഒരു കെട്ടിച്ചമയ്ക്കലാണ്. ഒരു (സർക്കസ്) കൂടാരം പോലെ ലഘുവായ വിനോദത്തിനുള്ള വസ്തുവായി അതിനെ കാണാം. പക്ഷേ, നിരൂപകർ അതിനെ ഗൗരവമായി എടുത്തു കളഞ്ഞു.

ഇത് അവരുടെ ഭാവുകത്വത്തിന്റെ പാപ്പരത്തമായി മാത്രമേ കാണാ നാകൂ. അതുകൊണ്ട് തന്നെ ഇന്ത്യൻ സിനിമയെ പാശ്ചാത്യർക്ക് പരിച യപ്പെടുത്തി കൊടുക്കാനുള്ള അവരുടെ പ്രഖ്യാപിത നിയോഗത്തെ തന്നെ പഴാക്കിക്കളഞ്ഞു. തീർച്ചയായും ഒരു നിരൂപകനെ സംബന്ധിച്ചിടത്തോളം

അപരിചിതമായ സംസ്കാരത്തിൽനിന്നും വരുന്ന അപരിചിതമായ ഒരു ഗണത്തിൽപെടുന്ന ഒരു ചിത്രം ആസ്വാദിക്കുന്ന കാര്യത്തിൽ ചില ചതി ക്കുഴികളിൽ പെടാമെന്ന് അംഗീകരിച്ചുകൊണ്ടു തന്നെയാണ് ഇത് പറ യുന്നത്. ഒരിക്കൽ ഞാൻ മോസ്കോയിൽ ജൂറി അംഗമായിരിക്കുന്ന സമ യത്ത് മറ്റൊരു ജൂറി അംഗമായ ഒരുവിഖ്യാതനായ സോവിയറ്റ് സംവിധാ യകൻ പടിഞ്ഞാറ് നിന്നുള്ള അത്ര സന്തോഷപ്രദമല്ലാത്ത ഒരുകോമഡി ചിത്രം കണ്ട് ആർത്ത് ചിരിക്കുന്നതു കാണാനിടയായി. എന്താ ഇത്ര ചിരി ക്കാനെന്ന് ഞാൻ പിന്നീട് അദ്ദേഹത്തോട് ചോദിച്ചു. അപ്പോൾ അദ്ദേഹം ഖേദം പ്രകടിപ്പിച്ചുകൊണ്ടു പറഞ്ഞു. "നോക്കൂ, ഞങ്ങൾക്ക് ഇവിടെ വളരെ കുറച്ച് കോമഡികളെ കാണാൻ കിട്ടാറുള്ളൂ. അതുകൊണ്ട് ഏതാണ്ട് നർമ്മ മുള്ളതെന്നോ ഇല്ലാത്തതെന്നോ ഞങ്ങൾക്ക് ശരിക്കും അറിഞ്ഞുകൂടാ."

പ്രേക്ഷകരെക്കാളും ചലച്ചിത്രകാരന്മാരെക്കാളും ഒരുപടി മുന്നിലാണ് താൻ എന്ന് എല്ലായ്പ്പോഴും ചിന്തിക്കുന്ന ഒരു നിരൂപകനെ സംബന്ധി ച്ചിടത്തോളം സ്വന്തം അന്ധാളിപ്പ് ഇത്തരത്തിൽ ഏറ്റു പറയുന്നതിന് ബുദ്ധി മുട്ടുണ്ടാകും. അത്തരം ഇടുങ്ങിയ ചിന്താഗതിക്കാർക്ക് വലിയ വീഴ്ചകൾ സംഭവിക്കുമ്പോൾ അവരോട് സഹതപിക്കാനേ നമുക്ക് പറ്റു. എങ്കിലും നവ ഇന്ത്യൻ സിനിമയെ പാശ്ചാത്യരുടെ മുൻപിൽ വളർത്തുന്നതിന് നല്കിയ സംഭാവനയുടെ പേരിൽ നിരൂപകർ നമ്മുടെ ആദരവ് അർഹി ക്കുന്നു. ഇപ്പോൾ നമ്മുടെ ചിത്രങ്ങൾ കാണുമെന്നത് പ്രധാനപ്പെട്ട സംഗ തിയായി പാശ്ചാത്യർ കരുതി തുടങ്ങിയിട്ടുണ്ട്. മുഴുവൻ മനസ്സിലാക്കിയി ട്ടുണ്ടെങ്കിൽക്കൂടി. ഏതുവിധത്തിലും ശരിയായ ആസ്വാദനത്തിന് കൂടു തൽ സമയമെടുക്കും. വളരെക്കാലമായി അവർക്ക് ഇന്ത്യയെ ഒട്ടും വില യില്ലായിരുന്നു അതുകൊണ്ട് തന്നെ ഇന്ത്യ പാശ്ചാത്യർക്ക് അവളുടെ രഹ സ്യങ്ങൾ എളുപ്പത്തിൽ വെളിപ്പെടുത്തുകയില്ല. കാരണം പശുക്കൾ ഇപ്പോഴും വിശുദ്ധരാണിവിടെ, ദൈവം ഇപ്പോഴും ലിംഗരൂപത്തിൽ വരും.

ഭാഗം രണ്ട്
തൂലികാ ചിത്രങ്ങൾ

15

ഗോദാർദിനെപ്പറ്റി ഒരു വാക്ക്

"എനിക്ക് ഗോദാർദിനെ ഇഷ്ടമല്ല." ചലച്ചിത്ര മേളകളിൽ പതിവായി കേൾക്കാറുള്ള ഒരു പ്രസ്താവനയാണിത്.

പറയട്ടെ, എനിക്കും ഗോദാർദിനെ ഇഷ്ടമല്ല. പക്ഷേ, 'ഇഷ്ടം' എന്ന വാക്ക് യഥാർത്ഥ ആധുനിക കലാകാരന്മാരെക്കുറിച്ചുള്ള എന്റെ മനോ ഭാവത്തെ സൂചിപ്പിക്കാൻ ഞാൻ ഉപയോഗിക്കാറില്ല. നമ്മൾ ലാസ്യോ പിക്കാസ്സോ, ക്ലോദ്-മിഷെൽ ഷോൺസെർഗ്, യുജിൻ അയനെസ്കോ, അലയ്ൻ റോബ്-ഗ്രില്ലെ തുടങ്ങിയവരെ ശരിക്കും 'ഇഷ്ടപ്പെടുക'യാണോ ചെയ്യാറുള്ളത്? ഇവരെല്ലാം നമ്മളെ പ്രകോപിപ്പിക്കുകയും ഉത്തേജിപ്പി ക്കുകയും ചെയ്യുന്നു. ഇവരെ നമ്മൾ ആസ്വദിക്കുന്നത് പൂർണ്ണമായും ധിഷ ണയുടെ തലത്തിലാണ്. 'ഇഷ്ടപ്പെടുക' എന്നു പറയുന്നത് ഇന്ദ്രിയങ്ങളുടെ പങ്കാളിത്തം വഴി എളുപ്പത്തിൽ നടക്കുന്ന ഒന്നാണ്, പെട്ടെന്നുള്ള ഒരാ കർഷണം. എന്നാൽ ആധുനിക കലാകാരന്മാർക്കൊന്നും അവരുടെ ആരാ ധകരിൽ നിന്നുപോലും അങ്ങനത്തെ ഒരിഷ്ടം ലഭിക്കുന്നുണ്ടോ എന്ന് സംശയമാണ്.

ഗോദാർദ് ഒരുവശത്ത് പൂർണ്ണമായും തള്ളിക്കളയപ്പെടുന്നു, മറുവ ശത്ത് വാനോളം പുകഴ്ത്തപ്പെടുന്ന വ്യക്തിത്വമാണ്. അദ്ദേഹത്തിന്റെ ഒരേ ചിത്രങ്ങൾക്ക് വിരുദ്ധങ്ങളായ പ്രതികരണങ്ങൾ ഉണ്ടായിട്ടുണ്ട്. വിശുദ്ധ മായി കരുതപ്പെടുന്ന പാരമ്പര്യരീതികളെ തുടർച്ചയായി തകർത്തെറിഞ്ഞു കൊണ്ടിരുന്ന ഒരു സംവിധായകനെ സംബന്ധിച്ചിടത്തോളം ഇത് അനി വാര്യമാണ്. വിശേഷിച്ച് സ്വന്തം ചിത്രങ്ങളിൽ പ്രത്യക്ഷത്തിൽത്തന്നെ അതിശയകരമായ കാര്യങ്ങൾ നിറയ്ക്കുന്നതിൽ അദ്ദേഹം പുലർത്തിയ നിഷ്ഠ കൂടി പരിഗണിക്കുമ്പോൾ.

ഇതിവൃത്തത്തിൽ അധിഷ്ഠിതമായ ഒരു കഥാ വികസനരീതി പൂർണ്ണ

മായും തള്ളിക്കളയുന്നു എന്നതിലാണ് ഗോദാർദിന്റെ വ്യവസ്ഥാപിത രീതി യോടുള്ള നിഷേധത്തിന്റെ കാതൽ. അന്റോണിയോനിയുടെ കാര്യത്തിലും ചിലർ ഈ അവകാശവാദം ഉന്നയിക്കാറുണ്ട്. എന്നാൽ അത് തികച്ചും തെറ്റാണ്. പുറമെ കാണുന്ന അവ്യവസ്ഥയുടെ കീഴിൽ അന്റോണിയോ നിയുടെ ചിത്രങ്ങളിൽ ഒളിഞ്ഞിരിക്കുന്നത് ക്ലാസിക്കൽ രൂപഭദ്രതാ ഘട നയോട് അടുത്തു നില്ക്കുന്ന രീതിയാണ്.

ചിലപ്പോൾ ഒരു പ്രതിപാദ്യവിഷയം കണ്ടെത്താനാകും. the Femme Mariee എന്ന ചിത്രം തന്റെ ഭർത്താവിനും കാമുകനും ഇടയിൽ ചാഞ്ചാ ടുന്ന ഒരു സ്ത്രീയെപ്പറ്റിയാണെന്ന് പറയാം. പക്ഷേ, അങ്ങനെ പറഞ്ഞാൽ എല്ലാം പറഞ്ഞു കഴിഞ്ഞു എന്നു കരുതേണ്ടിവരും. അല്ലെങ്കിൽ ഒന്നും പറഞ്ഞില്ല എന്നും. ആ വിഷയം അനേകം വ്യാഖ്യാനവിവരണങ്ങൾക്കുള്ള ഒരു ചുണ്ടുപലക മാത്രമാണ്; ഇവയിൽ ചിലത് ആ പ്രമേയവുമായി ബന്ധ മുള്ളതാണെങ്കിൽ മറ്റ് ചിലത് പുലബന്ധം പോലുമില്ലാത്തതാണ്.

ഇതുവരെ കരുതിയിരുന്നത് ഒരു സംവിധായകന്റെ മുഖമുദ്ര കാണാ വുന്നത് അയാൾ തന്റെ പ്രതിപാദ്യ പ്രമേയത്തിന്റെ കാര്യത്തിൽ പുലർത്തുന്ന വ്യക്തിപരമായ സമീപനത്തിലാണ് എന്നാണ്. ഒരു കലാ കാരന്റെ സവിശേഷ കൈയൊപ്പിന് വേണ്ടിയാണ് നാം അന്വേഷിക്കുന്നത്. ഗോദാർദിന് അങ്ങനെ ഒരു സവിശേഷ മുഖമുദ്ര പറയാനുണ്ടെങ്കിൽ അത് മറ്റു സംവിധായകരെക്കുറിച്ചും നല്ലതും ചീത്തയുമായ മറ്റു ചിത്രങ്ങളെ ക്കുറിച്ചും സമകാലിക ജീവിതത്തിലെ അനേകമനേകം പ്രതിഭാസങ്ങളെ പ്പറ്റിയും ഉള്ള ആവർത്തിച്ചു വരുന്ന പരാമർശങ്ങളാണ്. ഈ പരാമർശ ങ്ങളെല്ലാം കൂടി ചേർന്ന് ഒറ്റ മുഖ്യ സമീപനമായി മാറുന്നില്ല. അവ ഗോദാർദിന്റെ മനസ്സിന്റെ ജാഗ്രതയും അദ്ദേഹത്തിന്റെ താല്പര്യങ്ങളുടെ വൈപുല്യവും വ്യതിരിക്തതയും പ്രതിഫലിപ്പിക്കുന്നു എന്നു മാത്രമേ ഉള്ളൂ.

ഇതിൽനിന്നും എത്താവുന്ന നിഗമനം എന്നെ സംബന്ധിച്ചിടത്തോളം ഒരു ഗോദാർദ് ചിത്രം ഒരു കൊളാഷിന്റെ സ്വഭാവം ആർജ്ജിക്കുന്നു എന്ന താണ്. അദ്ദേഹത്തിന്റെ സൃഷ്ടികളെ അങ്ങനെയാണ് വിലയിരുത്തേണ്ട തെന്നും അതിലാണ് അവയുടെ സൗന്ദര്യശാസ്ത്രപരമായ സാദ്ധ്യതയെ ന്നുമാണ് എന്റെ ഉറച്ച അഭിപ്രായം.

ചിത്രകലയിൽ 'കൊളാഷ്' എന്നാൽ പ്രത്യക്ഷത്തിൽ ബന്ധമില്ലാത്ത ഘടകങ്ങൾ കൂട്ടിച്ചേർത്ത് വ്യതിരിക്തതകളുടെ ഒരു മാതൃക സൃഷ്ടിക്കുന്ന അമൂർത്തശൈലിയാണ്. ഇതിൽ ചില ഘടകങ്ങൾക്ക്, ഉദാഹരണത്തിന് ബ്രാക്കിന്റെയോ പിക്കാസോയുടെയോ ചിത്രങ്ങളിലെ ഗിറ്റാർ അഥവാ വൈൻകുപ്പി എന്നിവയ്ക്ക് 'അർത്ഥം' ഉണ്ടെന്ന് തോന്നാം. എന്നാൽ ഗിറ്റാ റിനെയും വൈൻകുപ്പിയെയും അവയുടെ സന്ദർഭത്തിൽനിന്നും അടർത്തി മാറ്റി സംഗീതവുമായോ മദ്യപാനവുമായോ യാതൊരു ബന്ധവുമില്ലാത്ത ഘടകങ്ങളുമായി കൂട്ടിച്ചേർത്ത് വയ്ക്കുമ്പോൾ അവയ്ക്ക് അമൂർത്തത യുടേതായ ഒരു സ്വഭാവം കൈവരുന്നു. അവയിൽ എന്തെങ്കിലും പ്രതീ

കാത്മകമായ മൂല്യം അവശേഷിച്ചിട്ടുണ്ടെങ്കിൽ അത് കൊളാഷിന് മേൽ സൂക്ഷ്മമായ ഒരു വർണ്ണം ചേർക്കുന്നു; വർണ്ണഭേദങ്ങളുടെയും വിന്യാസ ത്തിന്റെയും ഇടയിൽ തെളിയുന്ന ഒരു മാനവികതാഭാവം.

അതുപോലെ ഗോദാർദിന്റെ ചിത്രങ്ങളിൽ ചില ദൃശ്യങ്ങൾ മാനു ഷിക ഭാവത്തിന്റെ സൂചനകൾ നല്കുന്നു. പക്ഷേ, അവയെല്ലാം ഉടൻതന്നെ മുറിക്കപ്പെടും അല്ലെങ്കിൽ അയുക്തികമായ രീതിയിൽ വികാസം പ്രാപിക്കും; 'പരമ്പരാഗത' ശൈലിയിൽനിന്നും കുതറിമാറിക്കൊ ണ്ട്, ബാക്കിയുള്ള ഘടകങ്ങളുടെ സ്വഭാവത്തിന് വിരുദ്ധമാകാത്ത തര ത്തിൽ. ഗോദാർദിന്റെ ഒന്നിലധികം ചിത്രങ്ങളിലെ അന്ത്യത്തിൽ മുഖ്യക ഥാപാത്രങ്ങൾ കൊലയാളികളുടെ വെടിയേറ്റ് മരിക്കുന്നുണ്ട്; അങ്ങനെ അവരെ മായ്ച്ചു കളയുന്നതിന് യുക്തിപരമായ കാരണമൊന്നുമില്ലെങ്കിലും.

തീർച്ചയായും ഇതിവൃത്തത്തിന്റെയും കഥാപാത്രങ്ങളുടെയും പര മ്പരാഗതരീതിയിലുള്ള വികാസരീതിയോട് പൊരുത്തപ്പെട്ടുപോയവർക്ക് ഈ ശൈലിയോട് അസ്വാരസ്യം തോന്നിയേക്കാം. പക്ഷേ, പ്രതീക്ഷകൾ തകിടം മറിച്ചു എന്ന പഴി ഒരിക്കലും ഗോദാർദിനെപ്പറ്റി പറയാനാവില്ല; ആദ്യ ദൃശ്യങ്ങൾ മുതൽ തന്നെ അദ്ദേഹം തന്റെ ലക്ഷ്യം വെളിപ്പെടുത്താ റുണ്ട്. *A woman is a woman* (1961) എന്ന ചിത്രത്തിന്റെ ആമുഖത്തിന്റെ തന്നെ ചിത്രത്തിലെ ശൈലിക്ക് അടിസ്ഥാനമായ മുഖ്യ സ്രോതസ്സുകളുടെ പേരുകൾ സ്ക്രീൻ നിറയുന്ന വലിയ അക്ഷരങ്ങളിൽ എഴുതിക്കാണിക്കു ന്നുണ്ട്. *My Life to live* (1962) എന്ന ചിത്രത്തിന്റെ ടൈറ്റിലുകളുടെ കൂടെ ത്തന്നെ പറയുന്നു. 'പന്ത്രണ്ട് ദൃശ്യങ്ങളിലുള്ള ഒരു പണം' എന്ന്, *Maculin feminin* (1966) എന്ന സിനിമയാകട്ടെ പതിനാല് ശകലങ്ങൾ ചേർന്നതാ ണ്.

ഇവിടെ ദോഷം ഗോദാർദിന്റേതല്ല; അദ്ദേഹത്തിന്റെ നിരൂപകരുടേ താണ്. അവരിൽ നല്ല പങ്ക് പേരും വൃത്തത്തിലുള്ള തുളയിൽ ചതുരത്തി ലുള്ള കുറ്റി അടിച്ചു കേറ്റാൻ ശ്രമിക്കുന്നവരാണ്. മറ്റെതൊരു കലാരൂപ ത്തിന്റെ കാര്യത്തിലായാലും അവസാനം ഗോദാർദിനായിരിക്കും വിജയം എന്ന് ഞാൻ ഉറപ്പിച്ചു പറഞ്ഞേനെ. പക്ഷേ, അദ്ദേഹത്തിന് പ്രവർത്തി ക്കേണ്ടി വരുന്ന ദയാരഹിതവും അന്തസ്സാരശൂന്യവുമായ വാണിജ്യ സിനി മാലോകത്ത് അങ്ങനെ നടക്കുമോ എന്നതിൽ എനിക്ക് സംശയമുണ്ട്.

16

പുതിയ അന്റോണിയോനി

മൈക്കലാഞ്ജലോ അന്റോണിയോനിയുടെ പുതിയ ചിത്രമായ 'ബ്ലോ അപ്പിലെ (Blow up) ഒരു പ്രധാനപ്പെട്ട ദൃശ്യത്തിൽ ഫോട്ടോഗ്രാഫറായ നായകൻ തോമസ് (ഡേവിഡ് ഹെമാങ്ഡ്സ് അവതരിപ്പിച്ചിരിക്കുന്ന) തന്റെ പുതിയ ആൽബത്തിനായി കാവ്യാത്മകതയുള്ള ചില ചിത്രങ്ങൾക്ക് വേണ്ടിയുള്ള അന്വേഷണത്തിനിടെ ലണ്ടൻ പാർക്കിൽ എടുത്ത ഫോട്ടോ ഗ്രാഫുകളുടെ എൻലാർജുമെന്റുകൾ എടുക്കുന്ന കാര്യം ആലോചിക്കു കയാണ്. ഭാഗ്യത്തിന്റെ കടാക്ഷം കൊണ്ട് ഒരു ചെറുപ്പക്കാരിയും (വനേസാ റെഡ് ഗ്രേവ്) ഒരു മദ്ധ്യവയസ്കനും ആലിംഗനബദ്ധരായി നില്ക്കുന്ന തിന്റെ ഒരു വിദൂര ദൃശ്യം പകർത്താനായി. കാറ്റിൽ ഉലയുന്ന മരങ്ങൾക്കും പരന്നു കിടക്കുന്ന പുൽമേടിനും മാനുഷിക ഭാവം പകരുന്ന ദൃശ്യമായി രുന്നു അത്. യഥാർത്ഥത്തിൽ താൻ ചിത്രമെടുക്കുന്നത് കണ്ട് ആ പെൺകുട്ടി പ്രതിഷേധിക്കുകയും ഷൂട്ടിങ് നിർത്തി ആ ഫിലിം റോൾ നല്കണമെന്ന് അയാളോട് ആവശ്യപ്പെടുകയുമാണുണ്ടായത്. തോമസാ കട്ടെ ഇതൊരു സ്വതന്ത്ര രാജ്യമാണ് എന്തെല്ലാം പറഞ്ഞുകൊണ്ട് അവ ളുടെ ആവശ്യം നിരസിക്കുകയാണ് ചെയ്തത്.

എൻ ലാർജ് ചെയ്ത ചിത്രങ്ങൾ പരിശോധിക്കുമ്പോൾ അവയിലൊ ന്നിൽ പെൺകുട്ടിയുടെ ശിരസ്സ് ആകാംക്ഷാപൂർവ്വം തന്റെ കാമുകനിൽ നിന്നും എതിർദിശയിലേക്ക് തിരിച്ചുവച്ചിരിക്കുന്നത് കണ്ട് തോമസ് അത്ഭു തപ്പെടുന്നു. പശ്ചാത്തലത്തിൽ ശബ്ദരേഖയോ ബോധധാരയുടെ ആഖ്യാ നമോ ഒന്നുമില്ലാത്തതിനാൽ പെൺകുട്ടി എന്തെങ്കിലും ശബ്ദം കേട്ട് തന്റെ മുഖം ആ രീതിയിൽ തിരിച്ചതാകാം എന്ന ബാദ്ധ്യത നായകൻ തള്ളിക്ക ളഞ്ഞത് എന്തുകൊണ്ടാണെന്ന് നമുക്ക് അറിയാൻ കഴിയില്ല. ഏതായാലും തോമസ് അടുത്തതായി ചെയ്യുന്നത് അവളുടെ നോട്ടത്തിന്റെ നേർരേഖ

യിൽ വിരലോടിച്ചുകൊണ്ട് അത് എന്തിലേക്കാണ് നയിക്കുന്നതെന്ന് നോക്കുകയാണ്. അതൊരു പൊന്തക്കാടിലേക്കാണ് പോകുന്നത്. ആ പൊന്തക്കാടിന് പുറകിൽ അവൾ നോക്കുന്നിടത്തെന്തെങ്കിലും ഒളിഞ്ഞി രിപ്പുണ്ടോ? ഇല്ല, പക്ഷേ, തോമസ് തന്റെ അന്വേഷണം തുടരാൻ തീരുമാ നിക്കുന്നു. ആ പൊന്തക്കാട് ഉൾപ്പെടുന്ന ഭാഗം 35 എം എം നെഗറ്റീവ് ഫിലിമിൽ ഏകദേശം 5 മില്ലിമീറ്റർ വീതിയുള്ളത് - വീണ്ടും ബ്ലോഅപ്പ് ചെയ്യാൻ തീരുമാനിച്ചു.

രണ്ടാമത്തെ ബ്ലോ അപ്പ് ബോർഡിൽ വച്ച് പരിശോധന തുടങ്ങി. യുറീക്ക? എന്നു പറഞ്ഞുകൂടാ, എങ്കിലും ചിത്രത്തിൽ കാണുന്ന തീരെ ചെറിയ വെളുത്ത ബിന്ദു സൂക്ഷ്മദൃഷ്ടിയായ തോമസിന് പ്രോത്സാഹന ജനകമായി തോന്നി. സാധാരണ മനക്കണക്ക് ചെയ്ത് നോക്കിയാൽ ഒരു ഈച്ചയുടെ വലുപ്പത്തിലുള്ളത് എന്തോ ആണതെന്ന് നമുക്ക് തോന്നും. തോമസ് ആ ബിന്ദു മറച്ചുവച്ചുകൊണ്ട് തുടക്കത്തിലുള്ള ഫ്രെയിമിന്റെ ഇരുപതിലൊന്ന് വലിപ്പത്തിലുള്ള ഭാഗം വീണ്ടും. 12 X 15 വലുപ്പത്തിൽ എൻലാർജ് ചെയ്യാൻ തീരുമാനിച്ചു.

മൂന്നാമത്തെ എൻലാർജ്മെന്റ് കഴിഞ്ഞ് തൂക്കിയിട്ട ചിത്രം നോക്കി യപ്പോൾ അത്ഭുതം തന്നെ. ആ പൊന്തക്കാട്ടിനിടയിൽനിന്നും അഞ്ച് വിര ലുകളുള്ള മനുഷ്യകരവും അതിൽ കൊല്ലണമെന്ന ഉദ്ദേശത്തോടെ പിടിച്ച തോക്കും ഇപ്പോൾ തെളിഞ്ഞു കാണാം.

എഡിറ്റിങ്ങിലെ മാസ്റ്റർപീസായി വാഴ്ത്തപ്പെടുന്ന ഈ ക്ലൈമാക്സ് ദൃശ്യം കണ്ടപ്പോൾ എനിക്ക് അന്റോണിയോനിയെ ഉപേക്ഷിച്ച് ഇറങ്ങി പോരാനാണ് തോന്നിയത്. ബ്ലോ അപ്പ് എന്ന സിനിമയുടെ അടിസ്ഥാന ശിലയായി നില്ക്കുന്നത് *ഫോട്ടോഗ്രാഫ്* എൻലാർജ് ചെയ്ത് കിട്ടുന്ന നിർണ്ണായകമായ ഈ തെളിവാണ്. എന്നാൽ യഥാർത്ഥത്തിൽ മൂന്നാമത്തെ തവണ ബ്ലോ അപ്പ് ചെയ്യുമ്പോൾ വ്യക്തമല്ലാത്ത കുറേ ബിന്ദുക്കളുടെ സങ്കല്പ ചിത്രം മാത്രമാണ് കിട്ടുക: ഒരു ഫോട്ടോഗ്രാഫിക് അമൂർത്തത മാത്രം. ഒരു കുറ്റകൃത്യത്തിന് തെളിവുകളാകാൻ മാത്രം വ്യക്തതയുള്ള തിരിച്ചറിയാൻ പറ്റുന്ന ഒരു ഘടകവും ഉണ്ടാവാൻ ഇടയില്ല. അന്റോണി യോനി ഈ അടിസ്ഥാന ഫോട്ടോഗ്രാഫിക് സത്യത്തിന്റെ നഗ്നമായ ലംഘ നമാണ് നടത്തിയത്. അതുവഴി അദ്ദേഹം തന്റെ കഥയുടെ ദുർബ്ബലമായ അസ്തിവാരം ഒരേസമയം വെളിവാക്കുകയും തകർക്കുകയും ചെയ്തു. പ്രമുഖനായ ഏതെങ്കിലുമൊരു സംവിധായകൻ ഇത്തരത്തിലൊരു പ്രവൃത്തി ചെയ്തതായി എനിക്ക് ഓർത്തെടുക്കാനേ കഴിയുന്നില്ല.

എന്നാൽ അന്റോണിയോനിക്ക് അയാളുടെ തോക്ക് കാണിച്ചേ മതി യാകൂ, കാരണം തോമസ് ആ നിഗൂഢത അന്വേഷിച്ച് പോകണം. ആർക്കെ ങ്കിലും അതിലെ സത്യം തിരിച്ചറിയണമെന്നുള്ളതു കൊണ്ടല്ല *ബ്ലോ അപ്പ്* ഒരു സാധാരണ കുറ്റാന്വേഷണ കഥ പറയുന്ന രീതിയിലല്ല നിർമ്മിക്കപ്പെ ട്ടിരിക്കുന്നത്. അങ്ങനെ അയാൾ ചെയ്തില്ലെങ്കിൽ പിന്നീടുള്ള കഞ്ചാവ് പാർട്ടി കാണിക്കാൻ പറ്റില്ല. പ്രതീകാത്മകമായ ടെന്നീസ് മത്സരം ഉണ്ടാ

കില്ല. വനേസയുടെ നഗ്നശില്പമുണ്ടാകില്ല, അവസാനമായി ബോക്സാ ഫീസ് വിജയവുമുണ്ടാകില്ല. സമകാലിക സമൂഹത്തിലെ ആകുലതകളെ പരിഷ്കൃതമായ രീതിയിൽ അപഗ്രഥിക്കുന്നതിൽ വൈദഗ്ദ്ധ്യം തെളിയിച്ച ഒരു സംവിധായകന്റെ ഹോളിവുഡിലേക്കുള്ള (എം ജി എം സ്റ്റുഡിയോ വൻതുക മുടക്കിയ ഇംഗ്ലീഷ്ഭാഷാ ചിത്രത്തിലൂടെയുള്ള) പ്രവേശനമാ യിരുന്നല്ലോ അത്.

അന്റോണിയോനിയുടെ പൂർവ്വകാലചിത്രങ്ങളിൽ പ്രകടമായ ഗൗരവ പൂർണ്ണമായ സാമൂഹികാപഗ്രഥനത്തിന്റെ തലത്തിലേക്ക് ബ്ലോ അപ് എന്ന ചിത്രത്തിന്റെ ഏതെങ്കിലും ഒരു ഭാഗം ഉയരുന്നതായി കണ്ടെത്താൻ നാം ഏറെ ബുദ്ധിമുട്ടും. ശുദ്ധ സിനിമയുടെ തലത്തിൽനിന്നു നോക്കിയാലും ഭാവനതീവ്രമായ ഒരു ശബ്ദരേഖയും ഫോട്ടോഗ്രാഫറുടെ സ്റ്റുഡിയോയിലെ ഫലപ്രദമായ ചില ദൃശ്യാവിഷ്കാരങ്ങളു(mise-en-scene)മല്ലാതെ മറ്റൊന്നും പറയാനുണ്ടാകില്ല. വളരെ പ്രകീർത്തിക്കപ്പെട്ട ചിത്രത്തിന്റെ വേഗതാളം ഒരു മിഥ്യയാണ്. കഥാപാത്രങ്ങളുടെ വളർച്ചയിലോ ബിംബ ങ്ങളുടെ വികാസത്തിലോ കഥ ചുരുൾ നിവരുന്ന രീതിയിൽ പോലും തുലോം പരിമിതമായ ആന്തരിക ചലനം പ്രകടിതമാകുന്ന മറ്റധികം ചിത്ര ങ്ങൾ നാം കണ്ടിട്ടില്ല. അന്റോണിയോനി ഇത് തിരിച്ചറിഞ്ഞിട്ടുണ്ട്. അതു കൊണ്ട് തന്നെ, അതിനു പകരം വയ്ക്കാനായി യാതൊരു കാരണവുമി ല്ലാത്ത ശാരീരിക ചലനം നിറഞ്ഞ ദൃശ്യങ്ങൾ കൊണ്ട് വരുന്നു. ലണ്ട നിൽ കൂടി തോമസ് തന്റെ റോൾസ് കാറിൽ അങ്ങോട്ടുമിങ്ങോട്ടും നട ത്തുന്ന പാഞ്ഞുപോകൽ, ഒരു ദൃശ്യത്തിൽ ധൂമ്രവർണ്ണത്തിലുള്ള അനേകം പേപ്പർ ചുറ്റുകൾക്കിടയിൽ മന്ദബുദ്ധികളായ രണ്ട് മോഡലുകളുടെ കൂടെ കുതിച്ചു ചാടുന്ന നായകനെയും കാണാം.

ചിത്രത്തിൽ ഒരു കഥാപാത്രമെന്ന നിലയിൽ എന്തെങ്കിലും അസ്തി ത്വമുള്ളത് തോമസ് എന്നയാൾക്ക് മാത്രമാണ്. സ്വന്തം കഴിവിൽ സംതൃ പ്തനും അനുകമ്പാരഹിതനും അസാന്മാർഗ്ഗികനും ജീവിത വിജയം കൈവരിച്ചവനുമായിട്ടാണ് അയാളെ അവതരിപ്പിച്ചിരിക്കുന്നത്. ജോലി സ്ഥലത്ത് അയാളെ കാണിക്കുമ്പോൾ മോഡലുകളുമായി സ്റ്റുഡിയോ യ്ക്കത്ത് കുതിരയുദ്ധം നടത്തുമ്പോഴോ പുറത്ത് നിർണ്ണായകമായ മുഹൂർത്തത്തിന് വേണ്ടി കാത്തിരിക്കുന്നതായി കാണിക്കുമ്പോഴോ അയാൾ കാണാൻ താല്പര്യമുളവാക്കുന്നതും വിശ്വസനീയവുമായ ദൃശ്യ മാണ് (ഹെമിങ്സിന്റെ നല്ല പ്രകടനവും ഇതിന് സഹായകമായിട്ടുണ്ട്). പക്ഷേ, അയാളുടെ സംതൃപ്തഭാവം തകരുകയും പുറംമൂടി അടർന്ന് പോവുകയും ചെയ്യുമ്പോൾ നമുക്കത് ഉൾക്കൊള്ളാനാകുന്നില്ല; കാരണം ആ പ്രക്രിയയ്ക്ക് തുടക്കംകുറിക്കുന്ന കൊലപാതകത്തിന്റെ കണ്ടെത്തൽ അത്തരം ഒരു ആഘാതം സൃഷ്ടിക്കാവുന്ന അനുഭവത്തിന്റെ തലത്തിലേക്ക് ഒരിക്കലും ഉയരുന്നില്ല എന്നതുതന്നെ.

എൻലാർജ് ചെയ്ത് ഫോട്ടോയിൽ തോക്കിന്റെ ദൃശ്യം വെളിവായ തിനെത്തുടർന്ന് പാർക്കിൽ പോയി മൃതദേഹം കണ്ടെത്തുന്ന തോമസ്

പിന്നീട് പോകുന്നത് തന്റെ സുഹൃത്തിനെ അന്വേഷിച്ചാണ്; അത് തന്നെ നേരിട്ട് ഒരു കഞ്ചാവ് പാർട്ടി നടക്കുന്ന സ്ഥലത്തേക്ക്. എന്തടിസ്ഥാന ത്തിലാണ് കുറ്റകൃത്യം സംബന്ധിച്ച ബുദ്ധിപരമായ ഏതെങ്കിലും വിവരം അവിടെ നിന്ന് ലഭിക്കുമെന്ന് നായകൻ വിചാരിക്കുന്നത് എന്ന് വ്യക്ത മല്ല. പാർട്ടി നടന്ന സ്ഥലത്ത് നിന്നും തിരിച്ച് പാർക്കിലെത്തിയ അയാൾ കാണുന്നത് മൃതദേഹം അപ്രത്യക്ഷമായതാണ്; പാർക്കിൽനിന്നും തിരിച്ച് സ്റ്റുഡിയോയിൽ എത്തിയപ്പോൾ കാണുന്നത് നിർണ്ണായകമായ ഫോട്ടോ ഗ്രാഫിക് തെളിവുകൾ നഷ്ടപ്പെട്ടു എന്നതാണ്. നിഗൂഢതയ്ക്ക് മേൽ മറ്റൊരു നിഗൂഢത! പക്ഷേ, ആർക്ക് രസിക്കാൻ?

ഒരുപക്ഷേ, പൊള്ളയായ മനുഷ്യരെക്കുറിച്ച് ചാതുര്യത്തോടെ എടു ക്കപ്പെട്ട ഒരു ചിത്രമായി *ബ്ലോ അപ്പിനെ* കാണാമായിരുന്നു. അപ്പോൾ അവസാനമുള്ള പ്രതീകാത്മകമായ (ഫെല്ലിനിയെ ഓർമ്മിപ്പിക്കുന്നു) ടെന്നീസ് മത്സരം എന്തിനായിരുന്നു? ചിത്രത്തിൽ ബാക്കി ഭാഗത്തുള്ള വിവരണത്തിലൊന്നും അന്ത്യത്തിൽ ഇത്തരത്തിൽ യാഥാർത്ഥ്യവുമായും കൂടിക്കുഴയുന്ന അഗാധമായ അതിഭൗതിക സങ്കല്പത്തെക്കുറിച്ചുള്ള ഒരു സൂചനയുമില്ല. എന്നാൽ ഇല്ലാത്ത ടെന്നീസ് പന്തുകൾ ഉപയോഗിച്ച് ചായം തേച്ച മൂകാഭിനയക്കാർ നടത്തുന്ന കളിയിൽക്കൂടി അന്റോണിയോനി ചെയ്യാൻ ശ്രമിക്കുന്നത് അതാണ്. തോമസ് യഥാർത്ഥമല്ലാത്ത ഈ കളി കണ്ട് നില്ക്കുന്നതായും അയാളുടെ മനസ്സിനെ അത് മഥിക്കുകയും പന്ത് കോർട്ടിന് പുറത്തേക്ക് പോകുമ്പോൾ അയാൾ തന്നെ അതെടുത്ത് കളി ക്കാർക്ക് തിരിച്ച് എറിഞ്ഞു കൊടുക്കുന്നതായും കാണിച്ചിരിക്കുന്നു. ബ്ലോ അപ്പിന്റെ കലാപരമായ പ്രാധാന്യം അന്റോണിയോനിയുടെ ആ ടെന്നീസ് പന്തിലാണെന്ന് തോന്നുന്നു; നിരവധി നിരൂപകരും ചലച്ചിത്രാസ്വാദകരും ആ പന്തെടുത്ത് മഹാനായ കലാകാരന് തിരിച്ച് കൊടുക്കുന്നുണ്ട്. എനി ക്കാകട്ടെ അതിപ്പോഴും കണ്ടെത്താനായിട്ടില്ല.

17

നായകൻ*

ആദ്യമായി ഉത്തമിനെ തിരശ്ശീലയിൽ കാണുമ്പോൾ ഞാൻ ഒരു ചലച്ചിത്രകാരനായി മാറിയിട്ടുണ്ടായിരുന്നില്ല. ഒരു പുതിയ നായകന്റെ വര വിനെക്കുറിച്ച് കേട്ടറിഞ്ഞപ്പോൾ അയാളെങ്ങനെയുണ്ടെന്നറിയാനുള്ള കൗതുകത്തോടെയാണ് പോയത്. അക്കാലത്ത് ബംഗാളി സിനിമയിൽ കണ്ടിരുന്ന-നായകന്മാർ ദുർഗ്ഗാദാസ് ബാനർജി, പ്രമധേഷ് ബറുവ, കെ എൽ സൈഗാൾ, ധീരജ് ഭട്ടാചാര്യ- അന്ന് ഞാൻ ആരാധനയോടെ കണ്ടി രുന്ന ഹോളിവുഡ് നായകന്മാർക്ക് കിടപിടിക്കുന്നവരായിരുന്നില്ല.

നമ്മുടെ മിടുക്കന്മാരായ സംവിധായകരിൽ ഒരാളായ നിർമ്മൽ ദേവ് സംവിധാനം ചെയ്ത ഉത്തം അഭിനയിച്ച മുൻ ചിത്രങ്ങളാണ് ഞാൻ തുട രെത്തുടരെ കണ്ടത്. ആദ്യം തോന്നിയ അഭിപ്രായം വളരെ നല്ലതായി രുന്നു. ഉത്തമിന് നല്ല സൗന്ദര്യവും ആകർഷിക്കുന്ന സാമീപ്യവും പെരു മാറ്റത്തിലെ ലാളിത്യവും ഉണ്ടായിരുന്നു. അഭിനയത്തിൽ നാടകത്തിന്റെ അംശങ്ങളൊന്നും ഉണ്ടായിരുന്നില്ല തന്നെ. അയാൾക്ക് തീർച്ചയായും ഒരു ഭാവിയുള്ളതായി തോന്നി.

അദ്ദേഹവുമായി ചേർന്ന് പ്രവർത്തിക്കുവാനുള്ള അവസരം വന്നത് വളരെ കാലത്തിനുശേഷമാണ്. അപ്പോഴേക്കും ഉത്തംകുമാർ ഇതിഹാസ പാത്രമായി മാറിക്കഴിഞ്ഞിരുന്നു. ഒട്ടുമുക്കാൽ ബംഗാളി ചിത്രങ്ങളിലും അദ്ദേഹം നായകനായി വന്നു. മിക്കതിലും സുചിത്രാ സെൻ നായികയു മായിരുന്നു. ലോകസിനിമാരംഗത്ത് അംഗീകാരത്തിന്റെ കാര്യത്തിലും സ്ഥിരതയുടെ കാര്യത്തിലും അധികം സമാനതകളില്ലാത്ത കമിതാക്കളുടെ ദ്വന്ദമായിരുന്നു അവർ. ഉത്തം ആകട്ടെ ഹോളിവുഡ്ഡിൽ പരാമർശിക്ക

പ്പെടുന്ന തരത്തിൽ ഒരു യഥാർത്ഥ താരം തന്നെയായിരുന്നു. എന്നാൽ ചോദ്യം ഇതായിരുന്നു, അദ്ദേഹം ഒരു നടൻ കൂടിയാണോ?

ഇത് വളരെയധികം ചർച്ച ചെയ്യപ്പെടേണ്ട കാര്യമാണ്. ഹോളിവു ഡിൽ പ്രത്യേകിച്ച് അഭിനയശേഷി ഒന്നുമില്ലാതിരുന്നിട്ടും ആദ്യ ചിത്രം റിലീസായതിനെത്തുടർന്ന് ലഭിച്ച ആരാധകരുടെ കത്തുകളുടെ എണ്ണ ത്തിന്റെ അടിസ്ഥാനത്തിൽ താരമായി ഉയർത്തപ്പെട്ട ഒരു നടനെങ്കിലും ഉണ്ട്. ഗ്രെഗറി ബക്ക് എന്ന ഈ നടന് ഇപ്പോഴും സംവിധായകൻ പറ ഞ്ഞുകൊടുക്കേണ്ടിവരും എന്നാണ് കേൾക്കുന്നത്. എന്നാൽ ഉത്തം ആകട്ടെ അപ്രധാനമായ പാത്രങ്ങളുടെ കാര്യത്തിൽ പോലും പെക്ക് ഒരി ക്കലും പ്രകടിപ്പിക്കാത്ത ആത്മവിശ്വാസം തുളുമ്പിനില്ക്കുന്ന ഒരാളായി രുന്നു.

എനിക്ക് ഉത്തമിനോടൊപ്പം പ്രവർത്തിക്കാൻ താല്പര്യമുണ്ടായി രുന്നു, അതിന് വേണ്ടി ഒരു കഥാപാത്രത്തെയും ഞാൻ സൃഷ്ടിച്ചിരുന്നു. ഒരു സാധാരണക്കാരനായ മദ്ധ്യവർഗ്ഗത്തിൽപ്പെട്ട ഒരു യുവാവ് സിനിമ യിൽ അവസരം തേടുന്നതും തുടർന്ന് പെട്ടെന്ന് തന്നെ ഉയരങ്ങളിലേക്ക് പോകുന്നതുമായ, അദ്ദേഹത്തിന് എളുപ്പത്തിൽ താദാത്മ്യം പ്രാപിക്കാൻ കഴിയുന്ന ഒരു കഥാപാത്രമായിട്ടാണ് എനിക്കത് തോന്നിയത്. ശരിക്കു പറഞ്ഞാൽ ഉത്തമിന്റെ തന്നെ ജീവിതത്തോട് സാമ്യമുള്ള കുടിലിൽ നിന്നും കൊട്ടാരത്തിലേക്കുള്ള വളർച്ചയുടെ കഥ.

ഉത്തമിന് ഈ കഥാപാത്രം ഇഷ്ടപ്പെടുകയും അത് ചെയ്യാമെന്ന് സമ്മ തിക്കുകയും ചെയ്തു. കുറച്ചു കാലത്തേക്കെങ്കിലും തന്റെ സുന്ദരക്കുട്ടൻ ഭാവപ്രകടനങ്ങളെല്ലാം മാറ്റിവയ്ക്കേണ്ടി വരുമെന്ന് അദ്ദേഹത്തിന് അറി യാമായിരുന്നു. അടുത്തകാലത്തുണ്ടായ ചിക്കൻ പോകുന്നതിനെത്തുടർന്ന് അദ്ദേഹത്തിന്റെ മുഖത്ത് വടുക്കൾ ഉണ്ടായിരുന്നെങ്കിലും മേക്കപ്പില്ലാതെ അഭിനയിക്കുന്നതിനും അദ്ദേഹം തയ്യാറായി.

എന്റെ ചലച്ചിത്ര നിർമ്മാണ ജീവിതത്തിൽ ഏറ്റവും ആഹ്ലാദദായക മായ അനുഭവങ്ങളിൽ ഒന്നായിരുന്നു ഉത്തമിനോടുള്ള ജോലി. നൈസർഗ്ഗിക നടന്മാരുടെ കൂട്ടത്തിൽപ്പെടുന്ന ഒരാളാണ് അദ്ദേഹമെന്നത് ഞാൻ തുടക്കത്തിലേ മനസ്സിലാക്കി. ഞാൻ മറ്റേക്കൂട്ടരുടെ കൂടെയും പ്രവർത്തിച്ചിട്ടുണ്ട്, അതായത് മസ്തിഷ്കം ഉപയോഗിക്കുന്ന നടന്മാർ അവർ ഒരു കഥാപാത്രത്തെ കഷണങ്ങളായി വിശ്ലേഷണം ചെയ്ത് അതിന്റെ പശ്ചാത്തലവും പ്രേരകഘടകങ്ങളും മറ്റും അന്വേഷിച്ച് കണ്ടെത്തി കഥാപാത്രത്തിന്റെ ചർമ്മത്തിന്റെ അടിയിലേക്ക് പ്രവേശിക്കാൻ താല്പര്യമുള്ളവരാണ്. എന്നാൽ യഥാർത്ഥത്തിൽ മസ്തിഷ്കസമ്പന്നരായ നടന്മാർ നൈസർഗ്ഗിക നടന്മാരേക്കാൾ കരുത്തുള്ള സംഭാവന നല്കു മെന്ന് ഒരുറപ്പുമില്ല. ഉത്തം കൈകാര്യം ചെയ്ത ഏതെങ്കിലും കഥാപാ ത്രത്തെപ്പറ്റി ഗൗരവപൂർണ്ണമായ അപഗ്രഥനാത്മകമായ ചർച്ച അദ്ദേഹവു മായി ഞാൻ നടത്തിയിട്ടുള്ളതായി ഓർക്കുന്നില്ല. എന്നാൽ കഥാപാത്ര ത്തിന് യോജിക്കുന്ന തരത്തിൽ ദൃശ്യത്തിന്റെ മൂല്യം വർദ്ധിപ്പിക്കുന്ന തര

ത്തിൽ പ്രവൃത്തിയിലും പെരുമാറ്റത്തിലും അപ്രതീക്ഷിതമായ ചെറിയ വിശദാംശങ്ങൾ സംഭാവന ചെയ്തുകൊണ്ട് അദ്ദേഹം എന്നെ നിരന്തരം അത്ഭുതപ്പെടുത്തുകയും ആഹ്ലാദിപ്പിക്കുകയും ചെയ്തിരുന്നു. അവ അദ്ദേ ഹത്തിൽനിന്നും മാത്രം വന്നവയാണ്. എന്റെ പങ്ക് ഒട്ടുമില്ലെന്നർത്ഥം. ഇവ വളരെ യാദൃച്ഛികമായി അയത്ന ലളിതമായി മാന്ത്രിക വിദ്യയിലെന്ന പോലെ സൃഷ്ടിക്കപ്പെട്ടവയാണ്. ഇതിന്റെ പിന്നിലെന്തെങ്കിലും അഗാധ ചിന്തയുണ്ടായിരുന്നോ എന്നെനിക്കറിഞ്ഞുകൂടാ. ഏതായാലും അങ്ങനെ ഒന്നിനെപ്പറ്റി അദ്ദേഹം സംസാരിച്ചിട്ടേയില്ല.

ഉത്തം ഇതിനോടകം 250 ൽപ്പരം ചിത്രങ്ങളിൽ അഭിനയിച്ചു കഴി ഞ്ഞതായി ഞാൻ മനസ്സിലാക്കുന്നു. അവയിൽ 200 ൽ അധികവും കാല വിസ്തൃതിയിൽ ആണ്ടുപോകും. ഇപ്പോൾത്തന്നെ അങ്ങനെ ആയി കഴി ഞ്ഞിട്ടില്ലങ്കിൽ കഴിവുള്ള നടന്മാരുടെ എണ്ണം കഴിവുള്ള എഴുത്തുകാരേ ക്കാളും സംവിധായകരേക്കാളും വളരെ കൂടുതലായതിനാൽ അങ്ങനെ സംഭവിക്കാതെ തരമില്ല. തന്റെ കഴിവിന്റെ പരമാവധി ചെയ്യാൻ പ്രേരണ നല്കുന്ന വിധത്തിൽ കാമ്പുള്ള കഥാപാത്രങ്ങളുടെ സൃഷ്ടി നടക്കാത്തി ടത്തോളം കാലം ഏറ്റവും നല്ല അഭിനേതാവിന് പോലും തന്റെ പ്രതി ഭയ്ക്ക് തേയ്മാനം സംഭവിച്ച് തളർച്ച ബാധിക്കുന്നത് കാണാം. താരങ്ങ ളുടെ കാര്യത്തിൽ ഇത് കൂടുതൽ മോശമായ അവസ്ഥയിലാണ്. സാഹ ചര്യങ്ങളുടെ സമ്മർദ്ദംമൂലം തങ്ങളുടെ ഇമേജ് സംരക്ഷിക്കും അല്ലെങ്കിൽ താഴ്ചയിലേക്ക് വീഴുക എന്ന അവസ്ഥയിലാണ് അവർ നില്ക്കുന്നത്. അമ്പ് കൊണ്ട് തന്നെ ചെയ്ത കാര്യങ്ങൾ തന്നെ വീണ്ടും വീണ്ടും ചെയ്യുക എന്ന നിലയിലേക്ക് അവർ ചുരുളുന്നു.

ഒരു കലാകാരൻ വിലയിരുത്തപ്പെടേണ്ടത് അദ്ദേഹത്തിന്റെ ഏറ്റവും മികച്ച സൃഷ്ടിയിലൂടെയാണ്. ഈ അടിസ്ഥാനത്തിൽ ഉത്തം കുമാറിന്റെ ഭാവനയുടെ പൂർണ്ണവ്യാപ്തിയിൽ പരിശോധിക്കുമ്പോൾ അപൂർവ്വമായ സൗകുമാര്യവും അയത്നലാലിത്യവും ആത്മവിശ്വാസവും പ്രകടിപ്പിക്കുന്ന മൂല്യങ്ങൾ അതിൽ നമുക്ക് കാണാം. ഇത്തരം ഒരു കൂടിച്ചേരൽ എപ്പോഴും സംഭവിക്കുന്നതല്ല. പശ്ചിമബംഗാൾ സിനിമയുടെ സമീപ ഭാവിയിലൊന്നും അദ്ദേഹത്തിനുള്ള സ്ഥാനം മറ്റാർക്കെങ്കിലും എത്തിപ്പിടിക്കാൻ കഴിയു മെന്ന് തോന്നുന്നില്ല.

18
മൃഗങ്ങളെ ഉപയോഗിക്കരുത്

അന്നാദ്യമായി ഇംഗ്മാർ ബർഗ്മാനെ കാണുന്നത് സ്വീഡിഷ് ഫിലിം ഇൻസ്റ്റിറ്റ്യൂട്ടിലെ ആഡിറ്റോറിയത്തിലെ മങ്ങിയ വെളിച്ചത്തിൽ അദ്ദേഹം ജാക്ക് സ്മിത്തിന്റെ *ഫ്ളെയ്മിങ് ക്രിച്ചേഴ്സ്* (Flaming Creatures) എന്ന ചിത്രം കണ്ടുകൊണ്ടിരിക്കുമ്പോഴാണ്. അദ്ദേഹത്തിന് എന്നെ പരിചയ പ്പെടുത്തി; ഞാനദ്ദേഹത്തിന്റെ അടുത്തിരുന്നു ചിത്രം കാണുകയയും ചെയ്തു. ഞങ്ങൾ ഒരുമിച്ച് ഒരുപാട് ചിരിച്ചു. പിന്നീട് ഇൻസ്റ്റിറ്റ്യൂട്ടിലെ കാന്റീനിൽ ഞങ്ങൾ ചായയും ബ്രഡും കഴിക്കുകയും ചലച്ചിത്രങ്ങളെ ക്കുറിച്ച് സംസാരിക്കുകയും ചെയ്തു. അദ്ദേഹത്തിന്റെ ചിത്രീകരണാനു ഭവങ്ങൾ അദ്ദേഹം വിവരിച്ചു. കൂട്ടത്തിൽ തനിക്കൊരുപാട് ബുദ്ധിമുട്ടു ണ്ടാക്കിയ ഒരു പൂച്ചയുമൊത്തുള്ള ചിത്രീകരണവും. ഒരിക്കലും മൃഗങ്ങളെ ഉപയോഗിക്കരുത്. അതായിരുന്നു അദ്ദേഹത്തിന്റെ ഉപദേശം.

സ്റ്റോക്ക് ഹോമിൽ ആദ്യ സന്ദർശനത്തിനെത്തിയ ഞാൻ ബർഗ്മാനെ കാണണമെന്ന് അതിയായി ആഗ്രഹിച്ചിരുന്നു. 50 കളുടെ മദ്ധ്യത്തിൽ The *seventh seal* (ഏഴാം മുദ്ര) കണ്ട നാൾ മുതൽ ഞാൻ അദ്ദേഹത്തിന്റെ സൃഷ്ടികളുടെ ഒരു ആരാധകനായി മാറിയിരുന്നു. ഇപ്പോഴത്തെ ബർഗ്മാ നല്ല 30 വർഷം മുൻപുള്ള ബർഗ്മാൻ. ചേംബർ സംഗീതത്തിന് യോജിച്ച ലളിതരൂപത്തിലേക്ക് അദ്ദേഹം തന്റെ ശൈലി ചെത്തി മിനുക്കിയിരുന്നു. പക്ഷേ, ഫിനിയും അലക്സാണ്ടറും തെളിയിക്കുന്നതുപോലെ ഇപ്പോഴും അദ്ദേഹത്തിന് വലിയ പ്രമേയങ്ങൾ കൈകാര്യം ചെയ്യാനാകും. നേരെ എതിരെയുള്ള കൂടുതൽ സ്വാഭാവികമായ ധ്രുവത്തിലാണ് *Scenes from a marriage* (ഒരു വിവാഹത്തിൽനിന്നുള്ള ദൃശ്യങ്ങൾ) എന്ന ചിത്രം – ശ്രദ്ധ പിടിച്ചു പറ്റുന്ന തരത്തിലും സവിസ്തരമായ വിധത്തിലും രണ്ട് വ്യക്തികളുടെ (ഭാര്യയുടെയും ഭർത്താവിന്റെയും) കരുണാരഹിതമായ പഠ നമാണീ ചിത്രം.

ബർഗ്മാന്റെ ശില്പ വൈദഗ്ദ്ധ്യം എന്നും കുറ്റമറ്റതായിരുന്നു. അദ്ദേഹത്തോടൊപ്പം ജോലി ചെയ്തിരുന്ന പ്രതിഭാശാലികളായ അഭിനേതാക്കളുടെ കൂട്ടത്തെക്കുറിച്ച് ആലോചിക്കുമ്പോൾ എനിക്ക് അസൂയ തോന്നാറുണ്ട്. തന്റെ ആദ്യ ഇഷ്ടമായ നാടകത്തിൽ കൂടുതൽ ശ്രദ്ധ കേന്ദ്രീകരിക്കുന്നതിനുവേണ്ടി ചലച്ചിത്രങ്ങളെ ഉപേക്ഷിക്കുമെന്ന് ബർഗ്മാൻ കുറേക്കാലമായി ഒരു ഭീഷണിയോടെ പറയാറുണ്ട്. നിർഭാഗ്യവശാൽ ഇന്ത്യയിലുള്ള നമുക്ക് അദ്ദേഹത്തിന്റെ അരങ്ങിലെ അവതരണങ്ങൾ കാണാൻ കഴിയില്ല. അദ്ദേഹത്തിന്റെ ജന്മദിനത്തിൽ അദ്ദേഹത്തിന് ദീർഘായുസ്സ് നേരുകയും അദ്ദേഹം സിനിമയെ ഉപേക്ഷിക്കുകയില്ലെന്ന് തീക്ഷ്ണമായ പ്രതീക്ഷ പ്രകടിപ്പിക്കുകയും ചെയ്തുകൊള്ളട്ടെ. (1988)

19

അനശ്വരനായ നാടുതെണ്ടി

സിനിമയുടെ പ്രതീകമായി കരുതാവുന്ന ഒരു പേരുണ്ടെങ്കിൽ അതാണ് ചാർലി ചാപ്ലിൻ.

ഇരുപതാം നൂറ്റാണ്ടിന്റെ ആദ്യ ദശകങ്ങളിൽ തന്നെ Tramp (നാടു തെണ്ടി) എന്ന കഥാപാത്രം സൃഷ്ടിച്ചുകൊണ്ട് ചാപ്ലിൻ തന്റെ പ്രതിഭ വെളി വാക്കി. ഈ മാതൃകാരൂപം ലോകം മുഴുവൻ അദ്ദേഹത്തെ പ്രിയങ്കരനാക്കി മാറ്റി. മൂകാഭിനയത്തിന്റെ ആചാര്യനെന്ന നിലയിൽ ജനങ്ങളെ ചിരിപ്പി ക്കുന്നതിനും അതേപോലെ തന്നെ കരയിപ്പിക്കുന്നതിനും ഒരുപോലെ വൈദഗ്ദ്ധ്യം പ്രകടിപ്പിച്ച ആളാണ് ചാപ്ലിൻ. സംസാരചിത്രങ്ങൾ വന്ന പ്പോൾ ആദ്യം ചാപ്ലിൻ അതിനെ എതിർത്തു നിന്നു. ശബ്ദത്തിന്റെ വര വിന് ശേഷം ഏഴു വർഷങ്ങൾ കഴിഞ്ഞ് അദ്ദേഹം *Modern Times* എന്ന നിശ്ശബ്ദ ചിത്രം നിർമ്മിച്ചു. എന്നാൽ പിന്നീട് അദ്ദേഹം നിരവധി ശബ്ദ ചിത്രങ്ങൾ നിർമ്മിച്ചു. അവയിൽ നാടുതെണ്ടിയുടെ കഥാപാത്രത്തെ അദ്ദേഹം ഒഴിവാക്കുകയും. തന്റെ വ്യക്തിത്വത്തിന്റെ പുതിയ മുഖങ്ങൾ വെളിവാക്കുകയും പുതിയ സാമൂഹിക അവബോധം പ്രകടിപ്പിക്കുകയും ചെയ്തു. കലാപരമായ ആവിഷ്കാരത്തിന്റെ മാധ്യമം എന്ന നിലയിൽ സിനിമയുടെ നിലനില്പ് അവസാനിച്ചാൽപ്പോലും ചാപ്ലിന്റെ പേര് അവ ശേഷിക്കും എന്നെനിക്കുറപ്പുണ്ട്.

ചാപ്ലിൻ സത്യമായും അനശ്വരനാണ്.

(16 ഏപ്രിൽ 1989)

ഭാഗം മൂന്ന്
സിനിമ ആഘോഷിക്കപ്പെടുന്നു

20
മോസ്കോയിൽ

മോസ്കോയിലേക്കുള്ള ഇല്യൂഷൻ വിമാനത്തിൽ ഞങ്ങൾ കയറി യത് കോപ്പൻ ഹേഗനിൽ നിന്നാണ്. സമയം ഉച്ച കഴിഞ്ഞ് നാലരയായി രുന്നു. രണ്ടു മണിക്കൂറാണ് പറക്കൽ സമയം.

ഞങ്ങൾക്ക് ഫസ്റ്റ് ക്ലാസ് ടിക്കറ്റുകൾ ഉണ്ടായിരുന്നെങ്കിലും ഒഴിഞ്ഞ ഒരു സീറ്റു പോലും കാണാനുണ്ടായിരുന്നില്ല. ഇത് വിചിത്രമായിരുന്നു. ഞങ്ങൾ എന്ത് ചെയ്യണമെന്നറിയാതെ പരിഭ്രമിച്ചു നില്ക്കുമ്പോൾ ഒരു എയർ ഹോസ്റ്റസ് അടുത്ത് വന്ന് ഞങ്ങളുടെ ടിക്കറ്റുകൾ നോക്കിയിട്ട് വിനോദ സഞ്ചാരികളുടെ വിഭാഗത്തിലേക്ക് ഞങ്ങളെ നയിച്ചു. അവരുടെ പുറകെ ഉണ്ടായിരുന്ന ഒരു തടിച്ച മനുഷ്യൻ ഞങ്ങളോട് ക്ഷമാപണ സ്വര ത്തിൽ പറഞ്ഞു. "എന്തോ തെറ്റ് പറ്റിയിട്ടുണ്ട് ചിലപ്പോൾ വിമാന കമ്പനി സീറ്റുകളുടെ എണ്ണത്തേക്കാൾ കൂടുതൽ ടിക്കറ്റുകൾ വിറ്റിട്ടുണ്ടാകാം."

ഞങ്ങൾ ഞങ്ങളുടെ സീറ്റുകളിൽ ഇരുന്നു. ഭാഗ്യത്തിന് കാൽ വയ്ക്കാൻ സാധാരണയിൽ കൂടുതൽ സ്ഥലം ഉണ്ടായിരുന്നു. നിങ്ങളുടെ മുട്ട് എതിർ സീറ്റിന്റെ പുറകുവശത്ത് തട്ടുകയില്ല, പകരം ഒരു റെസ്റ്റോ റന്റിലെ തീൻമേശയിലെന്നപോലെ എതിരെ ഇരിക്കുന്ന ആളുകളുടെ മുട്ടു കളിൽ തട്ടുന്ന വിധത്തിലായിരുന്നു. അന്തരീക്ഷം ചൂടുള്ളതും ഈർപ്പം നിറഞ്ഞതുമായിരുന്നു. കൂടുതൽ കാറ്റ് കിട്ടുന്നതിന് വേണ്ടി പഴുതുണ്ടോ എന്ന് ഞാൻ നോക്കി. എന്നാലതുണ്ടായിരുന്നില്ല. വ്യക്തിഗത വായനാ വിളക്കും ഉണ്ടായിരുന്നില്ല. റഷ്യൻ വിമാനങ്ങളിൽ അവ ഉണ്ടായിരുന്നില്ല.

വിമാനം പൊങ്ങി അര മണിക്കൂറിന് ശേഷം സീറ്റ് ബെൽറ്റ് അഴിക്കാ മോയെന്നും പുകവലിക്കാമോയെന്നും ഞാൻ എയർ ഹോസ്റ്റസിനോട് ചോദിച്ചു. അവയ്ക്കുള്ള സൂചനാ വിളക്ക് അണച്ചിരുന്നില്ല. അങ്ങനെ ചെയ്യാമെന്ന് അവർ പറഞ്ഞു. സൂചനാ വിളക്ക് അണയ്ക്കാൻ മറന്നുപോയ താണത്രെ.

രണ്ടു ദിവസം മുൻപേ ഫെസ്റ്റിവൽ അധികാരികൾക്ക് ഫ്ളൈറ്റ് നമ്പരും എത്തുന്ന തീയതിയും കാണിച്ച് ഞാൻ കേബിൾ സന്ദേശം അയച്ചിരുന്നു. എന്നാൽ വിമാനത്താവളത്തിൽ ഞങ്ങളെ സ്വീകരിക്കാൻ ആരും ഉണ്ടായിരുന്നില്ല. മറ്റ് യാത്രക്കാരെ പിന്തുടർന്ന് വിശ്രമമുറിയെന്ന് തോന്നിക്കുന്ന ഒരു സ്ഥലത്ത് ഞങ്ങൾ എത്തി. 15 മിനിട്ട് നേരത്തേക്ക് ആരും ഞങ്ങളെ ശ്രദ്ധിച്ചില്ല. പിന്നീട് പഴയ 1980 കാലത്തെ രണ്ട് കസേരകളിൽ ഞങ്ങൾ ഇരുന്നു. ഞങ്ങളുടെ പുറകെ ഒരു വലിയ റ്റി വി സെറ്റുണ്ടായിരുന്നു. മച്ചിൽനിന്നും 12 കൈയുകളുള്ള ഒരു ദീപം തൂങ്ങിക്കിടന്നു.

പ്രതിനിധികളും പരിഭാഷകരും പ്രസ് ഫോട്ടോഗ്രാഫർമാരും തിങ്ങി നിറഞ്ഞതായിരുന്നു ആ മുറി. ബ്രോഡ്‌വേയിൽ ആൻഫ്രാങ്കായി അഭിനയിച്ച് പ്രശസ്തി നേടിയ സൂസൻ സ്ട്രാസ് ബെർഗ് എന്ന അമേരിക്കൻ നടിയെ ഞാൻ തിരിച്ചറിഞ്ഞു, അവർ ഒരു സിനിമാതാരമായിരുന്നില്ല. ഒരു ഫ്രെഞ്ച് ദമ്പതികളെ കണ്ടു. ഇൻഡോനേഷ്യയിൽ നിന്നോ വിയറ്റ്നാമിൽ നിന്നോ എന്നു തോന്നിച്ച ഒരു കൂട്ടരും ഉണ്ടായിരുന്നു. അവരുടെ കൂടെ സുന്ദരിയായ ഒരു പെൺകുട്ടിയും ഉണ്ടായിരുന്നു. തീർച്ചയായും ഒരു നടി ആയിരിക്കണം. ഫ്ളാഷ്ബൾബുകളുടെ വെളിച്ചത്തിൽ അവളുടെ മൃദുലമായ മുഖം വീണ്ടും വീണ്ടും പ്രകാശം നിറഞ്ഞതായി മാറി.

ഏഴു മണി കഴിഞ്ഞപ്പോഴാണ് ഒരു പെൺകുട്ടി ഞങ്ങളുടെ അടുത്ത് വന്ന് ഇന്ത്യയിൽ നിന്നാണോയെന്ന് ഇംഗ്ലീഷിൽ ചോദിച്ചത്. ഞങ്ങൾ അതെയെന്നു പറഞ്ഞു. "ഓ നിങ്ങൾ എത്തിയോ? ലീന നിങ്ങളെ കാത്ത് ഹോട്ടലിലിരിക്കുന്നു" "ആരാണീ ലീന?" നിങ്ങളുടെ പരിഭാഷക. അവരെന്താ ഇവിടെ വരാത്തത്? "നോക്കൂ ഇവിടം വരെ വന്നതിനുശേഷം നിങ്ങൾ വരാതിരുന്നെങ്കിലോ എന്നു വിചാരിച്ച് അവൾ ഇങ്ങോട്ട് വന്നില്ല."

പീഡനം

ഹോട്ടലിൽ എത്തിയപ്പോൾ ഫെസ്റ്റിവൽ സെക്രട്ടറിയെ കണ്ടു. "ഓ താങ്കൾ വന്നതിൽ സന്തോഷം, മിസ്റ്റർ റേ... മിസ്റ്റർ യുത്കേവിച്ച് താങ്കൾ വരണമെന്ന് വളരെ ആഗ്രഹിക്കുന്നുണ്ട്." എവിടെയാണ് യുത്കോവിച്ച്, ഞാൻ ചോദിച്ചു. "അദ്ദേഹത്തിന് സുഖമില്ല. ലെനിൻ ഗ്രാഡിൽ വിശ്രമിക്കുന്നു. ഫെസ്റ്റിവലിന് എത്താൻ കഴിയില്ല." സെർജി യുത്കേവിച്ച് പാരീസിലെ സിനിമതെക്കിൽ എന്റെ (അപു) ത്രയം കണ്ടിട്ടുണ്ടായിരുന്നു. വാസ്തവത്തിൽ അദ്ദേഹം മാത്രമാണ് റഷ്യൻ സംവിധായകരിൽ എന്റെ ചിത്രങ്ങളെക്കുറിച്ച് അറിയാവുന്ന ഒരാൾ. എനിക്ക് നിരാശ തോന്നി.

സെക്രട്ടറി പരിപാടിയുടെ ബ്രോഷർ നല്കി. നാളെയാണ് ഔപചാരികമായ തുടക്കം. ബാലുയേവിന്റെ ചിത്രം. മറ്റന്നാൾ മുതൽ താങ്കളുടെ ജോലി തുടങ്ങും. നല്ല പണിയുണ്ടാകും. ഞാൻ ബ്രോഷറിലൂടെ കണ്ണോടിച്ചു. ഇവിടെ ദിവസം രണ്ടു ചിത്രങ്ങൾ കണ്ടാൽ മതിയല്ലോ. ബർലി

നിൽ മൂന്നെണ്ണം വീതമായിരുന്നു. അത് പീഡനമാണ്.

സെക്രട്ടറി പറഞ്ഞു: "ഇവിടെയും മൂന്നെണ്ണമാണല്ലോ."

ഫെസ്റ്റിവൽ ജൂറിയിലെ അംഗമായിരിക്കാൻ മോസ്കോയിൽ നിന്നും ക്ഷണം ലഭിച്ചപ്പോൾ ഒരു ദിവസം രണ്ട് ചിത്രത്തിൽ കൂടുതൽ കാണേണ്ടി വരില്ലയെന്ന നിബന്ധന അംഗീകരിച്ചാൽ മാത്രമേ ഞാൻ വരികയുള്ളൂ യെന്ന് കത്തയച്ചിരുന്നു. ഒരുദിവസം രണ്ടു ചിത്രങ്ങൾ മാത്രമേ കാണേണ്ടി വരികയുള്ളൂവെന്ന് ഫെസ്റ്റിവൽ അധികൃതർ മറുപടി നൽകുകയും ചെയ്തി രുന്നു. ഞാൻ ആ കത്തെടുത്തു കാണിച്ചു. സെക്രട്ടറി കത്ത് വായിച്ചിട്ട് തലകുലുക്കി,

"എന്തോ തെറ്റ് പറ്റിയിട്ടുണ്ട്."

"വലിയ തെറ്റ്" ഞാൻ പറഞ്ഞു.

"ക്ഷമിക്കണം."

ഒറ്റത്താരകം

ഞങ്ങളുടെ മുറി 964 ആയിരുന്നു. ഒമ്പതാമത്തെ നിലയിൽ വലിയ മുറിയായിരുന്നു. താഴെ നല്ല പരവതാനി വിരിച്ചിരുന്നു. സോഫാകളും കാണാൻ ആകർഷകം. ഒരു മൂലയിൽ ടെലിവിഷൻ സെറ്റും. ഇടതുവ ശത്ത് ഒരു പിയാനോ. ഞാൻ അതിന്റെ മൂടി തുറന്നു. യുക്രെയിനാ. ഞാൻ കട്ടകളുടെ മുകളിൽക്കൂടി വിരലുകളോടിച്ചു. മുറി മുഴുവൻ അർദ്ധ സ്വര ങ്ങൾ നിറഞ്ഞു.

ജനലിന് പുറത്ത് നിന്ന് ട്രാഫിക്കിന്റെ മങ്ങിയ ശബ്ദം കേൾക്കാം. ഞാൻ കർട്ടൻ വലിച്ചു നീക്കി. മനോഹരമായ ചുവന്ന ചത്വരം ദൃശ്യമായി.

ആകാശം മങ്ങിയിരുന്നു ആകെ കാണാവുന്ന നക്ഷത്രം ക്രെംലിന് മുകളിലെ ചുവന്ന താരകമായിരുന്നു. അതിന്റെ ഇടത് ഭാഗത്ത് പൂർണ്ണ വട്ടത്തിൽ സൗഹൃദഭാവത്തോടെ ഞാൻ കണ്ടിട്ടുള്ളതിൽ വച്ച് ഏറ്റവും വലുപ്പത്തിൽ, ചന്ദ്രൻ ഉണ്ടായിരുന്നു.

(സെപ്തംബർ 1963)

21
ചലച്ചിത്ര മേളകൾ

എന്റെ ആദ്യ ചിത്രമായ *പഥേർ പാഞ്ചാലി* സുമനസ്സുകളായ ചില സുഹൃത്തുക്കളുടെ ശ്രമഫലമായി കാൻ ചലച്ചിത്രമേളയിലേക്ക് തെരഞ്ഞെ ടുക്കപ്പെട്ടു. എനിക്ക് പോകാൻ ഒരു നിവൃത്തിയും ഉണ്ടായിരുന്നില്ല. അതു കൊണ്ട് ഞാൻ ഇവിടെത്തന്നെ ആകാംക്ഷയോടെ കാത്തിരുന്നു. പിന്നീട് ഞാൻ മനസ്സിലാക്കി ചിത്രത്തിന്റെ ഔദ്യോഗിക പ്രദർശനം അർദ്ധ രാത്രി യോടടുത്താണ് നടന്നതെന്ന്. അന്ന് തന്നെ നാലു ചിത്രങ്ങൾ കണ്ട് കഴി ഞ്ഞിരുന്ന ജൂറി അവസാനത്തെ ഇന്ത്യൻ ചിത്രം കാണുന്നത് ഒഴിവാക്കാൻ തീരുമാനിച്ചു. ചിത്രം കാണാനുണ്ടായിരുന്നവരിൽ മടുപ്പില്ലാത്ത അഭിരു ചിയുണ്ടായിരുന്ന ചില നിരൂപകരുമുണ്ടായിരുന്നു. അവർ ചിത്രം കണ്ട തിന് ശേഷം അത് ഇഷ്ടപ്പെട്ടു ജൂറി അംഗങ്ങൾക്ക് വേണ്ടി വീണ്ടും പ്രദർശനം നടത്തണമെന്ന് ആവശ്യപ്പെടുകയും അങ്ങനെ സംഭവിക്കു കയും ചെയ്തു. 'മികച്ച മനുഷ്യ ചിത്രീകരണ'ത്തിന് പ്രത്യേക സമ്മാനം ചിത്രം നേടി.

എന്റെ രണ്ടാമത്തെ ചിത്രമായ *അപരാജിതോ* അടുത്ത വർഷം വെനീസ് ഫെസ്റ്റിവലിൽ പ്രദർശിപ്പിക്കപ്പെടുകയും ഗോൾഡൻ ലയൺ നേടുകയും ചെയ്തു. ഇത്തവണ ഞാനും അവിടെ ഉണ്ടായിരുന്നു. മത്സ രിക്കുന്ന സംവിധായകരെന്ന നിലയിൽ ഇത്തരം സന്ദർഭത്തിൽ ഉണ്ടാകുന്ന മാനസിക പിരിമുറുക്കം അനുഭവിക്കുകയും ചെയ്തു.

1957 ലെ വെനീസിന് ശേഷം ഞാൻ ഇതുവരെ ഇരുപതിലധികം ചല ച്ചിത്രമേളകളിൽ പങ്കെടുത്തിട്ടുണ്ട്. ചിലപ്പോൾ ജൂറി അംഗമായോ അല്ലെ ങ്കിൽ മത്സരവിഭാഗത്തിൽ ഒരു ചിത്രവുമായോ. രണ്ട് അനുഭവങ്ങളും തമ്മിൽ സമാനതകളൊന്നുമില്ല. ജൂറി അംഗം എന്ന നിലയിൽ ദിവസവും ശരാശരി എട്ട് മുതൽ പത്ത് മണിക്കൂർ വരെ നീണ്ടു നില്ക്കുന്ന സ്ക്രീനി ങ്ങിൽ ചിത്രങ്ങളുടെ ഒരു കടന്നാക്രമണത്തിന് കീഴ്പ്പെടാനും അനന്ത

മായി നീളുന്ന പാർട്ടികളിൽ പങ്കെടുക്കാനും തയ്യാറാകേണ്ടതുണ്ട്. ചില മേളകളിൽ ഇവ മറ്റുള്ളവയേക്കാൾ കൂടുതലായിരിക്കും. ഏതായാലും ജൂറിയെ സംബന്ധിച്ചിടത്തോളം നിർബ്ബന്ധപൂർവ്വം ചെയ്യേണ്ട ഈ രണ്ട് കാര്യങ്ങൾ ഒഴിച്ച് വേറൊന്നിനും സമയം കാണില്ല. പാർട്ടികൾ നടക്കു മ്പോൾ ജൂറി അംഗങ്ങൾ ചിത്രങ്ങളെക്കുറിച്ചുള്ള എല്ലാ സംസാരവും ഒഴി വാക്കും. കാരണം അബദ്ധത്തിലെങ്ങാൻ അതുവരെ കണ്ട ചിത്രങ്ങളെ ക്കുറിച്ചു വല്ലതും പറഞ്ഞുപോയാലോ എന്ന പേടി. എല്ലാ ചലച്ചിത്രോ ത്സവങ്ങൾക്കും ഈ രഹസ്യാത്മകത ബാധകമാണ്. ജൂറി അംഗങ്ങൾ തങ്ങ ളുടെ മനസ്സിലുള്ളത് പുറത്തു കാട്ടാത്ത മുഖംമൂടി എപ്പോഴും ധരിച്ചിരി ക്കണമെന്ന് അവരോട് നിർദ്ദേശിക്കപ്പെട്ടിരിക്കും. കാരണം അവാർഡുകൾ പൊതുജനങ്ങൾക്ക് മുന്നറിവില്ലാത്തതായിരിക്കണം എന്നാണ് സങ്കല്പം.

എന്നാൽ ഇതൊരിക്കലും അങ്ങനെയാകാറില്ല. ഉദാഹരണത്തിന് വെനീസിൽ സമ്മാനങ്ങൾ പ്രഖ്യാപിക്കുന്നതിന് രണ്ട് ദിവസം മുൻപേ ഒരു വൈകുന്നേരം ഞാൻ ഒരു വഴിയോര കഫേയിൽ ഇരിക്കുമ്പോൾ ഒരു തടിച്ച മധ്യവയസ്കൻ, പത്രപ്രവർത്തകനായിരിക്കണം, എന്റെ അടുത്ത് വന്ന് ചെവിയിൽ പറഞ്ഞു, "എനിക്ക് സിംഹത്തിന്റെ അലർച്ച കേൾക്കാം." ഇതു പറഞ്ഞിട്ട് അയാൾ അന്ധകാരത്തിലേക്ക് നടന്നുപോ യി.

എല്ലാ യൂറോപ്യൻ മേളകളും മുൻകൂട്ടി പരിശോധിച്ച ശേഷമേ ചിത്ര ങ്ങൾ പ്രദർശനത്തിന് തെരഞ്ഞെടുക്കാറുള്ളൂ അവർക്ക് ഇഷ്ടപ്പെടാത്ത ഏത് ചിത്രവും തെരഞ്ഞെടുക്കാതിരിക്കാനുള്ള സ്വാതന്ത്ര്യം ഉണ്ടെങ്കിലും ഏറ്റവും മികച്ചത് തെരഞ്ഞെടുക്കാനുള്ള ത്വരയും ചലച്ചിത്ര മേളയ്ക്ക് ഏറ്റവും വിപുലമായ പ്രാതിനിധ്യം സ്വഭാവം വേണമെന്ന ഒഴിച്ചു കൂടാ താവാത്ത ആവശ്യവും തമ്മിലുള്ള ഒത്ത്തീർപ്പ് ഉണ്ടാകാറുണ്ട്. ഇത് സാധാരണ പുതിയതായി ഉയർന്നുവരുന്ന രാജ്യങ്ങളിൽനിന്നുള്ള ആദ്യ സംരംഭങ്ങളെ ഉൾപ്പെടുത്തുന്നതിന് കാരണമാകുന്നു. എന്നാൽ ജൂറി അംഗ ങ്ങൾ ആകട്ടെ പ്രയത്നത്തിന്റെ മൂല്യത്തേക്കാൾ വില കല്പിക്കുന്നത് അന്തിമ ഫലത്തിന്റെ മേന്മയാണ് എന്നത് മറക്കേണ്ട.

പലതവണ ജൂറി അംഗങ്ങളായി പ്രവർത്തിച്ചിട്ടുള്ള ഞാൻ ചിത്രങ്ങൾ കാണുന്നതിനേക്കാൾ ആകാംക്ഷാപൂർവ്വം ഉറ്റുനോക്കുന്നത് സിനിമയുടെ വിവിധ രംഗങ്ങളിൽ പ്രവർത്തിക്കുന്നവരും ലോകത്തിന്റെ വിവിധ ഭാഗ ങ്ങളിൽനിന്ന് വരുന്നവരും ഒരു പൊതുലക്ഷ്യത്തിൽ മുഴുകിയിരിക്കുന്നവ രുമായ ഒരു കൂട്ടം ആൾക്കാരുടെ ഭാഗമാകുന്നതിന്റെ അനുഭവമാണ്. അഭി പ്രായ വ്യത്യാസങ്ങൾ ഉണ്ടാകാം, ചർച്ച നടക്കുമ്പോൾ ചൂടേറിയ വാഗ്വാ ദങ്ങൾ ഉണ്ടാകാം, എന്നാൽ ഇതൊരിക്കലും നമ്മൾ പങ്കാളികളായ ഉത്ത രവാദിത്വത്തിൽ കൂടി വളർന്ന് വന്ന സൗഹൃദത്തിന് ഭംഗം വരുത്താറില്ല.

മത്സര വിഭാഗത്തിൽ ചിത്രമുണ്ടെങ്കിൽ ഇത്തരം വിലങ്ങുകളില്ല. എന്നെപ്പോലെ മത്സരഫലത്തെക്കുറിച്ച് അത്ര പിരിമുറുക്കം തോന്നാത്ത വർക്ക് സമയം ഫലപ്രദമായി ചെലവഴിക്കാൻ കഴിയും. മിക്ക ചലച്ചിത്ര മേളകളും അവരുടെ പകിട്ട് കുറയ്ക്കാൻ നിർബ്ബന്ധിതമായിട്ടുണ്ട് എന്നു

ള്ളത് വാസ്തവമാണ്. തുടക്കത്തിലെയുള്ള താരങ്ങളുടെ പരേഡ് മിക്ക വാറും ഒഴിവാക്കപ്പെട്ടിരിക്കുന്നു. വ്യത്യസ്ത ധാരയിലുള്ള അർത്ഥപൂർണ്ണ മായ ചിത്രങ്ങൾ ഉൾപ്പെടുത്തുന്ന സമാന്തരമേളകൾ കൂടി വരികയും ക്ലാസിക് ചിത്രങ്ങളുടെ പുനർ പ്രദർശനവും സമഗ്ര സംഭാവനയ്ക്കുള്ള ശ്രദ്ധാഞ്ജലികളും എല്ലാം കൂടി കാണാനുള്ള ചിത്രങ്ങളുടെ കാര്യത്തിൽ ഇന്നത്തെ ചലച്ചിത്ര മേളകൾ മറ്റെന്തിനേക്കാളും വിപുലമായിത്തീർന്നി രിക്കുന്നു.

ചിത്രങ്ങൾക്ക് പുറമെ സഹ ചലച്ചിത്രകാരന്മാരുമായി സംവദി ക്കുന്നതിനുള്ള ആഹ്ലാദദായകമായ വേദികൾ കൂടിയാണ് ചലച്ചിത്രോ ത്സവങ്ങൾ. ഭൂമി ശാസ്ത്രപരമായി എത്ര അകലമുള്ളവരാണെങ്കിലും ചല ച്ചിത്രകാരന്മാരുടെ ഇടയിൽ പെട്ടെന്ന് ഹൃദയസംവാദം നടക്കുന്നതരത്തിൽ ദുരൂഹമായ ഒരു ശക്തി പ്രവർത്തിക്കുന്നത് എന്ന് തോന്നാറുണ്ട്. പരസ്പരം പരിചയപ്പെടുന്നതിന് മുൻപെ തന്നെ ആധുനികമായ അരിഫ്ളക്സി നെക്കുറിച്ചോ പുത്തൻ സൂം ലെൻസിന്റെ ചാപല്യങ്ങളെക്കുറിച്ചോ ഒരു ചെറിയ സംഘത്തെക്കൊണ്ട് ലൊക്കേഷനിൽ പോയി ഷൂട്ടിങ് നടത്തു ന്നതിന്റെ അപകടങ്ങളെക്കുറിച്ചോ ഒക്കെയുള്ള സംഭാഷണങ്ങളിൽ ആമ ഗ്നരാക്കുന്ന അനുഭവങ്ങളാണ് ഉണ്ടാകാറുള്ളത്.

സ്വന്തം ചിത്രത്തിന്റെ നിർമ്മാതാവ് കൂടിയല്ലെങ്കിൽ ഒരു ചലച്ചിത്ര കാരന് സ്വന്തം സൃഷ്ടിയുടെ വില്പന നടത്തുന്ന വൃത്തികെട്ട പ്രവൃത്തി യിൽ വ്യാപൃതനാകേണ്ടിവരില്ല. യഥാർത്ഥത്തിൽ അയാൾക്ക് ഒരു കടമ മാത്രമേ ഉള്ളൂ. തന്റെ ചിത്രത്തിന്റെ പ്രദർശന സമയത്ത് സന്നിഹിതനാ യിരിക്കുകയെന്നത്. ഇവിടെയാണ് പ്രേക്ഷകരെപ്പറ്റിയുള്ള ചോദ്യം കട ന്നുവരുന്നത്.

യൂറോപ്പിലെ പ്രമുഖമായ നാലോ അഞ്ചോ ചലച്ചിത്ര മേളകളിൽ ഓരോന്നിലും അനന്യമായ സവിശേഷതകളോടുകൂടിയ പ്രേക്ഷക സമൂ ഹമാണുള്ളത്. മോസ്കോയിൽ വളരെ മര്യാദയോടെ പെരുമാറുന്ന അവ സാനം വരെ ശബ്ദമുണ്ടാക്കാതെ ചിത്രം കാണുകയും അത് കഴിയുമ്പോൾ കൈയടിക്കുകയും ചെയ്യുന്ന പ്രേക്ഷകരാണുള്ളത്. ബർലിനിൽ ബാക്കി പ്രേക്ഷകർ മര്യാദപുലർത്തുമ്പോൾ ഒരു ചെറിയ കൂട്ടർ പുറകിലിരുന്ന് സ്ക്രീനിൽ കാണുന്ന എന്തിനെക്കുറിച്ചും ആക്ഷേപങ്ങൾ ചൊരിഞ്ഞുകൊ ണ്ടിരിക്കും. വെനീസിലെ പ്രേക്ഷകരാകട്ടെ ഒരു ചിത്രം ഇഷ്ടപ്പെട്ടില്ലെങ്കിൽ ചലച്ചിത്രകാരനെ കൂക്കുവിളികളും പൂച്ചകരച്ചിലുംകൊണ്ട് തകർക്കും. ഇവ ചിത്രത്തിന്റെ പ്രദർശനത്തിൽ ഉടനീളം ഉണ്ടായിരിക്കും, ചിത്രാന്ത്യത്തിൽ സംവിധായകന്റെ തലയ്ക്ക് മീതെ വെളിച്ചം തെളിയുന്ന നേരത്ത് രക്തം തണുപ്പിക്കുന്ന വിധം ഉച്ചസ്ഥായിയിലേക്ക് ഇത് എത്തിച്ചേരും. നികൃഷ്ട മായ പീഡനത്തിന് വിധേയമായി തല കുമ്പിട്ടിരിക്കുന്ന സംവിധായകന് പ്രേക്ഷകരെ നോക്കി തലകുനിച്ച് വന്ദിക്കേണ്ട ആവശ്യം വരുന്നില്ല.

ബ്രിട്ടനിലും യു എസ് എയിലും കഴിഞ്ഞ 10-15 വർഷങ്ങളിൽ രൂപം കൊണ്ടിട്ടുള്ള പുതിയ തരം ചലച്ചിത്രമേളകൾ എല്ലാവരെയും ഉൾപ്പെടു ത്തുന്ന തരത്തിലുള്ളതാണ്. വർഷാന്ത്യത്തിൽ വരുന്നവ ആയതിനാൽ യൂറോപ്യൻ മേളകളിലെ സമ്മാനം നേടിയ ചിത്രങ്ങൾ പ്രദർശിപ്പിക്കുന്ന

തിനും അവർക്ക് കഴിയുന്നു. കൂടാതെ ഫെസ്റ്റിവൽ ഡയറക്ടറുടെ അഭി
രുചി പ്രകടിപ്പിക്കുന്ന തെരഞ്ഞെടുക്കപ്പെട്ട ചിത്രങ്ങളുടെ പ്രദർശനവും
സാധാരണ പതിവുള്ള തിരിഞ്ഞു നോട്ടങ്ങളും ശ്രദ്ധാഞ്ജലികളും ഉണ്ടാ
കാറുണ്ട്. ലണ്ടനിലും ന്യൂയോർക്കിലും സമ്മാനങ്ങൾ നല്കാറില്ല.
എന്നാൽ ചിക്കാഗോയിലും സാൻഫ്രാൻസിസ്കോയിലും അവ നല്കാ
റുണ്ട്. പ്രേക്ഷകരാകട്ടെ പ്രധാനമായും ചലച്ചിത്ര കുതുകികൾ ആയിരി
ക്കും. ചിത്രങ്ങൾ നിരൂപക ശ്രദ്ധ നേടാറുണ്ട്. സമ്മാനങ്ങൾ ഉണ്ടെങ്കിലും
ഇല്ലെങ്കിലും നല്ല നിരൂപണങ്ങൾ ചിത്രങ്ങൾക്ക് വിതരണക്കാരെ കിട്ടാൻ
സഹായിച്ചേക്കാം.

1973 ലെ ചിക്കാഗോ ഫിലിം ഫെസ്റ്റിവലിൽ പങ്കെടുക്കാനുള്ള ഭാഗ്യം
എനിക്കുണ്ടായി. വിശാലമായ ചിക്കാഗോ നഗരത്തിന്റെ എതിർവശങ്ങളി
ലുള്ള രണ്ട് സിനിമാശാലകളിലാണ് ഫെസ്റ്റിവൽ പ്രദർശനങ്ങൾ നടന്നത്.
രണ്ടിടത്തും മത്സരവിഭാഗത്തിലെ ചിത്രങ്ങളോടൊപ്പം എന്റെ എട്ടു ചിത്ര
ങ്ങളും പ്രദർശിപ്പിച്ചിരുന്നു. ഒരു സിനിമാ തിയേറ്റർ ഒരു സർവ്വകലാശാല
കാമ്പസിനകത്തായിരുന്നു. എനിക്ക് ദിവസവും അവിടെ പോയി
വിദ്യാർത്ഥികൾക്ക് ചിത്രങ്ങളെ പരിചയപ്പെടുത്തുകയും അന്ത്യത്തിൽ അവ
രുടെ ചോദ്യങ്ങൾക്ക് മറുപടി പറയുകയും വേണ്ടി വന്നു. ആകെക്കൂടി
യൂറോപ്യൻ ചിത്രമേളകളുമായി താരതമ്യപ്പെടുത്തുമ്പോൾ വളരെ ഉന്മേഷം
പകരുന്ന വ്യത്യസ്തമായ അനുഭവമായിരുന്നു.

ഇന്ത്യയിൽ എന്നെങ്കിലും അന്താരാഷ്ട്ര ചലച്ചിത്രോത്സവങ്ങൾ സംഘ
ടിപ്പിക്കുകയാണെങ്കിൽ ചിക്കാഗോയുടെയും സാൻഫ്രാൻസിസ്കോയു
ടെയും മാതൃകയിൽ ആസൂത്രണം ചെയ്യണം എന്നാണെന്റെ ഉറച്ച അഭി
പ്രായം. അധികം ചിത്രങ്ങൾ നിർമ്മിക്കാത്ത രാജ്യങ്ങളെ ആകർഷിക്കണ
മെങ്കിൽ സമ്മാനങ്ങൾ വേണ്ടിവരും; നമ്മുടെ പ്രേക്ഷകരെ ആകർഷിക്കാൻ
ക്ഷണിക്കപ്പെടുന്ന പ്രതിനിധികളിൽ കുറച്ച് താരങ്ങളെക്കൂടി ഉൾപ്പെടു
ത്തുന്നത് നന്നായിരിക്കും. അവസാനമായി ഏറ്റവും പ്രധാനപ്പെട്ട കാര്യം
ചലച്ചിത്രമേള ഒരു വിഭാഗത്തിനെയും ഒഴിച്ചു നിർത്തുന്നതാവാൻ പാടില്ല
എന്നതാണ്. മറ്റൊരു വിധത്തിൽ പറഞ്ഞാൽ ചിത്രങ്ങൾ പ്രത്യേകമായി
തെരഞ്ഞെടുക്കാൻ നമുക്ക് സാധിക്കണം, മുൻമേളകളിലെ പ്രധാനപ്പെട്ട
ചിത്രങ്ങൾ ഉൾപ്പെടുത്തണം. അമേരിക്കൻ ബ്രിട്ടീഷ് സിനിമയിലെ അടുത്ത
കാലത്തിറങ്ങിയതും എന്നാൽ പൊതു പ്രദർശനത്തിനായി വാണിജ്യപര
മായി ലഭിക്കാത്തതുമായ മികച്ച ചിത്രങ്ങൾ ഉണ്ടാകണം; അവയുടെ
നിർമ്മാതാക്കളുടെ താല്പര്യം മാത്രം നോക്കിയാൽ പോരാ. പ്രമുഖ
വിദേശ നിർമ്മാതാക്കൾ താരതമ്യേന യാതൊരു കമ്പോള മൂല്യവുമില്ലാത്ത
ഇന്ത്യയിലേക്ക് അവരുടെ ബഹുമതി നേടിയ ചിത്രങ്ങൾ വാണിജ്യ പ്രദർശ
നത്തിനായി അയക്കുമെന്ന് കരുതാനാവില്ല.

ആഗസ്ത് 1974

22

ചലച്ചിത്ര മേളകൾ
നമ്മുടേതും അവരുടേതും

ചിത്രങ്ങളുടെ ഗുണനിലവാരം മാത്രമാണ് പരിഗണിക്കുകയെങ്കിൽ 1952 ൽ ഇന്ത്യയിൽ നടന്ന അന്താരാഷ്ട്ര ചലച്ചിത്രമേള ലോകത്ത് ഇതു വരെ നടന്ന മികച്ച ചലച്ചിത്ര മേളകളിലൊന്നായിരിക്കും. അത് നടന്നത് ഞാൻ *പാഥേർ പാഞ്ചാലി*യുടെ ഷൂട്ടിങ് തുടങ്ങി രണ്ടു മാസം പിന്നിട്ട പ്പോഴാണ്. ഞാൻ അപ്പോഴും പരസ്യ മേഖലയിൽ ജോലി ചെയ്യുകയായി രുന്നു. അഞ്ചുവർഷം മുൻപ് ആരംഭിച്ച കൊല്ക്കത്ത ഫിലിം സൊസൈ റ്റിയുടെ പ്രവർത്തനത്തിൽ സജീവമായിരുന്നു. സർക്കാർ ഇങ്ങനെ ഒരു ചലച്ചിത്രമേള സംഘടിപ്പിക്കുന്നു എന്നറിഞ്ഞപ്പോൾത്തന്നെ മേളയിൽ ഉൾപ്പെടുത്തണമെന്ന് ഞങ്ങൾക്ക് തോന്നിയ വിദേശചിത്രങ്ങളുടെ ഒരു നീണ്ട പട്ടിക ഞങ്ങളുടെ ബുള്ളറ്റിനിൽ പ്രസിദ്ധീകരിച്ചു.

ബുള്ളറ്റിന്റെ കോപ്പി ഞങ്ങൾ ഡൽഹിയിലെ മന്ത്രാലയത്തിന് അയ ച്ചുകൊടുത്തു. ഞങ്ങൾ ശുപാർശ ചെയ്ത മിക്ക സിനിമകളും മേളയിൽ പ്രദർശനത്തിനെത്തി എന്നത് ചാരിതാർത്ഥ്യജനകമായിരുന്നു. അതിനു മുൻപോ പിൻപോ നടന്ന മേളകളിലൊന്നിലും ഇത്രമാത്രം മികച്ച ചിത്ര ങ്ങളുടെ വിരുന്ന് ഉണ്ടായിരുന്നില്ല. ഭാഗ്യവശാൽ, ജൂറിയോ, സമ്മാനമോ, സെമിനാറോ സൽക്കാരങ്ങളോ ഉണ്ടായിരുന്നില്ല. വിദേശത്തുനിന്നും വിര ലിലെണ്ണാവുന്ന പ്രസിദ്ധന്മാർ മാത്രമാണു വന്നത്. ചലച്ചിത്രങ്ങൾ സംഭ രിക്കുന്നതും പ്രദർശനത്തിനായി തിയേറ്ററുകൾ ഏർപ്പെടുത്തുകയും ചെയ്യുക എന്നതു മാത്രമായിരുന്നു സംഘാടകരുടെ ജോലി. ഞാനുൾപ്പെ ടെയുള്ള ചലച്ചിത്രാസ്വാദകർക്ക് ദിവസേന നാല് ഫീച്ചർ ചിത്രങ്ങൾ വീതം തുടർച്ചയായി രണ്ടാഴ്ചക്കാലം കാണാൻ സാധിച്ചു. ഞങ്ങൾ ഒരു സിനിമാ ഹാളിൽനിന്നും മറ്റൊന്നിലേക്ക് ഓടിക്കൊണ്ടിരുന്നു. ഒരു മഹത്തായ രച നയുടെ ആഘാതം മായുന്നതിന് മുൻപെ മറ്റൊന്ന് ഞങ്ങളുടെ ബോധ

ത്തിൽ ആഞ്ഞുപതിച്ചുകൊണ്ടിരുന്നു. അവസാനം രാത്രിയാകുമ്പോൾ ആകെ തളർന്ന് അവശരായിരിക്കും; എന്നാലും പിറ്റേന്ന് രാവിലെ പുതിയ സാഹസങ്ങൾക്ക് വീണ്ടും തയ്യാറായി നില്ക്കും.

പ്രഥമ അന്താരാഷ്ട്ര ചലച്ചിത്രമേള ഇന്ത്യൻ സിനിമയുടെ ഗതി മാറ്റി മറിച്ചു എന്ന് പറയുന്നത് ശരിയായിരിക്കുകയില്ല; അങ്ങനെ ആശിച്ചിരു ന്നെങ്കിലും. ഇന്ത്യൻ സിനിമ അതിന്റെ പതിവു പാതയിലൂടെ തന്നെ മുന്നേറി; എന്നാൽ വിവേചനബുദ്ധിയുള്ള ചലച്ചിത്രാസ്വാദകരുടെ മനസ്സിൽ അത് ആഴത്തിലുള്ളതും ദീർഘകാലം നിലനില്ക്കുന്നതുമായ മുദ്രകൾ അവശേഷിപ്പിച്ചു.

വെനീസ്, 1957

ഞാൻ വിദേശത്ത് പങ്കെടുത്ത ആദ്യ ചലച്ചിത്രമേള 1957 ൽ വെനീ സിലായിരുന്നു. അവിടെ മത്സരവിഭാഗത്തിൽ എന്റെ ചിത്രമായ *അപരാ ജിതോ* പങ്കെടുത്തിരുന്നു. ആ വിഭാഗത്തിൽ തന്നെ അകിറാ കുറോസവ, ലൂഷിനോ വിസ്കോണ്ടി, ഫ്രെഡ് സിനേമാൻ, നിക്കോളാസ് റേ തുടങ്ങിയ വരുമുണ്ടായിരുന്നു. എന്തെങ്കിലും സമ്മാനങ്ങൾ നേടുമെന്ന നേരിയ ഒരു പ്രതീക്ഷ പോലും എനിക്കുണ്ടായിരുന്നില്ല എന്ന് പറഞ്ഞാൽ അത് നൂറു ശതമാനം സത്യമായിരിക്കും.

സാങ്കേതികമായി നോക്കിയാൽ *അപരാജിതോയ്ക്ക്* പല പോരായ്മ കളുമുണ്ടായിരുന്നു. ധൃതിയിൽ ചെയ്ത എഡിറ്റിങ്ങിന്റെ പിഴവുകൾ പ്രത്യ ക്ഷമായിരുന്നു. സൗണ്ട് ട്രാക്കിൽ ചില കരടുകളുണ്ടായിരുന്നു. ശ്രദ്ധയി ല്ലാതെ പ്രോസസിങ് നടത്തിയതിന്റെ ഫലമായി ദൃശ്യങ്ങൾ പലതും ഗ്രെയിൻസ് നിറഞ്ഞതായിരുന്നു. 6000 സീറ്റുകളുള്ള ഗ്രാൻഡ് സാലേ ഹാളിൽ ചിത്രം പ്രദർശിപ്പിച്ചപ്പോൾ ഞാൻ സീറ്റിലിരുന്ന് പുളഞ്ഞത് എനി ക്കോർമ്മയുണ്ട്. അതു വളരെ ഔപചാരികമായ സന്ദർഭമായിരുന്നു: ബാൽക്കണിയിലാകട്ടെ ഹെൻറി ഫോണ്ട, മരിയ കാലസ്, തോഷിറോ മിഫൂനേ തുടങ്ങിയ ഒരുകൂട്ടം മഹാരഥന്മാരും.

അവസാനം ലഭിച്ച കൈയടിയിൽനിന്നും അഭംഗികൾ ഉണ്ടെങ്കിലും ചിത്രം സ്വീകരിക്കപ്പെട്ടു എന്നെനിക്ക് മനസ്സിലായി. ഞാൻ ഹാളിൽനിന്ന് പുറത്തുകടക്കുന്ന വഴിയിൽ ഒരു പെൺകുട്ടി മറ്റൊരു പെൺകുട്ടിയോട് താൻ നല്ല ഒരു ഇന്ത്യൻ ചിത്രം കണ്ടു എന്ന് പറയുന്നതു കേൾക്കാനിട യായി. അതായത് സാധാരണ പ്രേക്ഷകർക്കും ചിത്രം ഇഷ്ടപ്പെട്ടു.

ജൂറിയുടെ ചർച്ചകൾ അതീവ രഹസ്യ സ്വഭാവത്തോടെയാണ് നട ന്നത്. എങ്കിലും മേള അവസാനിക്കുന്നതിന് മൂന്ന് ദിവസം മുൻപെ ഒരു മുതിർന്ന പത്രപ്രവർത്തകർ– എനിക്ക് അദ്ദേഹത്തെ കണ്ടുമാത്രം പരിച യമേയുള്ളൂ– നടപ്പാതയുടെ അരികിലുള്ള കഫേയിൽ ഞാനും എന്റെ സുഹൃത്ത് ശാന്തിയും ഇരുന്നപ്പോൾ ഞങ്ങളുടെ അരികിലെത്തി നാടകീ യമായി എന്റെ ചെവിയിൽ "സിംഹത്തിന്റെ ഗർജ്ജനം എനിക്ക് കേൾക്കാം" എന്ന് മന്ത്രിച്ചിട്ട് പെട്ടെന്ന് മറഞ്ഞു.

അവാർഡുകൾ പ്രഖ്യാപിക്കുന്ന ദിവസം ഉച്ചയ്ക്ക് ശേഷം -
അപ്പോഴും പുറത്ത് ഒരു വിവരവും ചോർന്നിട്ടില്ല - സുന്ദരിയായ യുവതി
ഞങ്ങൾ താമസിക്കുന്ന ഹോട്ടലിൽ വന്നു. ഞങ്ങളെ കണ്ടുപിടിച്ച്
എന്നോട് സ്റ്റേജിൽ എങ്ങനെ പെരുമാറണമെന്നതിനെപ്പറ്റി സംസാരിച്ചു
തുടങ്ങി. "സ്റ്റേജിലോ?" ഞാൻ ചോദിച്ചു. "അതെ" അവർ പ്രതിവചിച്ചു,
"താങ്കളുടെ പേര് വിളിക്കുമ്പോൾ സ്റ്റേജിലേക്ക് കയറിവന്ന് സമ്മാനം
വാങ്ങണം." "എന്ത് സമ്മാനം?" "ലിയോൺ ഡി ഓറോ" "ലിയോൺ ഡി
ഓറോ" സുവർണ്ണ സിംഹം! ഞാൻ പണിപ്പെട്ട് വികാരമടക്കി നിന്നു.
എന്നാൽ ശാന്തി അയാളുടെ സീറ്റിൽനിന്നും ചാടിയെണീറ്റ് ആ പെൺകു
ട്ടിയെ ആലിംഗനം ചെയ്ത് അവളുടെ ചുണ്ടുകളിൽ തന്നെ ചുംബിച്ചു.

ഞങ്ങൾ അവാർഡ് വാങ്ങി തിരികെ വന്നത് രണ്ടുപേരും മാറിമാറി
പിടിച്ചുകൊണ്ടാണ്. പിന്നീട് റെസ്റ്റോറന്റിൽ വൈകി അത്താഴത്തിന് ചെന്ന
പ്പോൾ വെയ്റ്റർമാരുടെ മേധാവി ഒരു ഷാംപെയ്ൻ കുപ്പി കൊണ്ടുവന്ന്
പൊട്ടിച്ചൊഴിച്ചുകൊണ്ട് പറഞ്ഞു. "ഹോട്ടലിന്റെ ചെലവിൽ, സിഞ്ഞോർ
റേ," മദ്യപിക്കാത്ത എനിക്ക് അത് നഷ്ടമായി. എങ്കിലും എന്റെ ജീവിത
ത്തിലെ ഏറ്റവും ആവേശകരമായ മറക്കാനാവാത്ത ഒരു വൈകുന്നേര
ത്തിന്റെ സന്തോഷകരമായ പരിസമാപ്തിയായിരുന്നു അത്.

ഞാൻ പങ്കെടുത്ത അടുത്ത മേളയും വളരെ ആവേശകരമായിരുന്നു.
പക്ഷേ, അത് വേറെ കാരണം കൊണ്ടാണ്.

ബ്രസ്സൽസ് 1958

പാഥേർ പാഞ്ചാലിയുടെ ഒരു പ്രദർശനോദ്ഘാടനത്തിൽ പങ്കെടുത്ത
ശേഷം യു എസ് എയിൽനിന്നും ഞാൻ തിരിച്ചുവന്ന സമയത്താണ്
എനിക്ക് ബ്രസ്സൽസിൽനിന്നും ഒരു ഫോൺകാൾ വരുന്നത്. 1958 ലെ
ബ്രസ്സൽസ് ലോകമേളയോടനുബന്ധിച്ച് ഒരു ചലച്ചിത്ര മേള സംഘടിപ്പി
ക്കുന്നതിന്റെ ഭാഗമായി ബ്രസൽസ് സിനിമാത്തെക്കിലെ എം ലെദു ആയി
രുന്നു വിളിച്ചത്. അടുത്തകാലത്ത് മികച്ച സംഭാവനകൾ നല്കിയ ഏഴ്
ചലച്ചിത്ര സംവിധായകരുൾപ്പെടുന്ന ഒരു ജൂറിയിലെ അംഗമാകുന്നതിന്
എന്റെ സമ്മതം ചോദിക്കുകയെന്നതാണ് അദ്ദേഹത്തിന്റെ ഉദ്ദേശ്യം.
"എന്താണ് ജൂറിയുടെ ജോലി?" ഞാൻ ചോദിച്ചു. ചില പ്രമുഖ ചലച്ചിത്ര
ചിത്രകാരന്മാർ ഇരുപത് മികച്ച ചിത്രങ്ങളുടെ ഒരു ലിസ്റ്റ് തയ്യാറാക്കിയിട്ടു
ണ്ടെന്നും അവയിൽനിന്നും ജൂറി പത്തെണ്ണം മുൻഗണനാ ക്രമത്തിൽ റാങ്ക്
ചെയ്യണമെന്നാണ് ഉദ്ദേശിക്കുന്നത് എന്ന് എനിക്ക് മനസ്സിലായി. ഏതാണ്
ആ ചിത്രങ്ങളെന്ന് ഞാൻ ലെദുവിനോട് ചോദിച്ചു. അദ്ദേഹം പേരുകൾ
പറഞ്ഞു- എല്ലാം സൂക്ഷ്മമായി തെരഞ്ഞെടുത്ത മാസ്റ്റർപീസുകൾ.
എനിക്ക് അത് ചെയ്യാൻ കഴിയില്ല. എന്ന് ഞാൻ അറിയിച്ചു; എങ്ങനെ
യാണ് *ഗോൾഡ് റഷും. പോതെംകിനും* തമ്മിലും *ബൈസിക്കിൾ തീവ്സും
ലാ ഗ്രാൻഡ് ഇല്യൂഷനും* തമ്മിലും താരതമ്യം നടത്തുക. അവയെല്ലാം
വിവിധ തരത്തിൽപ്പെട്ട കലാസൃഷ്ടികളാണ്. മാത്രവുമല്ല ആചാര്യന്മാരുടെ

രചനകൾ വച്ച് ഒരു മാർക്കിടൽ നടത്താൻ എനിക്ക് താല്പര്യവുമില്ല. "താങ്കൾ ഇവിടെവന്ന് ഇപ്പറഞ്ഞ കാര്യം തന്നെ എല്ലാവരോടും പറ ഞ്ഞോളൂ" എം ലെദു എന്നെ നിർബ്ബന്ധിച്ചു.

അങ്ങനെ ഞാൻ ബ്രസ്സൽസിൽ ഏഴംഗ ജൂറിയിൽ ഒരാളായി പങ്കെ ടുത്തു. അത് എനിക്ക് ഒരിക്കലും മറക്കാൻ കഴിയാത്ത ഒരു ചലച്ചിത്രമേ ളയായിരുന്നു. മഹത്തായ രചനകളുടെ വിരുന്നുകൊണ്ട് മാത്രമല്ല (ഇരു പതെണ്ണവും പ്രദർശിപ്പിച്ചു, ചില ചിത്രങ്ങളുടെ സംവിധായകരും സന്നി ഹിതരായിരുന്നു) ലോകമേളയുടെ മദ്ധ്യത്തിൽ പണികഴിപ്പിച്ച മനോഹര മായ സിനിമാഹാളിന്റെ അനന്യവും ഭാവനാത്മകവുമായ അന്തരീക്ഷം കൊണ്ടുമല്ല; ജൂറിയുടെ അവസാനത്തെ മാരത്തോൺ ചർച്ച കൂടി കണ ക്കിലെടുത്താണ് ഞാൻ ഇങ്ങനെ പറയുന്നത്. ജൂറിയിലെ മറ്റംഗങ്ങൾ മൈക്കൽ കാകൊയാന്നിസ് (ഗ്രീസ്), യാവിയേർ ബാർഡെം (സ്പെയിൻ), ഫ്രാൻസെസ്കോ മസേലി (ഇറ്റലി), അലക്സാണ്ടർ ആസ്ട്രക് (ഫ്രാൻസ്), സാൻഡി മക്കെൻഡ്രിക്, റോബർട്ട് ആൽഡ്രിച്ച് (രണ്ടുപേരും യു എസ് എ) എന്നിവരായിരുന്നു. ചെയ്യാനുള്ള ജോലിയെപ്പറ്റി എനിക്കുണ്ടായിരുന്ന സന്ദേഹങ്ങളൊന്നും മറ്റാർക്കും ഉണ്ടായിരുന്നില്ല. എന്റെ അഭിപ്രായം രേഖ പ്പെടുത്തി വോട്ടെടുപ്പിൽനിന്നും വിട്ടുനില്ക്കാമെന്ന് ലെദു എനിക്ക് ഉറപ്പു നല്കിയിരുന്നു. എന്നാൽ മറ്റുള്ളവരെക്കൂടി എന്റെ ചിന്താഗതി പറഞ്ഞ് മനസ്സിലാക്കുന്നതിലായിരുന്നു എനിക്ക് താല്പര്യം. കൊച്ചുകുട്ടികളുടെ ഒരു ഗെയിമിൽ പങ്കെടുക്കുന്ന ലാഘവത്തോടെ പ്രതിഭാ സമ്പന്നരായ ആ മനുഷ്യർ യാതൊരു എതിർപ്പുമില്ലാതെ എങ്ങനെ ഇതിന് തയ്യാറാ യെന്ന് എനിക്ക് ആലോചിക്കാനേ കഴിഞ്ഞില്ല.

തീർച്ചയായയും എനിക്ക് അവരെയെല്ലാം എന്റെ ചിന്താഗതിയിലേക്ക് കൊണ്ടുവരാൻ കഴിഞ്ഞു. പക്ഷേ, അതിന് ആറുമണിക്കൂർ നീണ്ട സംവാദം വേണ്ടി വന്നു. റാങ്കിങ് വേണ്ടെന്ന് ഞങ്ങൾ തീരുമാനിച്ചു. ഇരുപതു ചിത്ര ങ്ങളിൽനിന്നും പത്തിനുപകരം ആറ് ചിത്രങ്ങളുടെ പട്ടിക തയ്യാറാക്കും. ഇരുപതാം നൂറ്റാണ്ടിന്റെ മദ്ധ്യകാലത്തുള്ള പുതിയ ചലച്ചിത്രകാരന്മാരെ സംബന്ധിച്ചിടത്തോളം പ്രസക്തി നശിക്കാത്ത ആറു ചിത്രങ്ങളുടെ പേരാണ് ഉൾപ്പെടുത്തുക. അവ ഏതെന്ന് തീരുമാനിക്കാൻ വീണ്ടും ആറു മണിക്കൂർ കൂട്ടിയെടുത്തു. ഞങ്ങൾ കോൺഫറൻസ് മുറിയിൽനിന്നും പുറ ത്തിറങ്ങിയപ്പോൾ അർദ്ധരാത്രിയോടടുത്തിരുന്നു. അടുത്തുള്ള വലിയ ആഡിറ്റോറിയത്തിൽ ഞങ്ങളുടെ തീരുമാനമറിയാൻ പത്രപ്രവർത്തകർ തിങ്ങിനിറഞ്ഞു നിന്നിരുന്നു. ഞങ്ങൾ പറഞ്ഞതെല്ലാം അവർ നീണ്ട കൈയടിയോടെയാണ് സ്വീകരിച്ചത്.

ആഹ്ളാദകരമായ വശം

ചലച്ചിത്രമേളയെ അർത്ഥവത്താക്കുന്നത് ചിത്രങ്ങൾ മാത്രമല്ല. ചിത്ര ങ്ങളോടൊപ്പം ചലച്ചിത്രകാരന്മാരും ചലച്ചിത്ര നിരൂപകരും ചലച്ചിത്രതാ രങ്ങളും നിർമ്മാതാക്കളും വിതരണക്കാരും വന്നുചേരുന്നു. അവസാനം

പറഞ്ഞ രണ്ടു കൂട്ടരും മാർക്കറ്റ് വിഭാഗത്തിലായിരിക്കും കൂടുതൽ കറങ്ങി നടക്കുക; ചലച്ചിത്രമേളകൾ കലാപോഷണത്തിനോടൊപ്പം കച്ചവട ത്തിനും പറ്റിയ വേദികളാണ്.

ചലച്ചിത്ര നിരൂപകരിൽ രണ്ടു തരക്കാരുണ്ട്; ഒരു കൂട്ടർക്ക് നിങ്ങ ളുടെ രചനകളിൽ താല്പര്യമുണ്ട്. മറ്റൊരു കൂട്ടർക്ക് അത് തീരെയില്ല. ആദ്യത്തെ കൂട്ടർ നല്ല സൗഹൃദം നല്കും, രണ്ടാമത്തെ കൂട്ടരെ നിങ്ങൾ തന്നെ ഒഴിവാക്കും.

ചലച്ചിത്രമേളകൾ തരുന്ന ഏറ്റവും ആഹ്ലാദകരമായ അനുഭവങ്ങളി ലൊന്ന് ലോകത്തിന്റെ വിവിധ ഭാഗങ്ങളിൽ നിന്നുമുള്ള ചലച്ചിത്രകാര ന്മാരുമായി ബന്ധപ്പെടാൻ കിട്ടുന്ന അവസരമാണ്. പെട്ടെന്ന് ഇണങ്ങിച്ചേ രാൻ കഴിയുന്ന ഒരു ആഗോള സഹോദരത്വമാണത്.

ജൂറി അംഗമായി പോകുന്നതുകൊണ്ട് പല നഷ്ടങ്ങളുമുണ്ട്. എല്ലാ ചലച്ചിത്ര നിർമ്മാണ രാജ്യങ്ങളും നല്ല ചിത്രങ്ങൾ ഉണ്ടാക്കുന്നവരല്ല; അങ്ങനെ ചെയ്യുന്നവരെല്ലാം അവരുടെ മികച്ച സൃഷ്ടികൾ തന്നെ ഒരു മേളയിലേക്ക് അയച്ചുകൊള്ളണമെന്നില്ല. തന്മൂലം വിരസമായ ദൃശ്യങ്ങ ളുടെ ഒഴുക്കിൽപ്പെട്ട് മണിക്കൂറുകളോളം തള്ളി നീക്കേണ്ടിവരും ഒരു ജൂറി യംഗത്തിന്; കൂടുതൽ മഹത്തരമായ രചനകൾ മത്സരവിഭാഗത്തിന് പുറ ത്തായിരിക്കും.

ചലച്ചിത്ര പ്രേക്ഷകർ

ചലച്ചിത്ര പ്രേക്ഷകരെപ്പറ്റി ഒരു വാക്ക്. ഓരോ ചലച്ചിത്രമേളയ്ക്കും അതിന്റേതായ പ്രത്യേകതരം പ്രേക്ഷകരാണുള്ളത്. 1960 കളിലെ ബർലിൻ പ്രേക്ഷകർ കുറച്ചുകൂടി സംസ്കാരപൂർണ്ണമായ പെരുമാറ്റ രീതി പുലർത്തു ന്നവരായി തോന്നിയിട്ടുണ്ട്; അവർക്ക് ഇഷ്ടപ്പെടാത്ത ചിത്രങ്ങളെ അങ്ങനെ ആക്ഷേപിക്കാറില്ല. ഏറ്റവും വികാരരഹിതരായ പ്രേക്ഷകരുള്ളത് മോസ്കോയിലാണ്. എന്ത് പ്രദർശിപ്പിച്ചാലും അവർ ഒരു ശബ്ദവും ഉണ്ടാ ക്കാതെ ഇരിക്കും. അതായത് കൂക്കിവിളിയും ആക്ഷേപസ്വരങ്ങളും ഇല്ലെന്ന് മാത്രമല്ല, ചിത്രം പൂർണ്ണമാകുന്നതുവരെ ഒരു കൈയടിപോലും ഉണ്ടാകില്ല. വെനീസിലെ പ്രേക്ഷകർ സംവിധായകന്റെ ചെറിയ കരവിരു തുകൾ പോലും കൈയടിച്ചും ബ്രാവോ വിളികളോടെയും അഭിനന്ദിക്കും. അത് ഇന്ത്യയിൽ ശാസ്ത്രീയ സംഗീതക്കച്ചേരി കേൾക്കുമ്പോൾ നന്നായി ചെയ്യുന്ന താനങ്ങൾക്ക് 'വാഹ്-വാഹ്' വിളിച്ചു പറയുന്ന ആസ്വാദകരെ ഓർമ്മിപ്പിക്കും. ഉദാഹരണത്തിന് *അപരാജിതോയിൽ* ഹരിഹരിന്റെ മര ണത്തെത്തുടർന്ന് പ്രാവുകൾ പറക്കുന്ന ദൃശ്യം കാണിച്ചപ്പോൾ വെനീ സിലെ പ്രേക്ഷകർ സ്വാഭാവികമായ കൈയടിയോടെയാണ് അതിനെ സ്വീകരിച്ചത്. മറുഭാഗത്ത്, അനിഷ്ടകരമായത് കാണുമ്പോഴുള്ള പ്രതികര ണവും വളരെ സ്വാഭാവികവും മറയില്ലാത്തതുമായിരുന്നു. അത്തരം സന്ദർഭ ങ്ങളിൽ വെനീസിലെ രീതി ചിത്രം അവസാനിക്കുമ്പോൾ ബാൽക്കണി യിലിരിക്കുന്ന സംവിധായകന്റെ തലയുടെ മീതെ മാത്രം സ്പോട്ട്ലൈറ്റ്

തെളിയിക്കുക എന്നതാണ്. അർജന്റീനയിൽനിന്നുള്ള ഒരു ചിത്രത്തിന്റെ പ്രദർശനവേളയിൽ ഞാൻ അവിടെ ഉണ്ടായിരുന്നു; തുടക്കം മുതൽ അവ സാനം വരെ നിലയ്ക്കാത്ത കൂവലായിരുന്നു. സംവിധായകന്റെ മീതെ സ്പോട്ട്‌ലൈറ്റ് തെളിഞ്ഞപ്പോൾ കൂവലിന്റെ ശബ്ദം ഭീതിജനകമാംവിധം പാരമ്യത്തിലെത്തി. നിർഭാഗ്യവാനായ സംവിധായകൻ തലകുനിച്ച് ഒളി ച്ചുകടക്കുന്നത് കാണാമായിരുന്നു. എന്നാൽ അതിന് സാധിക്കുന്നതിന് മുൻപ് തന്നെ അയാളുടെ മുഖത്തെ ദൈന്യത പ്രേക്ഷകർക്കെല്ലാം കാണാൻ കഴിഞ്ഞു.

പുത്തൻ ഇന്ത്യൻ സിനിമ

കഴിഞ്ഞ കുറച്ചുവർഷങ്ങളായി പല അന്താരാഷ്ട്ര ചലച്ചിത്രമേളക ളിലും പുത്തൻ ഇന്ത്യൻ സിനിമയെ പ്രതിനിധീകരിക്കുന്ന വിഭാഗം ഉൾപ്പെ ടുത്തി കാണുന്നുണ്ട്. ഇതിനൊരു കാരണം നമ്മുടെ ചലച്ചിത്രമേളകളിൽ പങ്കെടുക്കാൻ വരുന്ന വിദേശ നിരൂപകർ ഇന്ത്യൻ പനോരമയിലും മറ്റും പ്രദർശിപ്പിക്കുന്ന ചിത്രങ്ങൾ കാണുകയും അവയെപ്പറ്റി അനുകൂലമായ കുറിപ്പുകൾ എഴുതുകയും ചെയ്യുന്നുണ്ടെന്നുള്ളതാണ്. ഈ ദിശയിലുള്ള സർക്കാർ നടപടികളും അവഗണിക്കാവുന്നതല്ല. ഈ പുതിയ ചിത്രങ്ങ ളിൽ പലതും ദേശീയ അവാർഡുകൾ നേടുകയും അവയെല്ലാം ഉൾക്കൊ ള്ളിക്കുന്ന പാക്കേജുകൾ തെരഞ്ഞെടുത്ത് വിദേശ മേളകളിലേക്ക് അയ യ്ക്കുകയും ചെയ്യുന്നുണ്ട്. നമ്മുടെ പുത്തൻകൂറ്റ് ചലച്ചിത്രകാരന്മാർക്ക് രാജ്യത്തിനകത്ത് അവരുടെ ചിത്രങ്ങൾ പ്രദർശിപ്പിക്കാൻ വേണ്ടത്ര വേദി കൾ ലഭിക്കുന്നില്ലെങ്കിലും വിദേശത്ത് ചലച്ചിത്രമേളകളിൽ അവ പ്രദർശി പ്പിക്കുന്നതിനുള്ള അവസരം നിശ്ചയമായും ലഭിക്കും. ഇത് ചിത്രങ്ങളുടെ വിൽപന നടക്കാനും സമ്മാനങ്ങൾ നേടാനും വഴിയൊരുക്കുന്നു. പുതിയ സിനിമാക്കാർ അവരുടെ ചെലവ് അധികരിക്കാതെ നോക്കുകയും വിദേ ശത്തുള്ളവർ അവർക്ക് ന്യായമായ പ്രതിഫലം നല്കുന്നതിന് പ്രേരിപ്പി ക്കുന്നതരത്തിൽ വിശ്വാസ്യത നിലനിർത്തുകയും ചെയ്താൽ വിദേശ വിൽപനയിൽ നിന്നുതന്നെ അവർക്ക് മുടക്കുമുതൽ തിരിച്ചുപിടിക്കാൻ കഴിയും. ഈ പ്രവണത നിലനില്ക്കണമെങ്കിൽ ഈ പുത്തൻ ചലച്ചിത്ര കാരന്മാരിൽനിന്നും സ്ഥിരമായി ചിത്രങ്ങളുണ്ടായിക്കൊണ്ടിരിക്കണം. ഇത് അവരുടെ സർഗ്ഗാത്മകമായ സജീവതയോടൊപ്പം സാമ്പത്തിക ഭദ്രതയെ ക്കൂടി ആശ്രയിച്ചിരിക്കുന്നു. ഇതിൽ രണ്ടാമത്തേതിന്റെ അഭാവം ഒന്നാമ ത്തേതിന്റെ ഉറവ കൂടി വറ്റിക്കുന്നതാണ് കണ്ടുവരുന്നത്.

സമ്മാനങ്ങൾ വേണ്ട

നമ്മുടെ രാജ്യത്തെ ചലച്ചിത്രമേളകളുടെ സ്ഥിതി നോക്കുമ്പോൾ അടുത്ത കുറെ വർഷങ്ങളായി രൂപപ്പെട്ടുവന്ന ഒരു വർഷം ന്യൂഡൽഹി യിൽ മത്സരവിഭാഗമുള്ള മേളയും അടുത്തവർഷം മറ്റു സ്ഥലങ്ങളിൽ മത്സ

രമില്ലാത്ത മേളയും എന്ന രീതി ഇവിടുത്തെ പ്രത്യേക സാഹചര്യങ്ങളിൽ അനിവാര്യമായതാണെന്ന് കരുതാം. ഒരു ചലച്ചിത്രനിർമ്മാണ കേന്ദ്രമല്ലാത്ത ന്യൂഡൽഹിക്ക് മറ്റു സ്ഥലങ്ങളിൽ ഇത്തരം ചലച്ചിത്രമേളകൾക്ക് ലഭിക്കുന്ന തരത്തിലുള്ള സ്വയം സന്നദ്ധരായ ഒരു പ്രേക്ഷകസമൂഹത്തെ തൃപ്തിപ്പെടുത്താൻ പ്രയാസമാണ്. അതുകൊണ്ടാണ് ബോംബെ, മദ്രാസ്, കൊല്ക്കത്ത, ബാംഗ്ലൂർ തുടങ്ങിയ നഗരങ്ങളിലെ പ്രേക്ഷകരെ ലക്ഷ്യം വച്ച് ഒന്നിടവിട്ടുള്ള വർഷങ്ങളിൽ ആ നഗരങ്ങളിൽ മത്സരാധിഷ്ഠിതമല്ലാത്ത മേളകൾ സംഘടിപ്പിച്ചുവരുന്നത്. അതിന്റെ അർത്ഥം ഈ നഗരങ്ങളിലെ പ്രേക്ഷകർക്ക് ഒരു മേളകഴിഞ്ഞ് എട്ടുവർഷം വരെ കാത്തിരുന്നാലേ അടുത്ത മേള ലഭിക്കുകയുള്ളൂ എന്നതാണ്. ഇത് ഒട്ടും ആശാസ്യകരമല്ല.

എന്റെ അഭിപ്രായം ന്യൂഡൽഹിമേള മറ്റ് വിദേശമേളകളോട് ഒപ്പമെത്താൻ ശ്രമിക്കുന്നതിന് പകരം സമ്മാനങ്ങളില്ലാത്ത മേളയായി മാറണമെന്നാണ്. എന്തൊക്കെ പറഞ്ഞാലും നമ്മുടെ സുവർണ്ണമയൂരത്തിന് ബർലിൻ, കാൻ, വെനീസ്, മോസ്കോ തുടങ്ങിയ മേളകളിൽ നല്കപ്പെടുന്ന മഹാസമ്മാനങ്ങളുടെ പ്രൗഢിയോ പ്രയോജനപരതയോ ലഭിക്കുകയില്ല. ഈ പ്രമുഖ മേളകളിൽ ലഭിക്കുന്ന ഉന്നത സമ്മാനങ്ങൾ ഒരു ചലച്ചിത്രത്തിന്റെ കമ്പോള മൂല്യത്തിൽ വൻ വർദ്ധനവാണ് ഉണ്ടാക്കുക; എന്നാൽ സുവർണ്ണ മയൂരം അത് നല്കില്ല. കൂടാതെ, ന്യൂഡൽഹിയിലെ മത്സരവിഭാഗത്തിന് എത്തുന്ന ചിത്രങ്ങളിൽ നല്ലൊരു പങ്കും ഗുണനില വാരത്തിൽ പിന്നിലാണെന്നാണ് കണ്ടുവരുന്നത്. വിദേശമേളകളിലും ചില പ്പോഴൊക്കെ അങ്ങനെ സംഭവിക്കാറുണ്ട്: എങ്കിലും യൂറോപ്യൻ ചിത്രങ്ങൾക്ക് ഇന്ത്യ ഒരു കമ്പോളമല്ലാത്തതുകൊണ്ട് ഏതെങ്കിലും ഒരു വിദേശ നിർമ്മാതാവ് തന്റെ മികച്ച ചിത്രങ്ങൾ ന്യൂഡൽഹിയിൽ മത്സരത്തിന് അയക്കാൻ വേണ്ടി മാറ്റി വെക്കാനിടയില്ല.

പറ്റുമെങ്കിൽ സമ്മാനങ്ങൾ നിർത്തലാക്കണം. ന്യൂഡൽഹി ചലച്ചിത്രമേളയ്ക്ക് പറ്റിയ സ്ഥലമല്ല; മത്സരാധിഷ്ഠിതമല്ലാത്ത മേള എല്ലാ വർഷവും സംഘടിപ്പിക്കുകയും ചലച്ചിത്ര സംസ്കാരമുള്ള നാലോ അഞ്ചോ നഗരങ്ങളിലായി ഇത് മാറിമാറി നടത്തുകയും വേണം.

കൊല്ക്കത്ത യോഗ്യത നേടുന്നു

തീർച്ചയായും കൊല്ക്കത്ത ഇതിന് പറ്റിയ നഗരമാണെന്ന കാര്യത്തിൽ സംശയമില്ല. ഏതുതരം സാംസ്കാരിക പരിപാടിക്കും ഇവിടെ പ്രേക്ഷകരുണ്ടാകും. പക്ഷേ, കൊല്ക്കത്തയിൽ ഒരു അന്താരാഷ്ട്ര ചലച്ചിത്രമേള സംഘടിപ്പിക്കുന്നതിലെ പ്രധാന തടസ്സം ചിത്രങ്ങൾ പ്രദർശിപ്പിക്കാൻ പറ്റിയ നിലവാരമുള്ള തിയേറ്ററുകൾ ആവശ്യത്തിനില്ല എന്നതാണ്. ഒരു കാലത്ത് കൊല്ക്കത്ത ഏറ്റവും മികച്ച രീതിയിൽ രൂപകല്പന ചെയ്തതും പരിപാലനം നടത്തിയിരുന്നതുമായ സിനിമ തിയേറ്ററുകൾ ഉണ്ടായിരുന്ന നഗരമായിരുന്നു. എന്നാൽ ആ തിയേറ്ററുകളിൽ ഇന്ന് തറ

യിൽക്കൂടി എലികൾ പാഞ്ഞു നടക്കുന്നു. തിരശ്ശീലകൾ അഴുക്കു പിടി
ച്ചതും പ്രൊജക്ഷൻ മങ്ങിയതും ശബ്ദഗുണനിയന്ത്രണം നിലവാരമില്ലാ
ത്തതുമാണ്.

ചലച്ചിത്രകാരന്മാരെന്ന നിലയിൽ ഞങ്ങളുടെ അനുഭവം എത്ര മനോ
ഹരമായ രീതിയിൽ ചിത്രങ്ങളെടുത്താലും നമ്മുടെ തിയേറ്ററുകളിലെ
പ്രദർശനം അവയെ മോശമായ ഉല്പന്നങ്ങളാക്കി മാറ്റുന്നു. തന്മൂലം
പ്രേക്ഷകരെ ഞങ്ങൾ എന്താണോ കാണിക്കാൻ ലക്ഷ്യമിടുന്നത് അത്
അവർക്ക് ഒരിക്കലും ലഭിക്കുന്നില്ല. കൂടുതൽ ദൗർഭാഗ്യകരമായ വശമെ
ന്താണെന്നു പറഞ്ഞാൽ പ്രേക്ഷകർ തന്നെ ഇതിന് ശ്രദ്ധ കൊടുക്കാത്ത
സ്ഥിതിയായി എന്നതാണ്. അവർ ശ്രദ്ധിച്ചിരുന്നെങ്കിൽ, നമ്മുടെ സിനിമാ
തിയേറ്ററുകളുടെ ദുരവസ്ഥയ്ക്കെതിരെ അവർ പ്രതിഷേധം ഉയർത്തിയി
രുന്നെങ്കിൽ അവയുടെ ഉടമസ്ഥർ അതിനെപ്പറ്റി എന്തെങ്കിലും ചെയ്തേനെ.

ചലച്ചിത്രമേളയുടെ അധികൃതർ ഏറ്റെടുത്തിട്ടുള്ള എട്ടോ ഒൻപതോ
സിനിമ തിയേറ്ററുകൾ നവീകരിക്കാൻ പോകുന്നു എന്നാണ് ഞാൻ മന
സ്സിലാക്കുന്നത്. ഇത് സംഭവിക്കുമെങ്കിൽ കൊല്ക്കത്തയിലെ ചലച്ചിത്ര
കാരന്മാർക്കും ചലച്ചിത്രാസ്വാദകർക്കും അത് ദീർഘകാലത്തേക്കുള്ള ഒരു
മുതൽക്കൂട്ടായി മാറും. ഇക്കാര്യത്തിനായെങ്കിലും അവർ ചലച്ചിത്രമേള
യോട് കടപ്പെട്ടിരിക്കുന്നു.

23

സത്യജിത് റേയുടെ ചലച്ചിത്രങ്ങൾ

1. പാഥേർ പാഞ്ജാലി (പാതയുടെ ഗീതം), 1955, 115 മിനിറ്റ്
2. അപരാജിതോ (അപരാജിതൻ) 1956, 113 മി.
3. പരാഷ് പത്ഥര് (തത്ത്വശാസ്ത്രജ്ഞന്റെ കല്ല്), 1958, 95 മി.
4. ജൽസാഘർ (സംഗീതമുറി), 1958, 110 മി.
5. അപുർ സൻസാർ (അപുവിന്റെ ലോകം), 1959, 106 മി.
6. ദേവി (ദേവത), 1960, 93 മി.
7. തീൻ കന്യ (മൂന്ന് പെൺമക്കൾ) 1961, 171 മി.
8. ദി പോസ്റ്റ് മാസ്റ്റർ ( ), 1961, 56 മി.
9. മൊണിഹാര (നഷ്ടപ്പെട്ട വജ്രം), 1961, 59 മി.
10. സംപതി (സമാപ്തി) 1961. 56 മി.
11. രബീന്ദ്രനാഥ ടാഗോർ ( ) 1961, 54 മി.
12. കാഞ്ചൻജംഗ ( ), 1962, 102 മി.
13. അഭിജാൻ (സാഹസിക യാത്ര), 1962, 150 മി.
14. മഹാനഗർ (മഹാനഗരം), 1963, 131 മി
15. ടു (രണ്ട്), 1964, 16 മി.
16. കാ പുരുഷ്-ഓ-മഹാപുരുഷ് (ഭീരുവും സന്ന്യാസിയും), 1965, 139 മി.
17. നായക് (നായകൻ) 1966, 120 മി
18. ചിഡിയാഖാനാ (മൃഗശാല), 1967, 125 മി.
19. ഗൂപി ഗീനേ ബാഗാ ബീനേ (ഗൂപിയുടെയും ബാഗയുടെയും സാഹ
സിക കഥ), 1968, 132 മി
20. അരണ്യേർ ദിൻ രാത്രി (വനത്തിലെ ദിനരാത്രങ്ങൾ), 1969, 115 മി
21. പ്രതിദ്വന്ദി (എതിരാളി), 1970, 110 മി.
22. സീമാബദ്ധ (കമ്പനി ലിമിറ്റഡ്), 1971, 112 മി.

23.   സിക്കിം ( ) 1971, 52 മി.
24.   ദി ഇന്നർ ഐ (അകക്കണ്ണ്), 1972, 19 മി
25.   അശനി സങ്കേത് (അകലെ ഇടിമുഴക്കം) 1973, 101 മി.
26.   സോനാർ കെല്ല (സുവർണ്ണ കോട്ട), 1974, 120 മി.
27.   ജന അരണ്യ (ഇടനിലക്കാരൻ), 1975, 131 മി.
28.   ബാല (ബാലസരസ്വതി) 1975, 33 മി.
29.   ശതപ്പുരത്ത് കെ ഖിലാഡി (ചെസ് കളിക്കാർ) 1971, 113 മി.
30.   ജോയ് ബാബാ ഫേലുനാഥ് () 1978, 112 മി
31.   ഹീരക് രാജ്ജേർ ദേശേ (വജ്രങ്ങളുടെ രാജ്യം), 1980, 118 മി.
32.   പികൂ ( ) 1980, 26 മി.
33.   സദ്ഗതി (മോക്ഷം), 1981, 52 മി.
34.   ഘരേ ബൈരേ (വീടും ലോകവും), 1984, 140 മി.
35.   സുകുമാർ റേ ( ) 1987, 30 മി.
36.   ഗണശത്രു (ജനശത്രു), 1989, 100 മി
37.   ശാഖ പ്രൊശാഖ (ഒരു വൃക്ഷത്തിന്റെ ചില്ലകൾ), 1990, 120 മി
38.   ആഗന്തുക് (അപരിചിതൻ) 1991, 119 മി.

24

മറ്റു ചലച്ചിത്രകാരന്മാർക്ക് വേണ്ടി സത്യജിത് റേ നല്കിയ സംഭാവനകൾ

ഹരിസാധൻ ദാസ് ഗുപ്തയ്ക്ക് വേണ്ടി *A perfect Day* (1948), *Our children will know Each other* (1960), *The story of Tata Steel* (1961), *The Brave Do not Die* (1978) എന്നീ ഡോക്യുമെന്ററികളുടെയും പരസ്യ ചിത്രങ്ങളുടെയും തിരക്കഥ രചിച്ചു.

ജയിംസ് ഐവറി സംവിധാനം ചെയ്ത *ഷെക്സ്പിയർ വാലാ* (1965) ഹാരിസാധൻ ദാസ് ഗുപ്തയുടെ *Quest for Health* (1967) എന്ന പരസ്യ ചിത്രം ഇവയ്ക്ക് സംഗീത സംവിധാനം നിർവ്വഹിച്ചു. ബൻസി ചന്ദ്രഗുപ്ത സംവിധാനം ചെയ്ത *Glimpes of West Bengal* (1967), *Gangasagar Mela* (1974), *ഡാർജിലിങ് – ഹിമാലയൻ ഫാന്റസി* (1974) എന്നീ ചിത്രങ്ങൾക്കും ടോണി മെയെർ സംവിധാനം ചെയ്ത *House that Never Dies* (1969) എന്ന ചിത്രത്തിനും സംഗീതം നല്കി. നിത്യാനന്ദദത്ത സംവിധാനം ചെയ്ത *ബക്സാബാദൽ* (1965) എന്ന ചിത്രത്തിന്റെ തിരക്കഥ രചിക്കു കയും സംഗീതം നല്കുകയും ചെയ്തു.

വിജയ് മുലെ സംവിധാനം ചെയ്ത *Tidal Box* എന്ന ചിത്രത്തിന്റെയും ജോൺ തിയേൽ സംവിധാനം ചെയ്ത *മാക്സ് മുള്ളർ* (1973) എന്ന ചിത്ര ത്തിന്റെയും വിവരണപാഠത്തിന് ശബ്ദം നല്കി. *മാക്സ് മുള്ളറിന്* സംഗീ തവും നല്കി. മകൻ സന്ദീപ് റേയുടെ ചലച്ചിത്രരംഗത്തെ ആദ്യപ്രവർത്ത നങ്ങൾക്ക് പ്രചോദനവും സംഭാവനകളും സത്യജിത് റേ നല്കി. സന്ദീപ് റേയുടെ ആദ്യചിത്രമായ *ഫതീക് ചന്ദ്* (1983) പിതാവിന്റെ കഥയെ ആസ് പദമാക്കിയിരുന്നു. സത്യജിത് റേ ചിത്രത്തിന്റെ തിരക്കഥ രചിക്കുകയും സംഗീതം നല്കുകയും ചെയ്തു. സന്ദീപിന്റെ *ഗുപി ബാഗാ ഫിരെ എലോ* (ഗുപിയും ബാഗയും തിരിച്ചുവരുന്നു) എന്ന ചിത്രത്തിന്റെ സംഗീതം നല്കി യതും റേയാണ്. സന്ദീപിന്റെ മറ്റു രണ്ടു ചിത്രങ്ങളും- *ഉത്തരാൻ* (1993),

ടാർഗറ്റ് (1995) റേയുടെ തിരക്കഥകളെ ആധാരമാക്കി നിർമ്മിച്ചവയാണ്. റേയുടെ ഫെലുദാ നോവലുകളെ അധികരിച്ചാണ് സന്ദീപ് തന്റെ നാലു ഫീച്ചർ ചിത്രങ്ങൾ ചെയ്തത്. *ബോംബെയിൽ ബന്ധിറ്റെ* (2003), *കൈലാസേ കെലങ്കാരി* (2007), *റിന്റോറെറ്റോർ ജീസസ്* (2008), *ഗോരോ സ്ഥാനേ സാബ്ധാൻ* (2010)

കൂടാതെ റേയുടെ കഥകളെ ആസ്പദമാക്കി സന്ദീപ് നിരവധി ടി വി ചിത്രങ്ങളും ചെയ്തിട്ടുണ്ട്. ഇവയിൽ *സത്യജിത് റേ പ്രസന്റ്സ്* (1985 -86- 13 ചിത്രങ്ങൾ, *സത്യജിത് റേ പ്രസന്റ് II* (1986-87) 3 ചിത്രങ്ങൾ. *ഫെലുദാ 30* (1996-97)- 5 ചിത്രങ്ങൾ; *ഡോ. മുൻഷിയുടെ ഡയറി* (2000), *സത്യജിതേർ പ്രിയ ഗൽപോ* (2001)-7 ചിത്രങ്ങൾ: *ഏകേർപിതേ ദുയ്* (2001)-12 കഥകൾ ഉൾപ്പെടുന്നു.

25
സത്യജിത് റേയ്ക്ക് ലഭിച്ച ബഹുമതികൾ

രാജ്യത്തിനകത്തും വിദേശത്തുമുള്ള സ്ഥാപനങ്ങളും സംഘടന കളും സത്യജിത് റേക്ക് നല്കിയ ബഹുമതികളിൽ ചിലത്.

1958   : പത്മശ്രീ

1965   : പത്മഭൂഷൺ

1967   : മഗ്സാസേ അവാർഡ്, മാനില (ഫിലിപ്പൈൻസ്)

1971   : സ്റ്റാർ ഓഫ് യൂഗോസ്ലാവിയ

1973   : ഡോക്ടർ ഓഫ് ലറ്റേഴ്സ്, ഡൽഹി സർവ്വകലാശാല

1974   : ഡി ലിറ്റ്, റോയൽ കോളേജ് ഓഫ് ആർട്സ് ലണ്ടൻ

1976   : പത്മവിഭൂഷൺ

1978   : ഡി ലിറ്റ്, ഓക്സ് ഫാർഡ്, യൂണിവേഴ്സിറ്റി, സ്പെഷ്യൽ അവാർഡ്, ബർലിൻ ഫിലിം ഫെസ്റ്റിവൽ, ദേശികോത്തം, വിശ്വഭാരതി സർവ്വകലാശാല.

1979   : സ്പെഷ്യൽ അവാർഡ്, മോസ്കോ ഫിലിം ഫെസ്റ്റിവെൽ

1980   : ഡി ലിറ്റ്, ബർധമാൻ സർവ്വകലാശാല, ഡി-ലിറ്റ്, ജാദവ്പൂർ സർവ്വകലാശാല.

1981   : ഡോക്ടറേറ്റ്, ബനാറസ് ഹിന്ദു സർവ്വകലാശാല, ഡിലിറ്റ്, നോർത്ത് ബംഗാൾ സർവ്വകലാശാല.

1982   : ഹോമേജ് സത്യജിത് റേ, കാൻ ഫിലിം ഫെസ്റ്റിവൽ, വിദ്യാ സാഗർ അവാർഡ്, പശ്ചിമബംഗാൾ സർക്കാർ

1983   : ഫെല്ലോഷിപ്പ്, ബ്രിട്ടീഷ് ഫിലിം ഇൻസ്റ്റിറ്റ്യൂട്ട്

1985   : ഡി ലിറ്റ്, കൊല്ക്കത്ത സർവ്വകലാശാല; ദാദാ സാഹേബ് ഫാൽക്കേ അവാർഡ്, സോവിയറ്റ് ലാൻഡ് നെഹ്റു അവാർഡ്, സോവിയറ്റ് യൂണിയൻ.

1986 : ഫെലോഷിപ്പ് കേന്ദ്ര സംഗീത നാടക അക്കാദമി

1987 : ലീജിയൻ ഡി ഹോണർ, ഫ്രാൻസ്; ഡി ലിറ്റ്, രബീന്ദ്രഭാരതി സർവ്വകലാശാല

1992 : അക്കാദമി അവാർഡ് ഫോർ ലൈഫ് ടൈം അച്ചീവ്മെന്റ് (ഓസ്കർ), യു എസ് എ; അകിരാ കുറസോവ അവാർഡ് ഫോർ ലൈഫ് ടൈം അച്ചീവ്മെന്റ്, സാൻഫ്രാൻസിസ്കോ ഫിലിം ഫെസ്റ്റിവെൽ; ഭാരത രത്ന.

26

റേയുടെ അവശേഷിപ്പുകൾ സംരക്ഷിക്കാൻ

സത്യജിത് റേയുടെ മരണം കഴിഞ്ഞ് കുറച്ച് കാലത്തിനുശേഷം അമിതാബ് ബച്ചനും ഇസ്മയിൽ മർച്ചന്റും ഉൾപ്പെടെ അഭിനേതാക്കളും പൊതു വ്യക്തിത്വങ്ങളുമായ നിരവധി പേർ ഒത്തുചേർന്ന് രൂപംകൊടു ത്തതാണ് 'സത്യജിത് റേയുടെ ചലച്ചിത്രങ്ങളുടെ സംരക്ഷണത്തിനുള്ള സൊസൈറ്റി.' ഇത് സത്യജിത് റേ സൊസൈറ്റി അഥവാ റേ സൊസൈറ്റി എന്നറിയപ്പെടുന്നു. മഹാചാര്യനായ ആ സംവിധായകൻ അവശേഷിപ്പിച്ച അമൂല്യമായ സമ്പത്ത് വീണ്ടെടുക്കുകയും സംരക്ഷിക്കുകയും അവ ലോകം മുഴുവൻ എത്തിക്കുകയും ചെയ്യുക എന്നതാണ് റേ സൊസൈറ്റി യുടെ സ്ഥാപക ലക്ഷ്യം.

1992 ൽ റേ മരിക്കുമ്പോൾ, അദ്ദേഹത്തിന്റെ പല ചിത്രങ്ങളുടെയും, വിശേഷിച്ച് ആദ്യകാല ക്ലാസിക്കുകളുടെ നെഗറ്റീവുകളും പ്രിന്റുകളും, വളരെ അപകടകരമായ സ്ഥിതിയിലായിരുന്നു. കാലിഫോർണിയക്കാര നായ ഒരു പ്രമുഖ ഫിലിം സംരക്ഷണകാരനായ ഡേവിഡ് എച്ച് ഷെപാർഡ് 1994 ൽ ഇന്ത്യയിൽ വരികയും റേ ചിത്രങ്ങളുടെ മൂല നെഗറ്റീവുകൾ പരി ശോധിക്കുകയും ചെയ്തു. ചിത്രങ്ങളിൽ 18 എണ്ണത്തിന്റെയും നെഗറ്റീവു കൾ പൊടിഞ്ഞു തുടങ്ങിയതായി അദ്ദേഹം കണ്ടെത്തി. റേ ചിത്രങ്ങൾ വീണ്ടെടുക്കുകയെന്നതായിരുന്നു അക്കാലത്ത് സൊസൈറ്റിയുടെ മുഖ്യ പരിഗണന. ലോസ് ആഞ്ചലസിലുള്ള പ്രശസ്ത സ്ഥാപനമായ അക്കാ ദമി ഓഫ് മോഷൻ പിക്ച്ചർ ആർട്സ് ആന്റ് സയൻസുമായി സൊസൈറ്റി ഒരു കരാറിലേർപ്പെട്ടു (റേയ്ക്ക് ലൈഫ് ടൈം അച്ചീവ്മെന്റിനുള്ള ഓസ്കാർ അവാർഡ് നല്കിയത് ഈ സ്ഥാപനമാണ്). ഇതുവരെ ഈ ചലച്ചിത്രാചാര്യന്റെ 36 ചിത്രങ്ങളുടെ ശേഖരത്തിൽ 19 എണ്ണം അക്കാദമി യുടെ ആർക്കൈവിൽ പൂർണ്ണമായും വീണ്ടെടുത്ത് സംരക്ഷിക്കപ്പെട്ടിട്ടുണ്ട്.

മറ്റു ചിത്രങ്ങളും വീണ്ടെടുക്കൽ പ്രക്രിയയ്ക്കു വേണ്ടി തയ്യാറായി നില്ക്കു കയാണ്.

ചലച്ചിത്രങ്ങൾക്ക് പുറമെ, റേ അവശേഷിപ്പിച്ച കലാപ്രപഞ്ചത്തിൽ തിരക്കഥകൾ, സ്റ്റേറ്റി ബോർഡുകൾ, പോസ്റ്ററുകൾ, സെറ്റുകൾ, വസ്ത്ര ങ്ങൾക്കും ബുക്ക് ജാക്കറ്റിനുമുള്ള രൂപകല്പനകൾ, സാഹിത്യപരമായ കൈയെഴുത്തുപ്രതികൾ, രേഖാചിത്രങ്ങൾ, സംഗീത നൊട്ടേഷനുകൾ, പര സ്യകലാരൂപങ്ങൾ തുടങ്ങി നിരവധി വസ്തുക്കൾ ഉൾപ്പെടുന്നു. റേയെ സംബന്ധിച്ച ഏറ്റവും വലുപ്പമുള്ളതും ആധികാരികവുമായ ശേഖരമാണ് സൊസൈറ്റിയുടെ കൈവശമുള്ളതെന്നതിൽ തർക്കമില്ല. ഈ ബഹുമുഖ പ്രതിഭയുടെ സർഗ്ഗാത്മക സൃഷ്ടികൾ മുഴുവൻ അടങ്ങുന്ന റേ പേപ്പർ ആർക്കൈവ് ഒരു അക്ഷയഖനി തന്നെയാണ്. റേയുടെ കടലാസിലുള്ള അവശേഷിപ്പുകളിൽ സിംഹഭാഗവും ലണ്ടനിലെ വിക്ടോറിയ-ആൽബർട്ട് മ്യൂസിയത്തിലെ സീനിയർ കൺസർവേറ്ററാ(പേപ്പർ പ്രിസർവേഷൻ)യ മൈക്ക് വീലറുടെ മേൽനോട്ടത്തിലാണ് വീണ്ടെടുക്കപ്പെട്ടിട്ടുള്ളത്; അത് കൊല്ക്കത്തയിലുള്ള അദ്ദേഹത്തിന്റെ കുടുംബഗൃഹത്തിൽ സൂക്ഷിച്ചിരി ക്കുന്നു. റേയുടെ സ്വന്തം ലൈബ്രറിയും അദ്ദേഹത്തിന്റെ വ്യക്തിപരമായ വസ്തുക്കളും ശ്രദ്ധാപൂർവ്വം സംരക്ഷിക്കപ്പെട്ടിട്ടുണ്ട്.

ഈ അമൂല്യമായ പൈതൃകം ഭാവിതലമുറകളിലെ ചലചിത്രാസ്വാദ കർക്കും പഠിതാക്കൾക്കും വേണ്ടി സംരക്ഷിക്കുന്നതിനും അവർക്ക് റേയുടെ പ്രകാശപൂർണ്ണമായ സർഗ്ഗാത്മക ലോകത്തേക്ക് ഒറ്റ വാതിലിൽ കൂടി പ്രവേശിക്കുന്നതിനുള്ള അവസരം നല്കുന്നതിനും സൊസൈറ്റി പ്രതിജ്ഞാബദ്ധമാണ്. ഇതിന്റെ ഭാഗമായി സത്യജിത് റേ പൈതൃക കേന്ദ്രം ഘട്ടംഘട്ടമായി സ്ഥാപിക്കാൻ സൊസൈറ്റി ഉദ്ദേശിക്കുന്നു. അവിടെ ലൈബ്രറി, പഠനകേന്ദ്രം, ആഡിറ്റോറിയം, പ്രദർശനഹാൾ, സെമി നാർ ഹാൾ തുടങ്ങിയവ ഉണ്ടായിരിക്കും. സത്യജിത് റേയെപ്പറ്റിയും അദ്ദേ ഹത്തിന്റെ സൃഷ്ടികളെപ്പറ്റിയും അവബോധം വളർത്താനും കലയിലും സാഹിത്യത്തിലും ചലച്ചിത്രത്തിലും താല്പര്യമുള്ളവർക്ക് അവ പകർന്നു നല്കാനും ഈ കേന്ദ്രം വഴി ലക്ഷ്യമിടുന്നു.

ഇന്ത്യയിലും വിദേശത്തുമുള്ളവരോട് റേയുടെ മഹത്തായ പൈതൃകം ശാശ്വതമാക്കുന്നതിനുള്ള ഒരു സ്ഥിരംകേന്ദ്രം അദ്ദേഹം ജനിക്കുകയും വളരുകയും ജീവിതകാലം മുഴുവൻ പ്രവർത്തിയെടുക്കുകയും അദ്ദേഹം ഏറെ സ്നേഹിക്കുകയും തന്റെ പല ചിത്രങ്ങളിലും സാഹിത്യകൃതിക ളിലും ആഘോഷിക്കുകയും ചെയ്ത നഗരമായ കൊല്ക്കത്തയിൽ സ്ഥാപി ക്കുന്നതിന് സംഭാവന നല്കണമെന്ന് സൊസൈറ്റി അഭ്യർത്ഥിക്കുന്നു.

www.ingramcontent.com/pod-product-compliance
Lightning Source LLC
Chambersburg PA
CBHW051456130726
47987CB00005B/2347